நீலக் குறிஞ்சி

(நாவல்)

இரா. பாரதிநாதன்

டிஸ்கவரி பப்ளிகேஷன்ஸ்
எண்: 9, பிளாட் எண்: 1080A, ரோஹிணி பிளாட்ஸ்
முனுசாமி சாலை, கே.கே.நகர் மேற்கு,
சென்னை – 600 078. பேச: 99404 46650

நீலக்குறிஞ்சி (நாவல்)
ஆசிரியர்: இரா. பாரதிநாதன்©

NEELAKKURINJI (Novel)
Author: **R. Bharathinathan**©

அட்டை வடிவமைப்பு: லார்க் பாஸ்கரன்

First Edition: Jan-2022

வெளியீட்டு எண்: 0069

ISBN: 978-93-91994-30-3

Pages: 264

Rs. 300

Printed at: clictoprint | Chennai-600 018.

Publisher • *Sales Rights*

Discovery Publications	**Discovery Book Palace (P) Ltd**
No. 9, Plot,1080A,	No. 6, Mahaveer Complex,
Rohini Flats,	Munusamy Salai,
Munusamy Salai,	K.K.Nagar West,
K.K.Nagar West,	Chennai-600 078.
Chennai - 600 078.	Ph: (044) 4855 7525
Mobile: +91 99404 46650	Mobile: +91 87545 07070

discoverybookpalace@gmail.com
WWW.DISCOVERYBOOKPALACE.COM

இந்த நூலில் பிரசுரமாகியுள்ள எந்த ஒரு பகுதியையும் பதிப்பாளரின் எழுத்துபூர்வமான முன்அனுமதி பெறாமல் எடுத்தாள்வதோ, மறுபிரசுரம் செய்வதோ, மொழியாக்கம் செய்வதோ, அச்சு மற்றும் மின்னணு ஊடகங்களில் மறுபதிப்புச் செய்வதோ, காப்புரிமைச் சட்டப்படி தடை செய்யப்பட்டுள்ளது. இந்த நூலிலிருந்து குறிப்பிட்ட பகுதிகளை மேற்கோள்காட்டி புத்தக விமர்சனம் செய்ய, ஊடகங்களுக்கு மட்டும் அனுமதி உண்டு.

உங்கள் மொபைல் போனிலிருந்து ஸ்கேன் செய்து 'டிஸ்கவரி புக் பேலஸ்' மொபைல் ஆப்பை டவுன்லோடு செய்து, புத்தகங்களை வாங்குங்கள்.

காதல் எவ்வளவு இனிமையானது. காதல் என்ற சொல்லே மனிதனின் ஆழ்மனதில் உள்ள மறக்க முடியாத நினைவுகளைத் தட்டி எழுப்பக்கூடியது. மாமேதை கார்ல் மார்க்ஸ், 'அன்பான பெண்ணைக் காதலிப்பது என்பது மனிதனை மீண்டும் மனிதனாக்குகிறது' என்பார். ஆம், உண்மைதான். மகாகவி சுப்ரமணிய பாரதி 'காதலினால் மானிடர்க்குக் கவிதை உண்டாம் சிற்ப முதல் கலைகள் உண்டாம்' என்றெல்லாம் காதலின் சிறப்பைப் பாடியிருக்கிறான். காதல் வென்றாலும் தோற்றாலும் அதன் உன்னதம் என்றும் குறையாது. இதுவரை என் கதைகளில் காதல் வந்திருந்தாலும், முழுக்க முழுக்க காதலையே மையமாக வைத்து எழுதியிருக்கும் நாவல் 'நீலக்குறிஞ்சி'. இது ஒரு மலைவாசஸ்தலத்தில் நடக்கும் கதை.

- **இரா.பாரதிநாதன்**

1

காலைக் குளிர் இதமாக இருந்தது. அதை அனுபவித்தவாறு கல்லூரிப் பேருந்துக்காகச் சாலையில் காத்திருந்தான் ரகுவரன். தூரத்தில் பனி, புகை மண்டலமாகக் காட்சியளித்தது. மேகக்கூட்டம் மலை உச்சியிலிருந்து அடிவாரம் வரை வெள்ளைப் படுதாவால் மூடியிருந்தது. பிறந்ததிலிருந்து தினமும் பார்க்கும் காட்சிதான் என்றாலும் அலுப்புத் தட்டவில்லை. இரவு சரியாகத் தூக்கமில்லை. மெலிதாகக் கொட்டாவி விட்டான்.

தற்செயலாகத் தன் இடதுபுறம் இருந்த சிறிய புல் மேட்டைப் பார்த்தான். அதைத் தொடர்ந்து அவன் கண்கள் அந்தச் செடிகளைக் கண்டன. நீலக் குறிஞ்சி பூத்திருந்தது. பளீரென்று மனதில் உற்சாகம் மலையருவிபோல பெருக்கெடுத்தது.

நேற்று வரை கண்ணில் தென்படாத இந்தப் பூக்கள் அதெப்படித் திடீரென்று இன்று காலையிலேயே கண்ணைப் பறிக்கின்றன? ஆச்சர்யம்தான். ஒருவேளை நான்தான் சரியாகக் கவனிக்கவில்லையோ? என்று தன் பின்னந்தலையில் செல்லமாக அடித்துக்கொண்டான். அவன் அப்படித்தான் தவறு செய்யும் போதெல்லாம் இப்படித் தலையில் தட்டிக்கொள்வான்.

மெல்ல குறிஞ்சி செடியின் அருகில் சென்றான். என்ன அழகு? ஒரு பூவை உற்று நோக்கினான்.

சட்டென அவனுக்கு ஏனோ தமிழ்ச்செல்வியின் நினைவு வந்தது. இந்நேரம் அவள் இருந்திருந்தால் நீலக்குறிஞ்சியைப் பார்த்து எவ்வளவு குதூகலித்திருப்பாள்?

மெல்ல பெருமூச்சு விட்டுக்கொண்டான்.

அவள் அவனைப் பிரிந்து சென்று ஆயிற்றுப் பன்னிரண்டு வருடங்கள். இப்போது எப்படியிருப்பாள்? மனக்கண்ணில் அவளது தற்போதைய உருவத்தைக் கொண்டுவர முயன்றான். பலவாறு யோசித்தும் ஒன்றும் நெட்டுப்படவில்லை. எனவே, தொடர்ந்து சிந்திப்பதைக் கைவிட்டான். ஆனால், நீலக்குறிஞ்சியின் அழகு அவ்வளவு சீக்கிரம் தமிழ்ச்செல்வியின் நினைப்பைப் புறந்தள்ளிவிட மறுத்தது.

சென்ற குறிஞ்சிப் பூக்கும் காலத்தில் சின்னஞ்சிறு சிறுமியாய் அவள் அவன் பக்கத்தில் நின்று பூக்களை ரசித்துக்கொண்டிருந்தாள். அழகில், குறிஞ்சியின் முகமும் அவள் முகமும் போட்டி போட்டுக்கொண்டு கண்முன்னே நின்றன. நிறத்தை வைத்துத்தான் இரு முகத்தையும் அடையாளம் காண முடியும். அவள் முகம் பொன்னிறமாய் ஜொலிக்கும். குறிஞ்சி நீல நிறமல்லவா?

அப்போது சாலையோரமாய் வந்து நின்றது கல்லூரிப் பேருந்து. ஓட்டுநர் 'ப்யீங்' என்று ஒலி எழுப்பினார். அவன் காதில் அது விழாமல் போகவே மீண்டும் 'ப்யீங்...' என்று நீளமாய் ஆரன் அடித்தார். பேருந்துக்குள்ளிருந்து ஜன்னல் வழியாக எட்டிப் பார்த்துவிட்டுப் பக்ருதீன், "டேய் ரகு என்னடா பண்றே? சீக்கிரம் ஏறுடா" என்று கத்தினான். சட்டென நினைவு திரும்பியவனாய் ரகுவரன் வேக வேகமாய் பேருந்தில் ஏறினான்.

அப்போது ஓட்டுநர், "என்ன தம்பி, காலையிலயே வீட்ல நல்லா ஷாப்டு வந்துட்டியா? அசமஞ்சமா நிக்கிறே..." என்று கிண்டலடித்தார். பேருந்துக்குள் கெ...கெ...கே என்று சிரிப்புச் சத்தம் கேட்டது. ஆண் பெண் பேதமில்லாமல் மாணவ மாணவியர் என்று கலந்து நிறைந்திருந்தனர்.

பல்லாயிரக்கணக்கான ஏக்கரில் பரந்து விரிந்திருக்கும் தேயிலை எஸ்டேட்டில் வேலை செய்யும் தொழிலாளர்களின் பிள்ளைகள் அவர்கள். அந்த எஸ்டேட் நிர்வாகத்தின் கீழ் வரும் கல்லூரியில்தான் அவர்கள் படிக்கிறார்கள்.

வழக்கம் போலவே ரகுவரன் பக்ருதீன் பக்கத்தில் போய் உட்கார்ந்துகொண்டான். சற்றுக் குண்டான பக்ருதீன் இடநெருக்கடியை உண்டு பண்ணினான். இத்தனைக்கும் இரண்டு பேர் மட்டுமே உட்காரும் இருக்கை அது. மற்ற நேரமாக இருந்திருந்தால் 'குண்டுப் பயலே...' என்று திட்டியிருப்பான். இப்போது பேசவே பிடிக்கவில்லை. அதைச் சற்றுக் கூர்மையாகப் பார்த்துவிட்டு அவன் மனதைப் படித்தவன்போல பக்ருதீன், "என்னடா உடம்பு சரியில்லையா?" என்று கேட்டான். இல்லையென்பதைப்போல தலையசைத்துவிட்டு வெளியே வேடிக்கைப் பார்த்தான் ரகுவரன். பேருந்தில் வந்த கல்லூரி மாணவிகள் தலையில் சூடியிருந்த பூக்களிலிருந்து ஏகாந்தமாய் வாசனை வந்தது.

அந்த இளங்காலை நேரத்தில் பனிகலந்த காற்றில் பல வண்ணப்பூக்களின் நறுமணம் கிறங்கடித்தது. பக்ருதீன் அதை ரசித்தாலும் உல்லாசமான தன் மனநிலையை நண்பனிடம் பகிர்ந்துகொள்ள முடியாமல் தவித்தான். காலையில் என்ன சோகம் வந்து இவன் மனதில் வந்து புகுந்துகொண்டது? குடி முழுகிப் போனதுபோல கன்னத்தில் கை வைத்துக்கொண்டு தேமேயென்று வருகிறானே? வீட்டில் ஏதாவது பிரச்னையா? இருக்க வாய்ப்பில்லை. பெற்றோருக்கு ஒரே பிள்ளை அவன். அதுவும் செல்லப்பிள்ளை. மகனுக்கு எந்தக் குறையும் வைக்காத பெற்றோர். பக்ருதீன் பலவாறு யோசித்துவிட்டுச் சட்டென, "ஓஹோஹோ நீலக் குறிஞ்சியப் பார்த்ததும் லவ்வர் ஞாபகம் வந்துடுச்சா?" என்று கேட்டான். 'ஆமாம்' என்பதுபோல ரகுவரன் தலையசைத்து வைக்க, "ஒன்ன திருத்த முடியாதுடா" என்று முணுமுணுத்தான்.

இருவரும் சிறுவயது நண்பர்கள் என்பதால் தமிழ்ச்செல்வியை அவனுக்கும் தெரியும். என்ன செய்வது? தேயிலை எஸ்டேட்டில் சூப்பர்வைசராகப் பணியாற்றிய அவள் தந்தையை ஓர் அசந்தர்ப்பமான நேரத்தில் மதம் பிடித்த பெரிய யானையொன்று மிதித்துக் கொன்றுவிட்டது. அந்தச் சோகம் இடி விழுந்ததுபோல தாக்கியது. தன் அன்புக்குரிய தந்தையை மறக்க இயலவில்லை.

அதன் பிறகு, ரகுவரனின் பிரியத்துக்குரிய தமிழ்ச்செல்வி இந்த மலைப் பிரதேசத்திலிருந்து தன் தாயுடன் கீழிறங்கிப் போனவள் என்னவானாள்? என்று இதுவரை அவனுக்கு மட்டுமல்ல, பக்ருதீனுக்கும் தெரியவில்லை. முதலில், சில நாட்கள்

அவளும் தாயாரும் கடிதப் போக்குவரத்து வைத்திருந்தார்கள். பிறகு, என்ன காரணத்தாலோ நிறுத்திவிட்டார்கள். நேருக்கு நேர் சந்திக்காத நட்பு பெரிதாக நீடிக்க வாய்ப்பில்லை. ஏதோ அபூர்வமாகச் சில இடங்களில் நிகழலாம். ஆனால், இங்கே சிறுவயது பழக்கத்தை மறக்க முடியாமல் தவிக்கிறான் ரகுவரன்.

பப்பி லவ்தான் என்றாலும் தமிழ்ச்செல்வியையே நினைத்து இன்னும் உருகிக்கொண்டிருக்கும் தன் நண்பனைப் பரிதாபமாகப் பார்த்தான் பக்ருதீன். நல்ல சிவந்த நிறம். பென்சிலில் வரைந்ததுபோல அழகான மீசை. தற்போதைய இளைஞர்களைப்போல குறுந்தாடி. சும்மா சொல்லக்கூடாது ரகுவரன் ஆணழகன்தான். தன் நண்பனை நினைத்துப் பெருமைப்பட்டான் பக்ருதீன். உருவ அழகைவிட அவன் மனது இன்னும் பேரழகு. மிகச் சிறந்த மனிதாபிமானி அவன். மதமாச்சர்யங்கள் பார்க்கமாட்டான். இன்னும் சொல்லப் போனால் ரம்ஜான் சமயத்தில் பக்ருதீனுக்கு இணையாக நோன்புகூட இருப்பான்.

இந்தத் தேயிலை எஸ்டேட், ஆங்காங்கே ஏராளமான குடியிருப்புகள் நிறைந்தது. எல்லாவற்றிலும் தொழிலாளர்கள் தத்தமது குடும்பத்தோடு வசிக்கிறார்கள். அத்தகைய லைன் வீடுகள் இருக்கும் இடமொன்றான வன்னிப்பள்ளத்தில்தான் பக்ருதீன் தந்தை மளிகைக் கடை வைத்திருக்கிறார். தன் கடையை சாத்திவிட்டு அரட்டை அடிப்பதற்கென்றே அங்கிருந்து இருசக்கர வாகனத்தில் வெங்கலமேட்டுக்குப் போவார்.

இருவரின் அப்பாக்களும் இன்று வரையில் ஓய்வான மற்ற நேரத்திலும் சரி, விடுமுறை நாட்களிலும் சரி, ஒன்றாகச் சேர்ந்து தான் ஊர்க்கதை பேசுவார்கள். தமிழ்ச்செல்வியின் தந்தை உயிரோடு இருந்த காலத்தில் இவர்களுடன்தான் சேர்ந்திருப்பார்.

இத்தனைக்கும் எஸ்டேட் சூப்பர்வைசர் என்ற பந்தாவெல்லாம் அவரிடம் கிடையாது. மூன்று குடும்பங்களும் அன்னியோன்யமாகவே இருந்தன. அந்த அகால மரணம், தமிழ்ச்செல்வியின் குடும்பத்தை மற்ற இரு குடும்பங்களிடமிருந்து அநியாயமாகப் பிரித்துவிட்டது.

இந்த மலைப் பிரதேசத்தில், வெள்ளையன் காலத்திலிருந்தே பல கல்வி நிறுவனங்கள் உண்டு. அவற்றில், அதிகமாய் கிறித்துவ மிஷினரிகள் நடத்தி வந்தன. காலப்போக்கில் தனியார் பள்ளிகள்,

கல்லூரிகள் என ஏராளமாய் தற்போது வரையில் பெருகிவிட்டன. என்றாலும், எஸ்டேட் கல்வி நிறுவனங்களும் ஒரு சில உண்டு. ரகுவரனும் பக்ருதீனும் அப்படியொன்றில்தான் படிக்கிறார்கள். அவர்களின் கல்லூரிப் பேருந்து முதலில் குந்தாவில் தொடங்கி அப்புறம் வன்னிப்பள்ளத்தின் வழியாக வெங்கலமேட்டுக்கு வரும். எனவே, பக்ருதீன் அந்த நிறுத்தத்திலேயே ஏறி அடுத்த நிறுத்தமான வெங்கலமேட்டில் காத்திருக்கும் தன் நண்பனுக்காகப் பஸ்ஸின் இருக்கையில் தனக்குப் பக்கத்தில் இடம்போட்டு வைத்திருப்பான். இது வழக்கமான நடைமுறை.

பாறைமடுவு என்ற இடத்தில் சில மாணவர்களை ஏற்றிக்கொண்டு வெகு விரைவில் சுற்றுப் பாதையில் பேருந்து நுழைந்தது. அடுத்த சில நிமிடங்களில் கல்லூரியை நெருங்கிவிட்டது. அது ஊட்டி டவுனுக்குச் செல்லும் சாலையை ஒட்டியவாறு சற்றுத் தாழ்வான பகுதியில் சமதளத்தில் அழகான கட்டடத்தில் அமைந்துள்ளது.

சுற்றிலும் இயற்கையாய் அமைந்த பசுமையான சூழலில், ஏக்கர் கணக்கில் பரந்த இடத்தில் மனதுக்கு ரம்மியமாய் இருக்கும் நெடிய பாரம்பரியம் கொண்ட கல்லூரி. அதன் வயது கிட்டத்தட்ட முக்கால் நூற்றாண்டை நெருங்கிக் கொண்டிருந்தது. அதற்கு ஜமீன்தார் ஒருவர் பெயரை வைத்திருக்கிறார்கள். ஏனெனில், எஸ்டேட் அமைந்துள்ள மலைப்பகுதியையும் அதனுடன் சேர்ந்த கல்லூரி நிலத்தையும் ஒருகாலத்தில் இந்த மலையை ஆட்சி செய்த ஜமீனிடமிருந்து சென்னையைச் சேர்ந்த ஒரு நிறுவனம் குத்தகைக்கு வாங்கியிருக்கிறது. அதனால் தான் ஜமீன் பெயர்.

ஏராளமான தேயிலைத் தோட்டங்களை வைத்திருக்கும் எஸ்டேட் நிறுவனத்தில் கல்வி அறக்கட்டளை இருக்கிறது. அதற்குச் சொந்தமானதுதான் இந்தக் கல்லூரி. இது மட்டுமல்ல, சிறிதும் பெரிதுமான நிறைய பள்ளிகள் அதற்குச் சொந்தமாக இருக்கின்றன.

மலைக்குக் கீழேயுள்ள பெரிய நகரங்களில் இருந்து ஏராளமான வி.ஐ.பிக்களின் பிள்ளைகள் மலை வாசஸ்தலம் வந்து தங்கிப் படிக்கிறார்கள். ஆனால், அதெல்லாம் லட்சக்கணக்கில் கட்டணம் வசூலிப்பவை.

எஸ்டேட் தொழிலாளர்கள் வீட்டுப் பிள்ளைகளுக்குக் கட்டணமேதும் இல்லாத இலவசக் கல்விதான். ஆனால்,

கல்வியின் தரத்தில் இரண்டுக்கும் வேறுபாடு உண்டு. அங்கு பயிலும் பிள்ளைகளுக்கும் எஸ்டேட் தொழிலாளர்கள் பிள்ளைகளுக்கும் நடை, உடை பாவனையில் நுனி நாக்கு ஆங்கிலத்தில் மலைக்கும் மடுவுக்குமான வித்தியாசம் உண்டு.

கல்லூரிப் பேருந்து வாசலில் நின்றதும் மாணவ மாணவியர் தங்களது குதூகலத்தைச் சற்றும் மறைத்துக்கொள்ளாமல் கலகலவென்று சிரித்துப் பேசிக்கொண்டு ஒவ்வொருவராக இறங்கத் துவங்கினர். சற்றே தமிழ்ச்செல்வியின் நினைவில் இருந்து மீண்ட ரகுவரன் தானும் இறங்கினான்.

மனம்தான் வகுப்புக்குச் சென்று என்ன செய்யப் போகிறோம் என்றிருந்தது. பேசாமல் இன்றைய படிப்பைப் புறக்கணித்து விடலாமா? கிளாசுக்குப் போகாமல் என்ன செய்வது? எங்கே போவது? பொழுதைப் போக்க இதென்ன நகர்ப்புறமா? அங்கேதான் பார்க், பீச், ஷாப்பிங் மால் மற்றும் சினிமா தியேட்டர் என்று கல்லூரிக்குக் கட் அடித்துவிட்டு மாணவர்கள் சுற்றுவார்கள் என்று கேள்விப்பட்டிருக்கிறான். இங்கே எங்கு திரும்பினாலும் மலைகள்தான்.

பக்ருதீன் அவனைக் கவனியாமல் வழக்கமான உற்சாகத்தோடு வகுப்பறையை நோக்கி நடந்தான்.

இத்தனைக்கும் அவன் ஒன்றும் பெரிய படிப்பாளி அல்ல. என்றாலும் எக்காரணத்தை முன்னிட்டும் கல்லூரி வகுப்பைப் புறக்கணிக்க மாட்டான்.

சற்று வெறுப்புடன் ரகுவரன் தானும் முன்னோக்கி நடக்க, அப்போது அவன் மனதில் திடீரென மின்னல் வெட்டியதுபோல தோற்றம். என்ன இது? மாயமான ஏதோ ஒரு நிகழ்வு அவனைத் தாக்குகிறதே! இனம் புரியாமல் யோசித்தவன் சுற்றும் முற்றும் பார்த்தான். வித்தியாசமாய் எதுவும் தோன்றவில்லை. கல்லூரி வளாகம் இயல்பாய் இருந்தது.

மாணவ மாணவிகள் குறுக்கும் நெடுக்குமாய் நடந்து கொண்டிருந்தார்கள். அநேகமாய் அனைவருமே மலைக் குளிருக்கு ஸ்வெட்டர் அணிந்திருந்தார்கள். மாணவிகள் தங்கள் முதுகுப்புறம் கூந்தலை எடுத்துவிட்டு, காதில் ஆபரணம் மின்ன அவனைக் கடந்து போய்க்கொண்டிருந்தார்கள். ஏதேனும் பிரமையா? அல்லது நிஜம்தானா? எனப் பலவாறு மூளையைக் குழப்பிக்கொண்டான்.

'ப' என்ற தமிழ் எழுத்து வடிவில் இருந்த கல்லூரிக் கட்டடம் மூன்று மாடிகள் கொண்டது. அவற்றில் ஒவ்வொரு படிப்புக்குமான வகுப்புகள் நடக்கின்றன. ஏறியிறங்க விசாலமான படிகள் இருக்கின்றன. அவற்றில், நிதானமாகக் கால் வைத்துத் தங்கள் வகுப்புகளுக்குச் செல்லும் மாணவ, மாணவியர் அனைவரையும் ஊடுறுவிப் பார்த்தான். சட்டெனக் கீழ்த்தளத்துக்கு அவன் கண்கள் சென்றன. அதன் இடதுபுறத்தில் கல்லூரி முதல்வருக்கெனத் தனியறை இருந்தது. அதன் வாசல் பக்கம் பார்த்தவனுக்கு மீண்டும் ஜிவ்வென்றிருந்தது.

அங்கே அழகான தோற்றத்துடன் ஓர் இளம்பெண் நின்றிருந்தாள். அவள் அருகே ஒரு நடுத்தர வயது பெண்மணி கண்ணாடியணிந்து காணப்பட்டார். அவர்களை எங்கோ பார்த்ததுபோல இருந்தது. எங்கே பார்த்தோம்? சற்று நெருக்கமாய் பார்க்க முடிவெடுத்தான். அந்த நேரத்தில் வில்லன் மாதிரி பக்ருதீன் குறுக்கே வந்தான். "டேய் நேரமாச்சு! கிளாசுக்கு வாடா" என்று கையைப் பிடித்து இழுக்காத குறையாய் கூப்பிட்டான்.

ரகுவரன் அதற்குக் கொஞ்சமும் அசையாமல், "பக்ரு அங்கப் பாருடா..." என்று காட்டினான்.

அவன் கைப்போன திசையைப் பார்த்துவிட்டு, "டேய் பிரின்சி ரூம் இதுக்கு முன்னால நான் பாத்தது இல்லியா? இன்னிக்கென்ன புதுசா வேடிக்கை காட்டுற?" என்றவன், உடனே "சூப்பரா ஒரு பொண்ணு நிக்குதுடா" என்று ஜொள்ளுவிட்டான்.

"அந்த பொண்ணப் பாத்தா தமிழ்ச்செல்வி மாதிரியே இல்ல" என்று படபடத்தான் ரகு. அதற்குப் பக்ரு, "போடா போக்கத்தவனே குறிஞ்சிப் பூவை பாத்ததுலயிருந்து நீ மெண்டலாயிட்டே. யாரைப் பாத்தாலும் ஒனக்குத் தமிழ்ச்செல்வியா தெரியுது. வாடா, வாத்தி கிளாசுக்கு வர்ற நேரமாச்சு" எனத் தரதரவென இழுத்துக்கொண்டு போனான்.

அந்த இடத்தைவிட்டு நகர மனமில்லாமல் மெல்ல அடியெடுத்து வைத்தான் ரகுவரன். அவனுக்கு வழக்கமாய் தவறு செய்தால் பின்தலையில் தட்டிக்கொள்ளும் அந்த உணர்வு ஏனோ தோன்றவில்லை. தான் நினைத்தது சரிதான் என்பதை உறுதிப்படுத்திக்கொள்ளவும் வழியில்லை. பக்ருதீனின் கையைத் தட்டிவிட்டுப் பிரின்சி ரூமை நோக்கி போகலாமா?

என்று நினைத்தான். வேண்டாம் தேவையில்லாமல் கல்லூரி முதல்வரிடம் திட்டு வாங்க நேரிடும். வகுப்பறைக்கு வந்த பிறகும் வெகுநேரம் அந்தப் பிம்பம் மறையவில்லை.

வழக்கம்போல விரிவுரையாளர் வந்தார். மாணவர்களுக்குப் பாடம் நடத்துவதை ஒரு கடமைபோல உயிரில்லாமல் செய்தார்.

அநேகமாகப் பல பேராசிரியர்கள் இப்படித்தான் நடந்துகொள்கிறார்கள். அவர்களைச் சொல்லி ஒரு பயனுமில்லை. தனியார் கல்வி நிறுவனங்களில் என்ன சம்பளம் கொடுத்துவிடப் போகிறார்கள்? அதிலும், எந்த மாதத்தில் ஊதியம், சொல்லி வைத்ததுபோல முதல் தேதியில் கிடைக்கிறது? இந்தப் பேராசிரியருக்கு நடுத்தர வயது. எத்தனைப் பிள்ளைகளோ? குடும்பச் சூழல் என்னவென்று யாருக்குத் தெரியும்?

ரகுவரன் வகுப்பில் கவனமில்லாமல் பக்கவாட்டில் இருந்த கண்ணாடி போட்ட பெரிய ஜன்னல் வழியாக வெளியே வேடிக்கை பார்த்தான்.

எத்தனை முறை பார்த்தாலும் அலுக்காத பச்சைப் பசேலென்ற மலைச்சாரல் கண்ணில் பட்டது. தேயிலைத் தோட்டங்கள் தூரத்திலிருந்து பார்க்க சீராய் தெரிந்தது.

விண்ணைத் தொடும் பெரிய மலையின் உச்சியிலிருந்து வழியும் அருவியைக் கண் கொட்டாமல் பார்த்தான். அருவி நெருங்கி வந்து அவன் விழிகளில் இறங்கிவிட்டது போன்ற தோற்றம். தண்ணீர் விழும் ஓசை காதில் கேட்கத் தொடங்கியது. சுற்றியுள்ள அந்தப் பசுமையும் பனியும் தமிழ்ச்செல்வி பற்றிய அவனுடைய நினைவுக்குச் சற்றே ஆறுதலாய் இருந்தது.

*

2

மாலை வழக்கம்போல தன்னுடைய வீடருகேயிருக்கும் வெங்கலமேடு பேருந்து நிறுத்தத்தில் இறங்கிக் கொண்டான். அவனுக்கு முன்பாகவே வன்னிப்பள்ளத்தில் இறங்கிவிட்டான் பக்ருதீன். பாவம்! இன்று நாள் முழுக்கவே அவனிடம் முகம் பார்த்துப் பேச்சுக் கொடுக்கவில்லை என்று மனதுக்குள் வருத்தப்பட்டான் ரகுவரன். ஆனால், என்ன செய்வது? அவனால் உள்ளத்தில் இருப்பதை மறைத்துக்கொண்டு யாரிடமும் பேச இயலவில்லையே... சரி, பக்ருதீன் அப்படியெல்லாம் ஒன்றும் நம்மைத் தப்பாக நினைத்துவிட மாட்டான்.

மாலை ஐந்து மணிதான் ஆகிறது. மலைப் பிரதேசங்களுக்கே உரித்தான இருட்டு, நிலத்தின் மீது கவிந்துவிட்டது. அனிச்சையாய் திரும்பிப் பார்த்தான். குறிஞ்சிப் பூச்செடி அவன் கண்ணுக்குத் தென்படவில்லை. அதனாலென்ன, காலையில் பார்த்த மாத்திரத்தில் மனதில் சட்டென ஒட்டிக்கொண்டதே... ஊசியாகக் குத்தும் குளிரைச் சமாளிக்க இரண்டு கைகளாலும் மார்பின் குறுக்கே கட்டிக் கொண்டான். ஆயினும்கூட பனி காது மடல்களில் கிச்சுகிச்சு மூட்டியது. வீட்டுக்குப் போனவுடன் அம்மாவைச் சூடாகத் தேநீர் போடச் சொல்ல வேண்டும். அப்படியே ஆவி பறக்க வாயில் கவிழ்த்துக்கொள்ள வேண்டும். அம்மா, 'அட நெருப்புக் கோழிக்குப் பொறந்தவனே...' என்று சிரிப்பார். அவனும் பெற்றோரும் மற்ற தேயிலைத் தோட்ட தொழிலாளர்களும் இருந்த

அந்த லைன் வீடுகள் வெளிச்சத்தில் பார்த்தால் கண்ணுக்கு எட்டும் தூரம்தான். அரை பர்லாங்குக்குச் சற்று அதிகமாய் இருக்கும். இப்போதுகூட வீடுகளில் ஏற்றி வைத்த மின்விளக்குகள் பனிப் படலத்தில் புள்ளியாகத் தெரிய ஆரம்பித்துவிட்டன. முதல் வரிசையில் இருபது வீடுகளும் இரண்டாவது வரிசையில் இன்னுமொரு இருபது வீடுகளுமாய் மொத்தம் நாற்பது வீடுகள் இருக்கின்றன. ஓரளவுக்கு விரிந்த வாசல் இருந்தது. இந்நேரம் தொழிலாளர்களின் பிள்ளைகள் விளையாடிக் கொண்டிருப்பார்கள்.

வழக்கமாய் தானும் ஒரு சிறுபிள்ளையாய் அவர்களுடன் விளையாட்டில் கலந்துகொள்வான். ரகுவரனின் மாலைநேரப் பொழுதுபோக்கு அது. ஆனால், இன்று அது முடியாது. காலையில் கல்லூரியில் பிரின்சி அறை வாசலில் பார்த்த அந்த இளம்பெண்ணின் உருவம் இன்னும் அவன் மனதைவிட்டு அகலவில்லை. சற்றுத் தொலைவிலிருந்து பார்த்ததால் நிழலாய்தான் பதிந்திருந்தது என்றாலும், ஏதோ சொல்வார்களே பச்சை மரத்தில் ஆணி அடித்ததுபோல ஆழப் பதிந்துவிட்டது. நிச்சயம் அந்தக் கல்லூரிக்கு அவள் புதியவள்தான். இதற்கு முன்னால கண்டதில்லை. யாராகயிருக்கும்? காலையிலிருந்து ஒரு லட்சம் தடவையாவது இந்தக் கேள்வியைத் தனக்குத் தானே கேட்டுக் கொண்டிருப்பான். விடைதான் கிடைக்கவில்லை. இத்தனைக்கும் மதிய நேரத்தில் பக்ருதீனோடு போய் பிரின்சிபாலின் உதவியாளரைத் துருவி துருவி விசாரித்தான். எந்தப் பயனுமில்லை. அவர் தெரியாதெனக் கூறிவிட்டார்.

அது மட்டுமல்ல, அவர் அப்படியொரு பெண் அங்கு வந்ததாகவே காட்டிக்கொள்ளவில்லை.

எதிரே, பனி அடர்த்தியில் ஆள் நெப்பு தெரியாமல் பேச்சுக் குரல் மெலிதாகக் கேட்டது. பெட்டிமுடி ஆட்கள்தான் யாரோ வருகிறார்கள். ஒத்தையடி பாதையாக அந்த வழி குறுகியில்லாமல் நான்கைந்து பேர் சேர்ந்துபோகும் அளவில் சற்று அகலமாய் இருந்தது. இரண்டு ஆண்கள் வருவது புகை மூட்டமாய் தெரிந்தது. தேயிலைத் தோட்டத் தொழிலாளிகள்தான் என்பது நிச்சயம். யார் வருகிறார்கள்? வழக்கமாய் அந்த வழியில் சாராயம் குடிக்கப் போகிறவர்கள்தான். அநேகமாக அவனின் தந்தையும் அந்தக் குழுவில் ஒருவராய் இருக்கக்கூடும் என நினைக்கும்போதே அவர்கள் நெருங்கி வந்துவிட்டார்கள்.

14 | நீலக்குறிஞ்சி

வந்தவர்கள் இரண்டு பேர்தான். பழனிமலை தாத்தாவும் சீரங்கன் மாமாவும்தான் அவர்கள். ரகுவரன் எதிர்பார்த்ததுபோல அந்த இருவர் குழுவில் அவன் தந்தை இல்லை. ஆச்சரியமாக இருந்தது. அப்பா தலையே வெடித்துப்போனாலும் சாயங்கால நேரத்தில் மது குடிக்கப் போகாமல் இருக்க மாட்டாரே...

இன்று என்னவாயிற்று அவருக்கு? ஒருவேளை உடல்நிலை ஏதாவது சரியில்லையா? சற்றே பதட்டமானான். ஆனால், அப்பா அப்படி ஏதாவது இருந்தால் இன்னும் இரண்டு கிளாஸ் சேர்த்தல்லவா குடிப்பார்.

அப்போது அவன் யோசனையைக் கலைப்பதுபோல பழனிமலை தாத்தா தனது கரகரத்த குரலில், “ரகுவரனு... இப்பத்தான் காலேசு வுட்டு வூட்டுக்குப் போறியா?” என்று கேட்டார். அவன், “ஆமா தாத்தா” என்று பதில் சொல்லிவிட்டு, அதே வேகத்தில், “அப்பா எங்கே?” என்று கேட்டான். அதற்கு அவர் பதில் சொல்லவில்லை. சீரங்கன் மாமா முந்திக்கொண்டு பேசினார். “ஒங்க வூட்டுக்கு டவுன்ல இருந்து ஒரம்பற வந்திருக்குது மாப்ளே. அதான் ஒங்கப்பன் எங்ககூட வரல” என்றார். நகரத்தில் இருந்து உறவினர்களா? வந்திருப்பது யார் என்று தெரியவில்லையே? அவர்கள் அவன் யோசனையைக் கண்டுகொள்ளாமல் இயல்பாய் நகர்ந்து போனார்கள்.

பக்கத்தில் பாறைமடுவு என்ற சிற்றூர் இருக்கிறது. அங்கேதான் டாஸ்மாக் மதுக்கடை உள்ளது. பொழுது சாய்ந்தால் போதும் தேயிலைத் தோட்டத் தொழிலாளர்களில் ஆண்களில் பலபேர் அங்குதான் இருப்பார்கள். பெண்கள்கூட கணிசமாய் மது குடிக்க அங்கே போவதாய் கேள்வி. அவன் பார்த்தது இல்லை. சரி, தன் வீட்டுக்கு வந்திருக்கும் ஒரம்பறை யாராக இருக்கும்? சேலத்தில் வெள்ளிப்பட்டறையில் வேலை செய்யும் சித்தப்பா ஏதாவது வந்திருக்கிறாரா? மாநகராட்சியில் வேலை பார்க்கும் அத்தை குடும்பத்தினர் எவருடைய வருகையாவது நிகழ்ந்திருக்குமா? இப்போது விசேடமாய் ஏதுமில்லையே. குகை மாரியம்மன் பண்டிகைக்குக்கூட இன்னும் நாட்கள் இருக்கின்றனவே. பலவாறு யோசித்து ஒன்றும் பிடிபடவில்லை. இன்றென்ன காலையில் தொடங்கி இப்போது வரை ஒரே யோசனையாக உள்ளதே என்று நினைத்துக்கொண்டே வீட்டை நெருங்கிவிட்டான். அப்போது கலகலவெனப் பெண் குரல் கேட்டது. அதை தொடர்ந்து மனதில் பரபரப்புத் தொற்றிக்கொண்டது.

நிச்சயம் இது அம்மாவின் குரல் அல்ல. புதிதாய் தெரிந்தது. வீட்டு வாசலில் இரண்டு ஜோடி பெண்கள் செருப்புக் கிடந்தது வேறு அவனது எதிர்பார்ப்பை இன்னும் அதிகரிக்கச் செய்தது. சில விநாடிகள் அந்தச் செருப்புகளை உற்று நோக்கினான். வீட்டின் உள்ளிருந்து வந்த சன்னமான மின்சார வெளிச்சத்தில், அதிலொன்று தற்காலத்து இளம்பெண்கள் அணியும் ஃபேஷன் மாடல் காலணி என்பது தெரிந்தது. இதயத் துடிப்பு அவனுக்கு எகிறியது.

மெல்லப் படியேறி வீட்டுக்குள் காலடியெடுத்து வைத்தான். சட்டென அதிர்ச்சி அவனைத் தாக்கியது.

காலையில் அவனது கல்லூரி முதல்வர் அறை வாசலில் நின்றிருந்த அதே இளம் யுவதி, அவனுடைய இல்லத்தில் அமர்ந்து இருந்தாள். இது எப்படிச் சாத்தியமாயிற்று? அதே மஞ்சள் சுடிதாரில் அம்சமாய் ஒரு பிளாஸ்டிக் சேரில் பொதிந்துக் கொண்டிருந்தாள். பக்கத்தில் அந்த நடுத்தரவயதுப் பெண் இன்னொரு சேரில் அமர்ந்திருந்தார். தான் காண்பது கனவா? நனவா? என்ற எண்ணம் ரகுவரனுக்கு வந்துவிட்டது. அவளை இமை கொட்டாமல் பார்த்துவிட்டுச் சில நொடிகள் விழித்தான். அவளும் அவனைப் பார்த்தாள். அழகாய் சிரிப்பது போன்ற தோற்றம். இல்லையில்லை வெறும் தோற்றமில்லை. அவள் நிஜமாகவே அவனைப் பார்த்து புன்முறுவல் பூத்தாள். லைட் வெளிச்சத்தில் தெளிவாகவே தெரிந்தது.

அப்போது “என்ன ரகுவரன், எப்படியிருக்கே?” என்று அந்த நடுத்தரவயதுப் பெண்குரல் அன்பாகக் கேட்டது. இப்போது அவன் அந்தப் பெண்குரல் வந்த திசைக்குத் திரும்பினான். அவனுக்கு அவர்கள் யார், என்ன? என்று தெரியாமல் குழப்பமும் பதட்டமும் ஒருசேர வந்து அந்தக் குளிரிலும் முகத்தில் முத்தாய் வேர்த்தது. ஆனால், சஸ்பென்ஸ் நீண்ட நேரம் நீடிக்கவில்லை. சமையலறை சுவற்றோரமாய் நின்றிருந்த அம்மா சில நொடிகளில் உடைத்துவிட்டார். “என்னடா கண்ணு அப்படி முழிக்கிறே? பேச்சுக்குப் பேச்சு தமிழ்ச்செல்வி தமிழ்ச்செல்வின்னு சொல்லிக்கிட்டுக் கெடப்பே. ஒன்ன அவுங்கம்மா கூப்டறாங்க இப்ப பேந்த பேந்த பாக்குறியே?” என்று கூறிச் சிரித்தார்.

யார்? அவனது தமிழ்ச்செல்வியா வீடு தேடி வந்திருப்பது? சந்தோசத்தின் உச்சிக்கே போய்விட்டான் ரகுவரன். வந்தவர்களை

உற்றுப் பார்த்தான். அதிலும், சுடிதார் அணிந்து தென்படும் அந்த இளம்பெண் காலையில் கல்லூரியில் பார்த்தவள்தான். அவளா தமிழ்ச்செல்வி! அளவுகடந்த மகிழ்ச்சியில் அவனுக்கு மூச்சே நின்று விடும் போலிருந்தது. வார்த்தை வராமல் தவித்தான். அம்மா மேலும் தொடர்ந்து வந்தவர்களைப் புதிதாக அறிமுகம் செய்து வைப்பதுபோல, “காத்தால தமிழ்ச்செல்வியும் அவுங்க அம்மாவும் ஒங்காலேசுக்கே வந்தாங்களாம். அங்க நீயி பாக்குலியாடா?” என்று பேசினார்.

அதற்கு ரகுவரனின் அப்பா பதிலளிப்பதைப்போல, “பாத்திருந்தாலும் அவனுக்கு எப்புடி புள்ளே அடையாளம் தெரியும்? இவுங்க இங்கிருந்து சேலத்துக்குப் போயி பத்து பன்னிரண்டு வருசம் ஆயிடுச்சுல்ல” என்று கூறினார்.

அம்மா, அப்பாவின் உரையாடலில் அவனுக்குக் கவனம் போகவில்லை. தமிழ்ச்செல்வியையே சுற்றுப்புறம் மறந்து, வைத்த கண் வாங்காமல் பார்த்துக்கொண்டு நின்றிருந்தான். இதைப் பக்ருதீன் மட்டும் பார்த்திருந்தானென்றால், ‘அவளை எடுத்து கண்ணாலயே முழுங்கிப் புடாதடா’ என்று கேலி பேசியிருப்பான். ரகுவரன் சிலை மாதிரி நிற்பதைப் பார்த்துவிட்டு இப்போது தமிழ்ச்செல்வியே அவனிடம் நேரடியாகப் பேசினாள்.

“என்ன ரகு ஒன்னுமே பேச மாட்டேங்குறே? வான்னு கூப்பிட மாட்டியா?”

அவள் வெகு இயல்பாகப் பேசினாள். அதுவும் அவன் கண்ணைப் பார்த்துப் பேசினாள். அவள் குரல் இனிமையாக கேட்டது. ரகுவரனால இயல்பு நிலைக்கு வர இயலவில்லை. என்றாலும், வெகு பிரயத்தனப்பட்டு, “அதில்லே சட்டுன்னு ஒன்னப் பாத்தவுடனே எனக்குப் பேச்சு வரல” என மென்மையாய் சொன்னான். அவள் விகல்பமேயில்லாமல், “ஹவ் ஆர் யூ?” எனத் தன் வலது கையை நீட்டினாள்.

அவனுக்கோ ஆச்சரியம். எனினும், ஏதும் தப்பாக நினைத்து விடுவாளோ என மெல்ல பட்டும் படாமல் அவள் கையை தொட்டான். அவள் தன்னருகே இழுத்துதான் கைக்குலுக்கினாள். அந்த ஸ்பரிசம் அவனுக்கு இதமாய் இருந்தது.

அப்போது அப்பா, “பையனுக்குக் காபி குடும்மா. காலேசுல யிருந்து களைச்சுப் போயி வந்திருப்பான்” என்றார். அம்மா இப்படி அப்பா சொல்வாரென்று முன்பே எதிர்பார்த்ததுபோல

காபி டம்ளருடன் வந்து நின்றாள். வீட்டிலிருக்கும் ஒரு நெகிழி நாற்காலியை இழுத்து, அவன் முன்னால் போட்டு, "ஒக்காந்து குடிடா பையா" என்று கூறினாள். அவன் எதிர்பார்த்ததுபோல நல்ல சூடாய் இருந்தது காபி. வழக்கமாய் அம்மா இந்த நேரத்தில் டீதான் வைப்பார். வீட்டுக்கு விருந்தாளிகள் வந்திருப்பதால் ப்ரூ காபி போட்டார் போலும். எப்போதும்போல ரகுவரனால் வாய் நிறைய காபியை ஊற்றிக் குடிக்க முடியவில்லை. எதிரே, தமிழ்ச்செல்வியும் அவள் தாயாரும் இருந்ததால் கூச்சப்பட்டான்.

"நீங்க காபி குடிச்சுட்டீங்களா?" எனத் தமிழ்ச்செல்வியையும் அவள் தாயாரையும் பார்த்துப் பொதுவாகக் கேட்டான். அவனுக்கு அந்தப் பெண்மணியின் உருவம் இப்போது தெள்ளத் தெளிவாக நினைவுக்கு வந்துவிட்டது. கல்லூரியில் கண்டதும் இது ஏன் வரவில்லை? அப்படியிருந்திருந்தால் அங்கேயே பேசியிருக்கலாமே என்று சற்றுத் தாழ்வு மனப்பான்மையுடன் நினைத்தான்.

இதற்குள் அப்பா அவசரமாய், "நீங்க பேசிக்கிட்டு இருங்க. நான் இப்ப வந்துடறேன்" என்று வெளியே கிளம்பினார். அவர் கவலை அவருக்கு. பின்னே, இதுவரை அவர் மதுக்கடைக்குப் போகாமல் இருந்ததே பெரிய விசயமாயிற்றே. அவர் வாசற்படியைவிட்டு இறங்கியதும் ரகுவரன் மெல்லத் தமிழ்ச்செல்வியைப் பார்த்தான். அவள் இன்னும் சிரித்தமாதிரியே அவனைப் பார்த்துக்கொண்டு அமர்ந்திருந்தாள். தனக்குத்தான் அவளை அடையாளம் தெரியவில்லை. ஆனால், அவளுக்கு எப்படி...? தன்னைத் தெரிந்துகொண்டுவிட்டாளே!

அவனைவிட அவள் நன்றாகவே நினைவில் வைத்திருக்கிறாள் போல... நினைக்கவே மனசுக்கு உற்சாகமாய் இருந்தது. ஆனால், அப்படியல்ல என்பதுபோல தமிழ்ச்செல்வியும் தாயாரும் உட்கார்ந்திருந்த சேர்களின் அருகில் ஒரு சின்ன ஸ்டூலில் அவனது இப்போதைய புகைப்படம் காணப்பட்டது.

தான் வீட்டுக்கு வருவதற்கு முன்பே அம்மா, அதை அவர்களிடம் காட்டியிருப்பார்போல. அதைப் பார்த்துத்தான் தமிழ்ச்செல்வி எளிதாய் அவனைக்கண்டு கொண்டிருக்கிறாள். இப்படித் தோன்றியதும் அவனுக்குச் சப்பென்று ஆகிவிட்டது.

அவள் தாயார் அவனிடம், "இப்ப, எத்தனாவது வருசம் படிக்கிற ரகு?" என்று கேட்டார். அவன், "கடைசி வருசம்

ஆன்ட்" என்று சொன்னான். உடனே அந்த அம்மாள், "நம்ம தமிழ்ச்செல்விகூட கடைசி வருசம்தான் படிக்கிறா" என்றார். அவனுக்குக் கேட்க மகிழ்ச்சியாய் இருந்தது.

அப்போது தமிழ்ச்செல்வி, "நா இப்ப நீ படிக்கிற கல்லூரியில்தான் சேரப் போறேன்" என்று சொன்னதும் அவன் சந்தோசம் இரட்டிப்பானது. அப்படியென்றால், அவளும் தாயாரும் இந்த ஊருக்கே வந்துவிடப் போகிறார்களா? கேட்பதற்கு அவனுக்குச் சட்டென வார்த்தைகள் மேலெழுந்தன. ஆனால், கூச்சம் கருதி அடக்கிக் கொண்டான். அவர்களாகச் சொல்லட்டும் என்று காத்திருந்தான்.

தமிழ்ச்செல்வியின் தாயார் அவன் மனதைப் படித்தவர்போல "இனிமே நாங்க இங்கதான் இருக்கப் போறோம்" என்று கூறினார்.

அடுத்து அவர் பேசும் முன்னால் ரகுவரனின் அம்மா குறுக்கிட்டார். "டேய் கண்ணு, தமிழ்ச்செல்வியோட அம்மா இப்ப டீச்சர் வேலைப் பாக்குறாங்களாம். நம்ம ஊரு எஸ்டேட் பள்ளிக்கோடத்துலயே அவுங்களுக்கு வேலை கெடச்சுருக்காம்" என்று தகவலாய் சொன்னார். கேட்க கேட்க அவனுக்கு இனிப்பாய் இருந்தது. இதென்ன ஒரே நாளில் இவ்வளவு சந்தோசம்?

பன்னிரண்டு வருடக் காத்திருப்பு இவ்வளவு சீக்கிரம் தீருமென அவன் எதிர்பார்க்கவில்லை. எல்லாம் நீலக்குறிஞ்சி பூத்த நேரம் என்று நினைத்துக் கொண்டான். உடனே, தமிழ்ச்செல்வியின் கையைப் பிடித்துக்கொண்டு வெளியே ஓடிப்போய் அதைக் காட்ட வேண்டும் என்று நினைத்தான்.

ஆனால், அவன் மனம் இந்த இருட்டிலா? என்று கேலி செய்தது. நாளைக் காலையில் நிச்சயமாக அவளிடம் குறிஞ்சி பூத்திருப்பதைக் காட்ட வேண்டும். தமிழ்ச்செல்வி பழசையெல்லாம் மறக்காமல் வைத்திருப்பாளா? என்ற சந்தேகம் கூடவே வந்தது. அதிருக்கட்டும் அம்மாவும் மகளும் இந்த மலைப் பிரதேசத்திலேயே தங்குவது என்று முடிவெடுத்த பின்னால் எங்கே குடியிருக்கப் போகிறார்கள்? என்று தெரியவில்லையே... இந்த லைன் வீடுகள் தோட்டத் தொழிலாளர்களுக்காகக் கட்டப்பட்டவை. இங்கே, கல்வி நிறுவனத்தின் ஊழியர்களுக்கு இடம் கிடையாது. அப்படியென்றால் ஆசிரியர்களுக்கான குடியிருப்பொன்றில்தான் அவர்கள் தங்க முடியும். எஸ்டேட்

நிர்வகிக்கும் பள்ளிக்கூடங்கள் இந்த மலைப்பிரதேசம் முழுக்க நிறைய இருக்கின்றன. அவற்றில், எந்தப் பள்ளியில் தமிழ்ச்செல்வியின் தாயாருக்கு வேலை கிடைத்திருக்கிறது என்று தெரியவில்லை.

பெரும்பாலும் வேலை பார்க்கும் பள்ளிக்கு அருகாமையில் தான் குடியிருப்பு ஒதுக்குவார்கள். அது எங்கே?

மனசு பரபரத்தது. பொறுடா பொறு என்று தட்டி அடக்கினான். அம்மா வந்தவர்களை உபசரித்துக்கொண்டே இடையிடையே சமையல் வேலையையும் கவனித்தார். அம்மா ஒரு சின்ன இடைவெளியில் தன் உலை கொதிப்பதைக் கவனிக்கப் போனார்கள். அப்போது தமிழ்ச்செல்வியின் தாயார் அவனிடம், "நாங்க எதிர்பார்த்ததை விடவும் நீ பெரிய ஆளா வளந்துட்டே ரகு" என்று சொன்னார். அவன் வெட்கப்பட்டு மெல்ல நெளிந்தான். "எங்களையெல்லாம் நீங்க நெனச்சுப் பாப்பீங்களா? ஆன்ட்" அவன் ஆவலாய் கேட்டான்.

அப்போது அவன் பார்வை தமிழ்ச்செல்வியின் மீது நூதனமாய் படிந்திருந்தது. ஆனால், அவள் அவனைக் கவனிக்கவில்லை. தமிழ்ச்செல்வியின் தாயார், "அப்பப்ப நெனச்சுப் பாப்போம் ரகு. இங்கே நானும் தமிழோட அப்பாவும் வாழ்ந்த வாழ்க்கை ரொம்ப அற்புதமானதாச்சே" என்றார்.

ஆனால், தனது இளம்பருவ வாழ்க்கை பற்றி தமிழ்ச்செல்வி வாயே திறக்காமல் இருந்தது அவனுக்கு ஏமாற்றமாய் இருந்தது.

அம்மா பேசிக்கொண்டே வழக்கமான நேரத்தில் சமைத்து முடித்தார். அந்த இடைப்பட்ட நேரத்தில் ரகுவரன் தமிழ்ச்செல்வியோடு தனிமையில் பேசும் சந்தர்ப்பம் அமையவில்லை. எனவே, தன் அம்மாவோடு அவள் அங்கிருந்து புறப்பட்டுப்போகும் வரையிலும் இருவரிடையே அமைதியே நிலவியது.

*

3

இரவு முழுக்க ரகுவரனுக்குத் தூக்கமே வரவில்லை. ஒரு பக்கம் சந்தோசம். இன்னொரு பக்கம் குழப்பம் என்று புரண்டு புரண்டு படுத்தான்.

இருக்காதா பின்னே? அவன் நினைத்தபடி தமிழ்ச்செல்வி வந்துவிட்டாள். அது மகிழ்ச்சிதான் என்றாலும், அவள் அவனிடம் சரியாக முகம் கொடுத்துப் பேசவில்லையே ஏன்? என்ற குழப்பமும் மாறி மாறி நெடுநேரம் அலை கழித்தன. ஒருவேளை அவளுக்கு ஏதேனும் ஆண் நண்பர்கள் கோயமுத்தூரில் இருப்பார்களோ? என யோசித்தான்.

அடுத்த நிமிடமே இப்படி ஏன் நினைக்க வேண்டும். வீட்டில் பெரியவர்கள் முன்னால் பேசுவதற்குக்கூட அவளுக்குக் கூச்சமாய் இருக்கலாம் அல்லவா?

இல்லையில்ல. அப்படிக் கட்டுப் பெட்டித் தனமாய் வளர்க்கப்பட்ட பெண்ணாய் அவள் தெரியவில்லை. எல்லோர் முன்னாலும் அவனிடம் இயல்பாய் கைக் கொடுத்தாளே.

இந்தத் தேயிலைத் தோட்டத்தையே சுற்றிக்கொண்டு திரியும் தனது தோற்றம் அவளுக்கு எப்படி இருந்ததோ யாருக்குத் தெரியும்? அவன் பெருமூச்சு விட்டுக்கொண்டான்.

நகரத்தில் வளர்ந்தவள். இந்த மலைப் பகுதியை விட அங்கே நாகரிகம் அதிகம். பழகப் பேச ஆட்கள் அதிகம். அவளது ரசனை எப்படியிருக்குமோ?

பார்த்தாலே ஸ்டைலாகத் தெரிகிறாளே. உதட்டுச் சாயம் பூசியிருந்தாள். கை விரல்களில் நகச்சாயம் இருந்ததாக நினைவு. ஆங்கிலம் சரளமாகப் பேசுகிறாள்.

தன் தாயோடு அவள் சிலமுறை ஆங்கிலம் பேசியதை அவன்தான் இமைக் கொட்டாமல் பார்த்தானே. இங்கிலீஷ் மீடியத்தில் படித்திருக்கலாம். படிப்பு ஒருபக்கம் இருக்கட்டும். சற்று நாகரிக யுவதி என்று நினைக்க வைக்கிறாள்.

மலைப் பிரதேசத்திலும் ஆங்கில வழிக் கல்வி உண்டு. இன்னும் சொல்லப்போனால், தடுக்கி விழுந்தால் ஆங்கிலம்தான். என்றாலும் வீட்டில் எஸ்டேட் பள்ளியில்தான் சேர்த்தார்கள். அங்கே தமிழ்தான் பாட மொழி. ஆங்கிலம் துணைப்பாடமாக இருந்தாலும் அவன் மண்டையில் ஏறினால்தானே.

தான் தமிழ்ச்செல்விக்குத் தகுதியானவன்தானா? இதுவரை அவளைப் பற்றி சேமித்து வைத்த கனவுகள் வீணா?

நினைக்க நினைக்க அவனுக்குத் தலையை வலித்தது. இதுபற்றி நாளை பக்ருதீனுடன் விவாதிக்க வேண்டும். அவன் தன்னை மேலும் குழப்பி வைத்தால் என்ன செய்வது? அப்படிச் செய்தால்கூட பரவாயில்லை. ஏதாவது கேலி பேசிச் சிரித்து வைத்தால் கேவலமாகி விடுமே என அச்சமாக இருந்தது. சேச்சே... அவன் அப்படியெல்லாம் செய்ய மாட்டான். சிறுவயதில் இருந்து தன் மனதைப் புரிந்து நடந்துகொள்பவன் எனத் தனக்குத் தானே சமாதானம் செய்து கொண்டான். கொஞ்ச நேரம் அமைதியாக இருந்து மனதைச் சமப்படுத்திக் கொண்டான். இப்படியெல்லாம் யோசிப்பது அவனுக்குச் சிறுபிள்ளைத்தனமாகத் தோன்றியது. தன் வீட்டுக்கு வந்து அவள் ஒருமணி நேரம் இருந்திருப்பாளா? வெறும் அறுபது நிமிடத்தில் ஓர் இளம்பெண்ணைப் பற்றி என்ன தெரிந்துகொள்ள முடியும்? அவள் எங்கே போய்விடப் போகிறாள். இதோ பக்கத்தில் உள்ள பாறைமடுவில் ஒரு வாடகை வீட்டில் அவளும் தாயாரும் தங்கப் போகிறார்கள். எஸ்டேட் கல்வி நிறுவனம், தமது குடியிருப்பில் இடம் இல்லாததால் வெளியில் தங்கச் சொல்லிவிட்டது. அதற்கான வாடகைப் படியைத் தாங்கள் கொடுத்து விடுவதாய் உத்திரவாதம் அளித்திருக்கிறார்கள். தமிழ்ச்செல்வியின் தாயார் இதைச் சொன்னார்கள். அப்போது பக்கத்தில் இருந்து கேட்டபோது எவ்வளவு மகிழ்ச்சியாய்

இருந்தது. பாறைமடுவு இங்கிருந்து வெகுதூரமா என்ன? தன் சைக்கிளை எடுத்தால் பத்து நிமிடத்தில் அங்கே போய்விடலாம். அப்புறம் என்ன பிரச்னை? எங்கோ கண்காணாத தொலைவில் அவள் இத்தனை நாள் இருந்ததுக்கு இது தேவலை அல்லவா?

அதுவுமில்லாமல் அவன் கல்லூரி, அவன் படிக்கும் அதே வகுப்பு பெரும்பாலான நாட்கள் தமிழ்ச்செல்வி அவன் கண் பார்வையில்தான் இருக்கப் போகிறாள். இத்தனை போதாதா ஒரு பெண்ணிடம் பழகி அவள் மனதைத் தெரிந்துகொள்ள? ஏதேதோ சமாதானங்கள், சுய பச்சாதாபம் என்று அன்றைய இரவுப் பொழுது அவனுக்குக் கழிந்தது. தூக்கம் இல்லாமல் கழியும் இரவுகள் இனி தொடருமோ?

அடுத்த சிலநாட்களிலேயே பாறைமடுவு கிராமத்துக்குத் தமிழ்ச்செல்வியும் அவள் தாயாரும் குடி வந்துவிட்டார்கள். குடித்தனம் வந்த வீட்டுக்குப் பால் காய்ச்சும்போது வர வேண்டும் எனச் சாரதா டீச்சர் ஃபோனில் அம்மாவிடம் பேசி அழைத்திருந்தார். அதன்படி, ரகுவரன் தன் அப்பா அம்மாவோடு அங்கே போயிருந்தான். சிறிய வீடு. சமையல் செய்ய சுவர் வைத்த தடுப்பு, ஒரு ஹால் அவ்வளவுதான். இரண்டு பேர் வசிக்க அது போதும் என்று அம்மாவும் அப்பாவும் பேசிக் கொண்டார்கள். அவர்கள் மூவரும் அப்பாவின் பைக்கிலேயே போய்விட்டார்கள். அன்று ஞாயிறுக்கிழமையாக இருந்தது வசதியாகப் போய்விட்டது. மற்ற நாட்களில் இப்படிக் குடும்பத்தோடு எந்த விசேசத்துக்கும் போக முடியாது. எஸ்டேட்டில் லீவு தர மாட்டார்கள்.

அந்தக் காலை நேரத்தில், தமிழ்செல்வியின் வீட்டைக் கண்டுபிடித்து மூவரும் போய் நின்றதும் முகம் கொள்ளாத மகிழ்ச்சியோடு அவள் தாயார் வரவேற்றார். சமையலறையில் ஏதோ கை வேலையாக இருந்த தமிழ்ச்செல்வி அன்று மலர்ந்த குறிஞ்சிப் பூவாய் வெளியில் வந்தாள். அதிலும், பாவாடை தாவணி சகிதம் தேவதையாகக் காட்சியளித்தாள். ரகுவரன் அவள் அழகை ஆசை தீரக் கண்களால் ருசித்தான். “அத்தை, மாமா வாங்க வாங்க. வா, ரகு” என்று அழைத்தவள் மூவரும் உட்கார வசதியாக ஒரு பிளாஸ்டிக் பாயைக் கொண்டுவந்து கூடத்தில் விரித்தாள். “ஒக்காருங்க” என்றவள் உள்ளே போய் மூவருக்கும் குடிக்கத் தண்ணீர் கொண்டுவந்து கொடுத்தாள்.

அவள் கையிலிருந்து டம்ளரை வாங்கும்போது அப்பா அவளை நன்றாகக் கவனித்தார்.

பிறகு, "தாவணி போட்டவுடனே மருமக பெரிய பொண்ணா தெரியறாளே..." என்று சொன்னார். அப்படிச் சொல்லும்போது அவர் முகத்தில் வெள்ளந்தியான சிரிப்பு இருந்தது. அதற்கு தமிழ்ச்செல்வியின் தாயார், "ஒங்க மருமக பெரிய பொண்ணாகக் கூடாதா? அண்ணா?" என்று பதிலுக்குச் சிரித்து வைத்தார்.

அப்பாவும் சாரதா அத்தையும் இப்படிப் பேசிக் கொண்டது அம்மாவுக்குப் பிடித்ததுபோலும், அவரும் அவர்களின் சிரிப்பில் கலந்து கொண்டார். ரகுவரன் மனம் கொள்ளாத மகிழ்ச்சியில் பெரியவர்கள் பேச்சில் கலந்துகொள்ளாமல் அமைதியாக இருந்தான்.

அப்போது அம்மா, "அதுக்கில்ல அண்ணி. குட்டிப் பொண்ணா எங்க கண் முன்னால துருதுருன்னு திரிஞ்ச தமிளு திடுதிப்புன்னு வளந்து நிக்கிறதப் பாக்கும்போது காலம் எவ்வளவு சீக்கிரம் ஓடுதுன்னு தோனுது" என்றார்.

அதற்கு அத்தை, "ஆமா, அண்ணி. அவர் இறந்தது நேத்து முந்தாநாளு போலத்தான் இருக்குது. ஆனா, பத்துப் பன்னெண்டு வருசமுல்ல கடந்து போயிருச்சு" என்று சொன்னார். அப்படி சொல்லும்போது அவர் கண்களில் லேசாய் கண்ணீர் எட்டிப் பார்த்தது. அவர் முகம் புதிதாய் சுவற்றில் மாட்டியிருந்த தன் கணவரின் புகைப்படத்தை ஏறிட்டுப் பார்த்தது. அனைவருக்கும் வருத்தமாகத்தான் இருந்தது. சிறிது நேரம் அமைதியாக இருந்தனர்.

பிளாஸ்டிக் பாயில் ரகுவரன் குடும்பத்தின் அருகே உட்கார்ந்திருந்த தன் அம்மாவின் பக்கத்தில் வந்து நெருக்கமாக அமர்ந்தாள் தமிழ்ச்செல்வி. அவர் தோளில் தன் இடது கையை வைத்துக்கொண்டு, "அம்மா, மலைக்குப் போகலாம்னு சொன்னப்பவே நான், அப்பாவ நெனச்சு அடிக்கடி அழுகுற மாதிரி யிருந்தா நீ வர வேண்டாம். நா ஹாஸ்டல்ல தங்கிக்கிறேன்னு... இப்ப பாத்தியா இப்புடிப் பண்றயே?" என்று சொன்னாள்.

அதற்கு மகளிடம் கெஞ்சலாக அந்தத் தாய், "இன்னிக்கி ஒருநாள் விட்டுடும்மா. நாளையில இருந்து அழ மாட்டேன்" என்று சொன்னார்.

அப்போது சட்டெனக் குறுக்கிட்ட ரகுவரன், “ஒனக்குப் பழசெல்லாம் ஞாபகத்துல இல்லியா? தமிழ்ச்செல்வி” என்று பூடகமாய் கேட்டான். அதற்கு அவள் சற்று யோசித்தாள். பிறகு, நிதானமாய், “அதெப்புடி ரகு ஞாபகம் இல்லாமல் போகும்?” என்று கூறினாள். அதைக் கேட்க அவனுக்குச் சந்தோசமாய் இருந்தது.

அந்தச் சந்தோசத்தை அவள் அடுத்த நொடியே உடைத்துவிட்டாள். “எங்கப்பா எங்கிட்ட எவ்வளவு பாசமா இருந்தாரு. அவர் சாகும்போது எனக்கு விவரம் தெரியும்தானே. நமக்கு மனசுக்கு நெருக்கமா இருந்தா எல்லாமே எப்பவுமே நெனப்புல இருக்கும். இல்லன்னா எப்படியிருக்கும்?”

“நீ இங்கிருந்து போகும்போது நீலக்குறிஞ்சி பூத்திருந்திச்சே. மலைபூரா அழகழகா இருந்துச்சே அதெல்லாம் இன்னும் மனசுல இருக்கா?”

அவன் அப்படிக் கேட்டுவிட்டு ஆழமாய் அவள் முகத்தைப் பார்த்தான்.

“இல்ல ரகு, அதெல்லாம் எனக்கு ஞாபகம் இல்ல.”

அதைக் கேட்டதும் அவன், முகம் வாடிப் போனான். நீலக்குறிஞ்சியே நினைவில் இல்லையென்கிறாளே தன்னோடு பழகினதெல்லாம் எப்படி நினைவில் இருக்கும்? அவன் முகம் போன போக்கை அம்மா பார்த்துவிட்டார். “நீ ஒரு திருவாத்தான் டா. அவளுக்கு அப்பா மனசுல இருக்காரு. பூவு மரமெல்லாம் எப்புடி அதே மாதிரி இருக்கும். உள்ளுக்குள்ள போட்டா புடிச்சா வெக்க முடியும்” என்று குறுக்கே வந்தார்.

ரகுவரனுக்கு ஏமாற்றமாய் போய்விட்டது. அதன் பிறகு அவன் பேசவில்லை.

சாரதா டீச்சர் சமையலறைக்குச் சென்று ஆளுக்கு ஒரு டம்ளர் பால் கொண்டுவந்து கொடுத்தார். அவரவர் வாங்கிக்கொண்டு பருகினர்.

பிறகு, அப்பா தான் வாங்கி வந்த ஸ்வீட் பாக்ஸை அம்மாவிடம் கண்ஜாடையாகக் காண்பித்தார். அது அப்பாவின் தொடைப்பக்கம் ஒரு பையில் இருந்தது. அம்மா அதையெடுத்து தமிழ்ச்செல்வியிடம் கொடுத்தார். அவள், “தேங்க்ஸ் ஆன்ட்” என்று சிரித்தபடி கூறினாள். அப்போது சாரதா டீச்சர்,

"அண்ணா சமைக்கப் போறேன். இருந்து சாப்டுட்டுத்தான் போறீங்க" என்று கட்டளையாய் சொன்னார்.

அப்பா, என்ன சொல்வதென்று தெரியாமல் விழித்தார். அம்மா அவருக்கு உதவிக்கு வந்தார். "இல்லீங்க வூட்ல இன்னிக்கி ஞாயித்துக் கிழமங்கிறதால கறி எடுத்து வெச்சுட்டு வந்திருக்கோம். இங்க மதியம் சாப்டா, அது வீணாப் போயிடும். இன்னொரு நாள் வர்றோம் அண்ணி. இருந்து நிதானமா சோறு தின்னுட்டுப் போறாம்" என்று சொன்னார்.

அப்பா மெல்ல எழுந்தார். அதைத் தொடர்ந்து அம்மாவும் எழ, ரகுவரனும் அதைத் தொடர வேண்டி வந்துவிட்டது. எழுந்து நிமிர்ந்து நின்று அவன் அந்தச் சின்ன வீட்டை மெல்ல நோட்டம்விட்டான்.

ஆங்காங்கே சில மூட்டைகளில் ஏதோ சாமான்கள் இருந்தன. இதற்கு முன் வசித்த வீட்டிலிருந்து கொண்டுவந்தவையாக இருக்கும் என்று நினைத்துக் கொண்டான். இன்னும் பிரிக்கப்படாமல் இருந்தன. ஒரு மூட்டையில் நிறைய புத்தகங்கள் இருந்தன. லேசான சாக்குக் கிழிசலில் தெரிந்த ஒரு புத்தகத்தின் அட்டையை ரகுவரன் நோட்டமிட்டான். ஆங்கிலக் கதைப் புத்தகம்போல தெரிந்தது. இதெல்லாம் யார் படிக்கிறார்கள்? தமிழ்ச்செல்வியா? அவள் அம்மாவா? அவன் மெல்ல யோசித்தான். அதைக் கண்டுகொண்ட தமிழ்ச்செல்வி, "அதெல்லாம் என் புத்தகம்தான். ஒனக்கு வேணும்னா எடுத்துட்டுப் போ ரகு. நான் படிச்சுட்டேன்" என்று இயல்பாய் சொன்னாள். ஆங்கிலக் கதைப் புத்தகமா? தனக்கு அந்த எளவுதான் சுட்டுப் போட்டாலும் வராதே.

சுவரில் அவளின் தந்தையார் போட்டோவைத் தவிர வேறு சில புகைப்படங்களும் மாட்டப்பட்டிருந்தன. அவை ஏதோ இயற்கை காட்சிகள் சம்பந்தமாய் இருந்தன.

தமிழ்ச்செல்வியும் சாரதாவும் கோவையில்தான் இத்தனை நாட்கள், அவள் தாய்மாமன் வீட்டில் இருந்திருக்கிறார்கள். இவர்கள் இப்படி மலைக்குக் குடி வருவது அவர்களுக்குப் பிடிக்கவில்லை. எனவே, சில நாட்கள் முகம் கொடுத்துப் பேசாமல் இருந்திருக்கிறார்கள். ஆனால், தனது முடிவில் தமிழ்ச்செல்வி உறுதியாக இருந்து, அவர்களைப் பிரிந்து அம்மாவுடன் இங்கே வந்துவிட்டாள். மன வருத்தத்தில் இருந்த அண்ணனின்

குடும்பத்தார் எப்படியோ போங்கள் எனச் சொன்னது மட்டுமல்லாமல் புதுவீடு பால் காய்ச்சுவதில்கூட அக்கறை காட்டவில்லை. இதை நேற்று இரவு அம்மா, அப்பாவிடம் கூறிக்கொண்டு இருந்ததை ரகுவரன் கேட்டிருந்தான்.

இத்தனைக்கும் சாரதாவின் அண்ணன் வீட்டார் ரொம்ப வசதியானவர்களாம். அவர்களை, என்ன வருத்தத்தில் தாயும் மகளும் பிரிந்து வந்தார்கள் என்று தெரியவில்லை? எது எப்படியோ தமிழ்ச்செல்வி தற்போது தன்னைவிடப் பணக்காரி இல்லை என்பது அவனுக்கு ஆறுதலாய் இருந்தது. இந்த அந்தஸ்து பேதம் தான் தமிழ்ச்செல்வியை அடைய பிற்காலத்தில் குறுக்கே வந்து நின்று தொலைக்குமே என்கிற அளவில், அவன் பெரிதாக யோசித்தான்.

கொஞ்ச நேரத்தில், அப்பாவும் அம்மாவும் சாரதாவிடம் விடை பெற்றார்கள். “நாங்க போயிட்டு வர்றோம். அப்பப்ப எங்க ஊரு பக்கம் எட்டிப் பாருங்க அண்ணி” என்று சொன்னதற்கு அம்மாவிடம் அவர் சிரித்தமாதிரி “கண்டிப்பா வர்றோம் அண்ணி. எங்க தமிழ்ச்செல்விதான் நல்லா ஸ்கூட்டி ஓட்டுவாளே. டைம் கிடைக்கும்போது அவளைக் கூட்டிக்கிட்டு நா வந்துடறேன்” என்று சொன்னார். அப்போதுதான் வாசலில் நின்றிருந்த அந்த இரு சக்கர வாகனத்தையே ரகுவரன் பார்த்தான்.

தமிழசெல்விக்கு அவள் அம்மா ஸ்கூட்டியெல்லாம்கூட வாங்கிக் கொடுத்திருக்கிறார்களா? புத்தம் புதிய வண்டி, அவன் கண்ணைப் பறித்தது. தனக்குத்தான் இன்னும் பத்து வருடத்துக்கு முன்பு அப்பா வாங்கிக் கொடுத்த சைக்கிள் மட்டுமே வாய்த்திருக்கிறது என ரகுவரன் சலிப்பாய் யோசித்தான்.

தாழ்வு மனப்பான்மையால் அவன் முகம் வாடிவிட்டது. எனவே, மனதில் கழிவிரக்கம் மேலிட எல்லோருக்கும் முந்திக் கொண்டு அந்த வீட்டின் படியைவிட்டு மளமளவென இறங்கினான்.

விடைபெறும்போது தமிழ்ச்செல்வியிடம் சரியாகக்கூட அவன் பேசவில்லை. ஆனால், ஒன்று செய்தான். வழக்கமாகக் குடும்பத்துடன் பைக்கில் எங்காவது போவதென்றால் அவன் அப்பாதான் வண்டி ஓட்டுவார். வெங்கலமேட்டிலிருந்து வரும் போதும் அப்படித்தான். இப்போது அவன் பைக்கின் பின்னால் அப்பாவையும் அம்மாவையும் வைத்துக்கொண்டு ஓட்ட வேண்டும் என்று ஆசைப்பட்டான். அதற்கு முன்னோட்டமாய் அப்பா

கையில் இருந்த வண்டிச் சாவியைத் தான் வாங்கிக்கொண்டு முதல் ஆளாக ஏறி உட்கார்ந்தான்.

அதைப் பார்த்துத் தமிழ்ச்செல்வி, 'வாவ் நீ பெரிய வண்டியெல்லாம் ஓட்டுவியா ரகு?' என்று கேட்பாள் என்று நினைத்தான். அவள் அதைக் கண்டுகொள்ளாமல் இருந்தாள். அவனுக்கு அழுகையே வந்துவிடும் போலிருந்தது. ஏன்டா இங்கு வந்தோம்? என்று தோன்றியது.

எனவே, "சீக்கிரம் வாங்க..." என்று தன் பெற்றோரைக் கூப்பிட்டான். அந்த அழைப்பில் ஓர் எரிச்சல் இருந்தது.

அதைக் கவனித்துவிட்டதுபோல சாரதா டீச்சர், "என்ன ரகு அவசரமா? அப்படி வீட்டுக்குப் போய் என்ன பண்ணப் போறே?" என்று கேட்டார்.

அதற்கு, அப்பா கேலியாக, "என்ன செய்வான்? தொண்டு பசங்களோட சேர்ந்துகிட்டு ஊர் சுத்துவான்" என்று சொன்னார்.

அதைக்கேட்டதும் அங்கிருந்த அனைவரும் சொல்லி வைத்தது மாதிரி சிரித்தார்கள். அதுவும் தமிழ்ச்செல்வி சற்று அதிகமாகவே சிரித்தாள். முதன் முறையாக அவள் மீது அவனுக்குக் காரணமேயில்லாமல் வெறுப்பு ஏற்பட்டது. பைக்கை வெகு வேகமாய் ஸ்டார்ட் செய்தான்.

அப்பா முதலில் ஏறிக்கொண்டு தன் காலை இருபுறமும் தொங்கவிட்டுக் கொண்டார். அம்மா கடைசியாக ஒரு சைடாக அமர்ந்தார். பிறகு, "வரோம்" என்று அவர் தமிழ்ச்செல்விக்கும் அவள் தாயாருக்கும் விடை கொடுத்தார். சாரதா சரியெனத் தலையசைத்தார்.

ஆனால், தமிழ்ச்செல்வி மட்டும் கையசைத்து டாடா காட்டினாள். ரகுவரன் அவர்கள் இருவரிடமும் ஏதும் சொல்லிக்கொள்ளவில்லை. அவர்களும் அதைப் பெரிதாக எடுத்துக்கொள்ளவில்லை. அவன் புர்ரென வண்டியைக் கிளப்பினான். மேடு பள்ளம் நிறைந்த பூமி என்பதால் சீராகப் போக முடியவில்லை. ஒரு பத்தடி தூரத்திலேயே அவனுக்குத் தடுமாற்றம் வந்துவிட்டது. கீழே விழுந்தால் அதுவும் அப்பா அம்மாவுடன் தமிழ்ச்செல்வியின் முன்னால் அது நடந்தால், தனக்கு எவ்வளவு அவமானம்? விடக்கூடாது என்று தம் கட்டிச் சமாளித்தான்.

சில விநாடிகளிலேயே வண்டி அவன் கட்டுப்பாட்டில் வந்துவிட்டது. பெருமூச்சு விட்டபடி ஆசுவாசப்படுத்திக் கொண்டான். பைக்கின் சைடு கண்ணாடி வழியாகப் பின்னால் அந்த வீதியைப் பார்த்தான். தமிழ்ச்செல்வியும் அவள் தாயாரும் மெல்ல தங்கள் வீட்டுக்குத் திரும்பிக் கொண்டிருந்தார்கள்.

இவர்கள் மூவரும் தெருமுனைப் போகும் வரையாவது அவர்கள் வாசலில் நின்றிருப்பார்கள் என அவன் எதிர்பார்த்திருந்தான். அப்படியில்லாமல் போனது மனதுக்கு வருத்தமாய் இருந்தது. தான் பைக் ஓட்டும் அழகைத் தமிழால் ஓரிரு விநாடிகள்கூட நின்று பார்க்க முடியாதது துரதிர்ஷ்டமே.

'ச்சை' எனக் கசப்பாய் தோன்றியது. தெரு முனையில் திரும்பியதும் அப்பா ஒரு ஓதுக்குப்புறமாய் வண்டியை நிறுத்தச் சொன்னார். எதற்கு? என்று புரியாமல் அவன் வேகத்தைக் குறைத்து நிறுத்தினான். அப்பா, அம்மாவிடம், "கொஞ்சம் இறங்கும்மா. இப்ப வந்துடறேன்" என்று சொன்னார். அம்மாவும் அவர் சொன்னவாறு இறங்கித் தரையில் நின்று கொண்டார்.

சட்டென ரகுவரனுக்குத் தெரிந்துவிட்டது. அப்பா ஒயின்ஷாப்புக்குத்தான் அவர்களைக் காக்க வைத்துவிட்டுப் போக முயல்கிறார் என்று. எனவே, தேவையேயில்லாமல், "அப்பா அப்புடியே ஒக்காருங்க. சீக்கிரம் வூட்டுக்குப் போயிடலாம்" என்று கத்தினான. "டேய் ஒரே ஒரு நிமிசம்டா இப்ப வந்துடறேன்" என்று அவர் கெஞ்சி இறங்கினார்.

அவன் சற்றும் தாமதிக்காமல், "நீ ஒக்காரும்மா. எனக்குப் பசிக்குது. நீ வந்து சோறாக்கு" என்று அம்மாவை அவசரப்படுத்தினான். அவரும் வேறு வழியில்லாமல் மகனுக்குக் கட்டுப்பட, பரிதாபமாக அப்பாவை விட்டுவிட்டு கிளம்பினான். அவருக்கு அடுத்தடுத்த பேருந்து வசதி பாறைமடுவிலிருந்து வெங்கலமேட்டுக்கு இருப்பதால் மகனும் மனைவியும் போகட்டும் என்று வாளாவிருந்துவிட்டார்.

பாறைமடுவு அழகான ஊர். மேற்கே மாங்காடு, கிழக்கே குந்தாணி, வடக்குப் புறமாகப் பந்தலூர், தெற்கே பாடாலூர் என்று அங்கிருந்து ரோடுகள் பிரிகின்றன. அதுவொரு குட்டி ஜங்ஷன். ஊரைச் சுற்றிலும் தேயிலைத் தோட்டங்கள்தான். அந்த நேரத்தில் அவற்றைப் பார்க்க மிக ரம்மியமாய் காட்சியளித்தது. ஆனால், இன்றிருந்த மனநிலையில் எதையும் ரசிக்கும்

மனநிலையில் ரகுவரன் இல்லை.

பாறைமடுவு ஜங்‌ஷனில் எல்லா ஊருக்குப் போகும் பேருந்தும் நின்று செல்லும். ஒருசில டீக்கடைகள் உள்ளன. அவற்றில் ஒருகடையில் பலகாரம் விற்றுக் கொண்டிருந்தார்கள். அம்மாகூட, "டேய் ரகு, ஒனக்குத்தான் இந்த ஊர்க்கடை போண்டா புடிக்குமேடா. வேணும்னா போயி நாலு கட்டிக்கிட்டு வாடா" என்று சொன்னார்.

"எனக்கு எதுவும் வேணாம், பேசாம வாம்மா. தலைய வலிக்குது" என்று எரிந்து விழுந்தான். பிறகு, கிழக்குத் திசையில் தன் ஊரை நோக்கி இருசக்கர வாகனத்தைச் செலுத்தினான். குளிர்ந்த காற்று அவன் முகத்தில் மோதிச் சூடாகத் திரும்பியது.

*

4

மறுநாள் பாறைமடுவில் நடந்ததையெல்லாம் பக்ருதீனிடம் சொன்னபோது அவன் விழுந்து விழுந்து சிரித்தான். அதைப் பார்த்ததும் உதைக்க வேண்டும் என்று ரகுவரனுக்குத் தோன்றியது. ஆனால், எதையும் செய்ய முடியாமல் கையைப் பிசைந்துகொண்டு நின்றிருந்தான். கல்லூரியில் உள்ள ஒரு பெரிய மரத்தடியில் அவர்கள் இருவரும் நின்றிருந்தார்கள். வகுப்புகள் ஆரம்பிக்க இன்னும் நேரமிருந்தது. காலையில், பாறைமடுவில் இருந்து கல்லூரிப் பேருந்தில் தமிழ்ச்செல்வி வருவாள் என்று ரகுவரன் நினைத்திருந்தான். ஏனெனில், நேற்று அவள் வீடு பால் காய்ச்சும் நிகழ்வில் இன்று கல்லூரிக்கு வருவதாக அவனிடம் கூறியிருந்தாள். அட்மிஷனெல்லாம் ஏற்கெனவே முடிந்திருந்தது. அவள் வகுப்புக்கு வருவது ஒன்று மட்டும்தான் பாக்கி.

ஆனால், தமிழ்ச்செல்வி அப்படி வரவில்லை. ஏனென்று அவனுக்குத் தெரியவில்லை. அவள் கல்லூரிக்கு வந்தால் என்ன? வராமல் போனால் என்ன? நேற்றே ஒரு வெறுப்பு உருவாகிவிட்டது.

அப்பொழுது மரத்திலிருந்து ஒரு வெள்ளைப் பூ அவன் தலையில் வந்து விழுந்தது. வேறு நேரமாகயிருந்திருந்தால் அதைத் தன் கையில் எடுத்து வைத்து அழகு பார்த்திருப்பான். இன்று எரிச்சலுடன் வெள்ளைப் பூவைத் தலையில் இருந்து தட்டிவிட்டான். மனம் நிலைகொள்ளாமல் தவித்தது.

நகத்தைக் கடித்துத் துப்பினான். நகம் கடிக்கும் பழக்கமெல்லாம் அவனிடம் இல்லாத ஒன்று.

பக்ருதீன் சிரித்து முடித்துவிட்டு, தன் நண்பனின் செய்கைகளை இமை கொட்டாமல் பார்த்துக் கொண்டிருந்தான். “டேய், என்னாடா ஆச்சு ஒனக்கு?” என்றவன், என்ன நினைத்தானோ மறுபடியும் சிரிக்க ஆரம்பித்தான். இந்த முறை சற்று பலமாக, மற்றவர்கள் திரும்பிப் பார்க்கும் அளவில் இருந்தது அவன் சிரிப்பு.

அவர்கள் வகுப்பில் படிக்கும் மாணவியர் சிலர் ஒரு சிறு கூட்டமாய் கடந்து போனார்கள். அதில், ஒருத்தி நடையை மெல்ல குறைத்து விநோதமாய் திரும்பிப் பார்த்தாள். பக்ருதீன் அதைக் கவனித்துவிட்டு, “ஒன்னும் இல்ல ஷாலினி. சும்மா ரகு ஒரு ஜோக் சொன்னான். அதுக்குத்தான் சிரிச்சேன்” என்றான். அதற்கு அவள் விடாமல், “என்ன ஜோக்?” என்று வாய்விட்டுக் கேட்டாள். பக்ரு திடுக்கிட்டுத் தன் நண்பனை ஒருமுறை பார்த்துவிட்டு, “கிளாஸ்ல வந்து சொல்றேன். நீ போ...” என்று சமாளித்தான். அவள் சரியென்பதுபோல தலையசைத்துவிட்டுத் தன் தோழிகளுடன் நடந்தாள். ஆத்திரத்தின் உச்சியில் கொதித்துக் கொண்டிருந்த ரகுவரன், அவன் காலை ஓங்கி மிதித்தான். “முட்டாள், இதுவரைக்கும் நா சொன்னதெல்லாம் ஒனக்கு ஜோக்கா தெரியுதா?” என்று கோபமாய் கேட்டான். மிதியென்றால் சாதாரண மிதியில்லை. செம மிதி. சட்டெனத் தன் காலைப் பிடித்துக்கொண்டு கத்தினான் பக்ருதீன்.

“டேய்...என்னமோ நீயும் தமிழ்ச்செல்வியும் ரொம்ப வருசமா பழகிக் காதலாகிக் கசிந்துருகின்னு இலக்கியத்துல சொல்ற மாதிரியில்ல வாழ்ந்ததாவும் இப்ப அந்த சந்தோசமான வாழ்க்கையில சிக்கல் வந்துட்ட மாதிரியுமில்ல நடந்துக்குறே? இதெல்லாம் ரொம்ப டூ மச் ரகு”

“போடா ஃபூல். ரொம்ப வருசமா நா அவகூட வாழ்ந்துக்கிட்டுத் தான் இருக்கேன். சின்ன வயசுல இருந்து எங்கூடப் பழகுனதுல என்னைப் பத்தி நீ தெரிஞ்சு வச்சது இவ்வளவுதானா?”

ரகுவரன் பரிதாபமாகக் கேட்டதைப் பார்த்துப் பக்ருதீனுக்குப் பாவமாய் இருந்தது.

உடனே, அவன், “நண்பா, சின்ன வயசுல நீ காதலிச்சே, அதனால மறக்காம இருக்கே. ஆனா, அவ அப்படியில்லையே.

ஏன்டா கொஞ்சங்கூட மெச்சூரிட்டியே இல்லாம பொலம்பிக்கிட்டு இருக்குறே. சொல்றனேன்னு தப்பா நெனச்சுக்காத. இந்தப் பேச்சை இத்தோட விட்டுடு" என்று சொன்னான்.

மனதில் மீண்டும் கழிவிரக்கம் தோன்றியது. கல்லூரியைவிட்டு வெளியேறி எங்காவது தனிமையில் போய் உட்கார்ந்து கொள்ளலாமா? என்று தோன்றியது. அந்த நேரத்தில் வாடாமல்லி நிறத்தில் இருந்த தன் ஸ்கூட்டியில் டார்க் கலர் சுடிதாரில் கல்லூரி வளாகத்தில் நுழைந்தாள் தமிழ்ச்செல்வி. அதைப் பார்த்ததும் நேற்று அவள்மேல் ஏற்பட்ட இனம் புரியாத வெறுப்பு நீர்க்குமிழியாய் உடைந்து மறைந்து போனது. அவளை ஓரக் கண்ணால் தன் நண்பனுக்கு ஜாடை காட்டினான் ரகுவரன். பக்ருதீன் புரியாமல் பார்க்க, "டேய் அந்த ஸ்கூட்டியில வர்றவதான் தமிழ்ச்செல்வி" என்று சன்னமான குரலில் சொன்னான்.

பக்ருதீன் அவளைப் பார்த்ததுதான் போதும் கண்களை அகல விரித்தான். வாயைப் பிளந்தபடி, "டேய் மாப்ள, இதுவா தமிழ்ச்செல்வி? செமையா இருக்காடா. இவளுக்காக நீ உருகுறதுல தப்பேயில்ல" என்று நிறுத்தி நிதானமாகச் சொன்னான்.

அதைக் கேட்க ரகுவரனுக்குப் பெருமையாக இருந்தது. சற்று முன்பிருந்த கழிவிரக்கம் மாறி, உல்லாச மனநிலைக்கு மாறினான். அப்பொழுது அவள் தன் ஸ்கூட்டியை எங்கு நிறுத்துவது? எனச் சுற்றும் முற்றும் பார்த்தாள். அவள் நின்றிருந்த இடத்துக்கு அருகாமையில் ஒரு ஷெட் இருந்தது. அதில், நிறைய வாகனங்கள் நிறுத்தி வைக்கப்பட்டிருந்தன. எனவே, அங்கே கொண்டுபோய் தன் வாகனத்தை நிறுத்தலாமா? என்று யோசித்தாள். அப்போது ரகுவரன் விலாவில் இடித்த பக்ருதீன், "டேய், வண்டி பார்க் பண்ண இடம் தேடுறாடா. போய் ஹெல்ப் பண்ணு" என்று தூண்டிவிட்டான். ரகுவரன் சுறுசுறுப்பாகி வேகமாக தான் நின்றிருந்த இடத்தைவிட்டுத் தமிழ்ச்செல்வியை நோக்கி நடந்தான். அப்பொழுது வில்லன்போல, குறுக்கே வந்தார் கல்லூரி வாட்ச்மேன். அவர் அவளது நிலைமையைப் புரிந்துகொண்டுவிட்டார் போலும். இந்தக் கல்லூரியின் மாணவிதானா? என்று தமிழ்ச்செல்வியைக் கேட்டு உறுதிப்படுத்திக் கொண்டார்.

வழக்கமாய் இருசக்கர வாகனம் வைத்திருக்கும் அவளது வகுப்பு மாணவர்கள் நிறுத்தும் இடத்தில் வண்டியை நிறுத்துமாறு வழிகாட்டினார். ஏற்கெனவே, தமிழ்ச்செல்வி பார்த்த நிறைய

வாகனங்கள் நின்றிருந்த இடம் அல்ல அது. பக்கத்தில் இன்னொரு இடம். தன் சந்தேகத்தை அவள் வாட்ச்மேனிடம் விசாரித்தாள். அவர் அவள் வகுப்பு அல்லாத வேறொரு வகுப்பு மாணவர்கள் தங்கள் வண்டிகளை பார்க் செய்யும் இடம் என்று விளக்கிச் சொன்னார்.

அவள் சரியெனத் தலையசைத்துவிட்டு வண்டியைத் தள்ளிக்கொண்டே தனக்குக் காட்டப்பட்ட இடத்துக்குப் போக முயன்றாள். வாட்ச்மேன் மெல்ல அந்த இடத்தைவிட்டு நகர்ந்துவிட, தமிழ்ச்செல்வியை நோக்கி ஓடி வந்தான் ரகுவரன். அவனைப் பார்த்ததும், "ஹாய் ரகு. சீக்கிரமே காலேஜிக்கு வந்தாச்சா? எதுல வந்தே? நேத்து எங்க வீட்டுக்கு ஓட்டிட்டு வந்த அதே பைக்லயா" என்று விசாரித்தாள். அவன் அதற்குப் பதில் சொல்வதை விட்டுவிட்டு சட்டென அவளை நெருங்கி, "நீ இங்கியே இரு தமிழ்ச்செல்வி. நான் ஒன் வண்டிய பார்க் பண்ணிட்டு வந்துடறேன்" என அவள் கையில் இருந்த ஹாண்டில் பாரை வலுக்கட்டாயமாகக் கைப்பற்றினான்.

"ஐயோ ரகு ஒனக்கு எதுக்குச் சிரமம். நா அதைச் செய்ய மாட்டேனா?" எனச் சொன்னாள். அதைக் காதில் வாங்கும் மனநிலையில் அவன் இருந்தால்தானே. அவளை நகரச் சொல்லி வண்டியை வேகமாக ஷெட்டுக்கு நகர்த்திச் சென்றான்.

அவன் வரும் வரையில் காத்திருக்கலாம் என முடிவு செய்த தமிழ்ச்செல்வி, கல்லூரியின் சுற்றுப்புறத்தை மெல்ல தன் கண்களால் சுற்றிலும் நோட்டமிட்டாள். அன்று அட்மிஷனுக்காக அம்மாவுடன் இங்கே வந்தபோது பார்த்ததைவிடவும் தற்போது கல்லூரிச் சுற்றுச்சூழல் இன்னும் அழகாய் இருப்பதாக அவளுக்குத் தோன்றியது.

அப்போது அவள் எதிரே சற்று தயங்கியவாறு போய் நின்றான் பக்ருதீன். அவனை யாரென்று தெரியாமல் தமிழ்ச்செல்வி விழிக்க, பக்ருதீன் தன்னைத் தானே அறிமுகம் செய்துகொள்ள ஆயத்தமானான்.

"ஹாய்..." என்று அவன் சொல்ல, அவளும் மரியாதை கருதி, "ஹாய்..." என்று பதிலுக்குக் கூறினாள்.

தொடர்ந்து பக்ருதீன், "நானும் இதே காலேஜ் ஸ்டூடன்ட் தான். நீங்க இப்ப ஜாயின் பண்ணப்போற, அதே கிளாஸ்லதான் படிக்கிறேன். ரகுவரன் என் ஃபிரண்ட்தான்" என்று பேசினான்.

தமிழ்ச்செல்வி அவன் யாரென்று தெரிந்ததும் தயக்கம் விலகி முகம் மலர்ந்தாள். பிறகு, சிறிதும் தயக்கமின்றித் தன் கையை நீட்டி, "ஐயாம் தமிழ்ச்செல்வி. நீங்க..." என்று அவன் பெயரைக் கேட்டாள். அவனுக்கும் ரகுவரனைப் போலவே ஓர் இளம்பெண்ணுடன் கைக் குலுக்குவது இதுவே முதல்முறை. சற்றுத் தயங்கியபடி அவள் நீட்டிய கையைப் பட்டும் படாமல் தொட்டான்.

பிறகு, "என் பேர் பக்ருதீன் அலி. சிறுவயசுல இருந்து நானும் ரகுவும் நெருக்கம். ஏன், நீங்ககூட எனக்குச் சின்ன புள்ளையிலிருந்து தெரிஞ்சவுங்கதான்" என்று கூறினான்.

அவளுக்கு ஆச்சரியமாய் இருந்தது. இவன் இரண்டாவது ஆள். பார்த்த மாத்திரத்தில் ரகுவரன் சொன்னானே உன்னை சிறு வயதில் இருந்து நான் நினைவு வைத்திருக்கிறேன் என்று. அவனுக்கடுத்துப் பக்ருதீன் இவளை ஞாபகம் வைத்திருந்து பேசுவது மனதுக்குச் சந்தோசமாக இருந்தது. கோவையில் இருந்து புறப்படும்போது புதிதாக போகும் இடத்தில் மனிதர்கள் எப்படி இருப்பார்களோ? என்று நினைத்து பயந்தாள். ஆனால், அப்படியில்லாமல் பால்ய சினேகமே தனக்குக் கிடைக்கும் என்று அவள் துளியும் நினைத்தது இல்லை. கொஞ்சம் தான் அதிர்ஷ்டக்காரியோ எனக் கர்வப்பட்டாள்.

அவள் அவனிடம் அடுத்துப் பேசத் துவங்கும் முன்பே வண்டியை பார்க் செய்யப்போன ரகுவரன் வந்துவிட்டான். தமிழ்ச்செல்வியோடு பக்ருதீன் பேசிக் கொண்டிருப்பதைப் பார்த்து, அவள் மனதுக்குள் லேசாய் பொறாமை தலை தூக்கியது. தன் தவறுக்குப் பின்னந்தலையில் வழக்கம்போல தானே அடித்துக் கொண்டான்.

இந்தக் குண்டுப் பயலுக்கு நான் வந்து அறிமுகம் செய்து வைக்கும் வரையில் என்ன அவசரம்? அவனாக வலியப் போய் தமிழ்ச்செல்வியுடன் பேசிக்கொண்டு இருக்கிறானே... அதிகப் பிரசங்கி என மனதுக்குள் குமைந்தான். ஆனாலும், அதை வெளியே காட்டிக்கொள்ளாமல், "தமிழ்ச்செல்வி, இவன் நம்ம கிளாஸ்தான். பேரு பக்ருதீன்" என்று மெப்புதலைக்காக அறிமுகம் செய்து வைத்தான். உடனே, தமிழ்ச்செல்வியை முந்திக்கொண்டு அவன், "அதெல்லாம் நாங்க ஏற்கெனவே ஒருத்தருக்கொருத்தர் அறிமுகமாயாச்சு" என்று பேசினான். அதில், அவளிடம் பேச,

உன் தயவுவொன்றும் எனக்குத் தேவையில்லை என்பதான தொனி இருந்தது. ரகுவரன் சற்றே எரிச்சலானான்.

அப்போது பக்ருதீன், “தமிழ்ச்செல்வி வாங்களேன்... நம்ம காலேஜ் கேன்டீனுக்குப் போயி சூடா டீ சாப்டுவோம்” என்று கூற, சட்டெனக் காலையில் இருந்து இரண்டாவது முறையாக நறுக்கென அவன் காலை மிதித்தான் ரகுவரன். “கொஞ்சம் சும்மா இருடா. நானே இன்னும் அவகிட்ட முழுசா பேசல” என்று மூன்றாம் நபர் கேட்காதவாறு முணுமுணுத்தான்.

கால் வலியைப் பொறுத்துக்கொண்டு பக்ருதீன் ஏதோ பேச முயன்றான்.

அதற்குள் தமிழ்ச்செல்வி, “கிளாசுக்குப் போலாமே. எனக்கு, கூட படிக்கப் போற மத்த ஸ்டூடன்ஸ் எல்லாத்துக்கிட்டயும் அறிமுகம் ஆகிக்கணும்னு ஆசையா இருக்குது” என்று சொன்னாள்.

பக்ருதீன் அழைப்பை அவள் ஏற்றுக்கொள்ளவில்லை என்பது ரகுவரனுக்கு மகிழ்ச்சியாக இருந்தது. எனவே, சற்று கேலியாக அவனைப் பார்த்தான்.

அதைக் கண்டுகொள்ளாத பக்ருதீன் அடுத்த ஆயுதத்தைக் கையில் எடுத்தான். “தமிழ்ச்செல்வி ஒங்களுக்கு நம்ம கிளாஸ் மேட் அத்தனை பேரையும் நா அறிமுகப்படுத்தி வெக்கறேன். எல்லாரும் ரொம்ப தங்கமான புள்ளைங்க” என்று தொடர்ந்தான்.

ரகு, “அதெல்லாம் நா செஞ்சு வெக்கிறேன். நீ ஏன் அவசரப்படுறே?” என்று வெளிப்படையாகவே கடுப்படித்தான். உடனே, பக்ருதீன், “தமிழ்ச்செல்வி எனக்குக் கூடத்தான் சைல்ட் ஹீட் ஃபிரெண்டு. நீ ஒன் வேலையைப் பாரு” என்று பதிலுக்கு வெளிப்படையாகவே கோபமாகப் பேசினான். நல்லவேளை, இவர்கள் சண்டையைத் தமிழ்ச்செல்வி கவனிக்கவில்லை. அதற்குக் காரணம் அந்த நேரம் அவளுக்குச் சாரதாவிடம் இருந்து ஃபோன் வந்தது. அதை எடுத்துப் பேச ஆரம்பித்தாள். மறுமுனையில் அவள் தாயார், கல்லூரி போய் சேர்ந்துவிட்டாளா? என்று கேட்டிருப்பார்கள்போல. ‘வந்துட்டேம்மா, இப்பத்தான் கிளாசுக்குப் போகப்போறேன்’ எனப் பதில் சொன்னாள்.

அவள் பேசிக்கொண்டிருக்கும்போதே ரகுவரனும் பக்ருதீனும் தங்கள் சண்டையைத் தொடர்ந்தார்கள்.

ரகுவரன், இப்படித் தன் உயிர் நண்பனே தனக்குப் போட்டியாய் வருவானென்று நினைக்கவில்லை. ஆத்திரத்தின் உச்சிக்கே போய்விட்டான். "டேய், ஒனக்கும் சின்ன வயசுல இருந்தே அவளைத் தெரிஞ்சுருக்கலாம்டா. ஆனா, தமிழும் அவ அம்மாவும் மொத மொதல்ல இத்தினி வருஷம் கழிச்சு எங்க வூட்டுக்குத்தானே வந்தாங்க" என்று முன்னுரிமை கொண்டாடினான்.

பக்ருதீன் அதற்குப் பதில் சொல்லும் முன்னால், தமிழ்ச்செல்வி ஃபோனைக் கையில் வைத்துக்கொண்டு ரகுவரனை அழைத்தாள். "எங்கம்மா ஒங்கிட்ட பேசணுமாம். இந்தாப் பேசு!" என்று கையை நீட்டினாள். அவன் ஒருமுறை பக்ருதீனைப் பார்த்துவிட்டு ஜம்பமாக ஃபோனை வாங்கினான்.

அவன், "ஆன்ட்டி, நா ரகுவரன் பேசுறேன். சொல்லுங்க..." என்று குரல் கொடுக்க எதிர்முனையில் சாரதா தன் மகளைப் பத்திரமாகப் பார்த்துக்கொள்ளச் சொல்லி ரகுவரனுக்கு வேண்டுகோள் வைத்தார். அவர் சொன்னதுக்கெல்லாம் இந்த முனையில் தலையை ஆட்டிச் சரியென்றான். ஓரக்கண்ணால் பக்ருதீனை அப்படியே நோட்டம் விட்டான். அவன் வேறெங்கோ பராக்குப் பார்த்துக் கொண்டிருந்தான்.

பேசி முடித்ததும் ஃபோனை தமிழ்ச்செல்வியிடம் கொடுத்த ரகுவரன், "ஒன்ன கண்ணு குறுப்பா பாத்துக்கச் சொல்லிப் அத்தை சொன்னாங்க" என்று சொன்னதும் அவள் கலகலவென்று சிரித்தாள். "நா என்ன சின்னக் கொலந்தையா? அம்மா அப்படித் தான்" என்றவள், "வாங்க கிளாசுக்குப் போகலாம்" என்று காலடி எடுத்து வைக்க, ரகுவரனும் பக்ருதீனும் பின்னால் போனார்கள். ஒருவரையொருவர் முறைத்துக்கொள்ளத் தவறவில்லை. ரகுவரன் பார்வையில் அனல் தெறித்தது. அவன் உதடுகள், "இரு, ஒன்ன கவனிச்சுக்குறேன்!" என்று முணுமுணுத்தன.

இதுதான் சாக்கு என்று பக்ருதீன் தன் நடையைக் கொஞ்சம் எட்டிப்போட்டுத் தமிழ்ச்செல்வியுடன் சேர்ந்து கொண்டான். ரகுவரன் அதைச் சிறிதும் எதிர்பார்க்கவில்லை. மேலும், அவனைச் சூடேத்தும் விதமாக நடந்துகொண்டான் பக்ருதீன்.

அவன் தமிழ்ச்செல்வியிடம், "நீங்க சின்ன வயசுல எங்க வூட்டுக்கெல்லாம் வந்திருக்குறீங்க. தெரியுமா?" என்று வலுக் கட்டாயமாய் வினவினான்.

அதற்கு அவள், "ப்ளீஸ் பக்ரு. நீயும் ரகுவரன் மாதிரியே வா, போன்னு பேசேன். நாம எல்லாரும் ஒரு வயசுதானே. அதுவுமில்லாம இன்னிலேர்ந்து ஒரே கிளாசுல சேர்ந்து படிக்கப் போறோம். எதுக்குத் தேவையில்லாத மரியாதை" என்று இயல்பாய் சொன்னாள்.

அதைக் கேட்டதும் பக்ருதீன் தன் சட்டைக் காலரைத் தூக்கிவிட்டுக் கொண்டான்.

அப்போது அவள், "பக்ரு, என்ன சொன்னே. சின்ன வயசுல ஒன் வூட்டுக்கு நா வந்திருக்கிறனா?" என்று கேட்டாள்.

அதற்குப் பக்ருதீன், "ஆமா, தமிழ்ச்செல்வி. வன்னிப்பள்ளத்துல இருக்குற எங்க வூட்டுக்கு நீ அடிக்கடி வருவே. நாமெல்லாம் சேர்ந்து வெளையாடுவோம்" என்று உற்சாகமாய் சொன்னான்.

ரகுவரன் இதற்குத் தமிழ்ச்செல்வி என்ன சொல்லப் போகிறாள்? என்று செவிமடுத்தான். ஒருவேளை தன்னைத்தான் அவளுக்கு ஞாபகம் இல்லை. மற்றதெல்லாம்கூட அதே மாதிரிதானா? என்பதை அறிந்துகொள்ள ஆவல் காட்டினான். ஆனால், அவள் பதில் சொல்லும் முன்பாகவே அவர்களின் வகுப்பறை வந்துவிட்டது. ரகுவரன் ஏமாற்றமானான்.

*

5

வகுப்புக்குள் தமிழ்ச்செல்வி நுழைந்ததுமே மாணவ-மாணவியர் எல்லோரும், அவளை யார் என்று தெரியாமல் பார்த்தார்கள். அவள் சிரித்த முகத்துடன் அனைவரையும் பார்த்து வணங்கினாள். அவளை எப்படியெல்லாம் சக மாணவர்களிடத்தில் அறிமுகம் செய்து வைக்க வேண்டும் என ரகுவரனும் பக்ருதீனும் மனதுக்குள் ஏற்கெனவே அவசரமாய் ஒத்திகை பார்த்து வைத்திருந்தார்கள். ஆனால், அதற்கு அவசியமேயில்லாமல் போய்விட்டது. அவளை யார்? என்று சக மாணவர்கள் கேட்பதற்கு முன்பாகவே பேராசிரியர் உள்ளே நுழைந்துவிட்டார். அவரிடம் தமிழ்ச்செல்வி தன்னை அறிமுகம் செய்துகொள்ளும் முன் ரகுவரனும் பக்ருதீனும் பரபரத்தார்கள். "சார் இது யாருன்னா?" என்று இருவரும் சேர்ந்த மாதிரி ஆரம்பிக்க, பேராசிரியர் முறைத்தார்.

அவர்கள் வழக்கமாய் உட்காரும் இடத்தைக் கைநீட்டிக் காட்டி, "போங்கப்பா... நான் பாத்துக்கறேன்" என்றார்.

இருவரும் ஏமாற்றமாய் தங்கள் பெஞ்சுக்கு வந்து அமர்ந்தார்கள். "இந்த வாத்தி, சரியான நேரத்துல வந்து கழுத்தறுத்துட்டாரு" என்று ரகுவரன் முணுமுணுத்தான்.

தமிழ்ச்செல்வி பேராசிரியரிடம் தனது அறிமுகத்தை முடித்தவுடன், அவர் இடம் ஒதுக்கித் தர தனக்கான இடத்தில் போய் உட்கார்ந்து

பாடத்தைக் கவனிக்க ஆரம்பித்துவிட்டாள். ஆனால், ரகுவரனும் பக்ருதீனும்தான் அவளை இமைக் கொட்டாமல் கவனித்தவாறு இருந்தார்கள்.ரகுவரனுக்கு ஆத்திரமான ஆத்திரம். பக்ருதீன் இப்படி மாறுவான் என்று அவன் துளியும் நினைக்கவில்லை. ச்சே... இவனெல்லாம் தனக்கு நண்பனாக இருக்க அருகதையற்றவன் என்று நினைத்து அவனுடனான நெருக்கத்தைக் குறைத்துக்கொண்டு பெஞ்சில் தள்ளி அமர்ந்தான்.

அதைப் பக்ருதீன் உணராமல் இல்லை. ஆனால், அதை கண்டுகொள்ளாமல் அமைதியாக இருந்தான்.

மதியம் உணவு இடைவேளையில் மாணவர்கள் உணவருந்தும் இடத்துக்கு ரகுவரன் தமிழ்ச்செல்வியைக் கூட்டிச் சென்றான். அவள் இரண்டு தோசை கொண்டு வந்திருந்தாள். அவனுக்கு அம்மா, வீட்டில் வழக்கம்போல சாதம் கட்டிக் கொடுத்திருந்தார்கள். அவளுடன் பகிர்ந்துண்ண ஆசைப்பட்டான். அதற்குள் குறுக்கே வந்த பக்ருதீன், தன் டிபன் பாக்ஸில் புலாவ் கொண்டு வந்திருந்தான். அதைத் தமிழ்ச்செல்வியின் முன்னால் வைத்தான். அவள் முகம் மலர்ந்து, “என்ன பக்ரு, ஒங்க வூட்ல காலையிலேயே புலாவ் செஞ்சு ஒனக்குக் கட்டிக் குடுத்து இருக்குறாங்க” என்று கேட்டாள். அதற்கு அவன் ஜம்பமாக, “நா வூட்ல எந்த நேரத்துல எது கேட்டாலும் செஞ்சு குடுத்துருவாங்க. நாளைக்கு மதியம் பிரியாணி கொண்டு வர்றேன். நாம ஷேர் பண்ணி சாப்பிடலாம்” என்று கூற, தமிழ்ச்செல்வி சந்தோசமாகத் தலையசைத்தாள். ரகுவரனை அவன் துளிக்கூட கண்டுகொள்ளவில்லை. அதுமட்டுமல்ல, அவன்கூடவே தமிழ்ச்செல்வியும் சேர்ந்துகொண்டதை நினைக்க நினைக்க அவனால் தாங்க முடியவில்லை. எனவே, சாப்பிட்டதாய் பெயர் பண்ணிவிட்டுப் பாதியிலேயே எழுந்துவிட்டான். வாஷ்பேசினில் போய் கைக்கழுவிக் கொண்டே பின்னால் திரும்பிப் பார்த்தான். பக்ருதீன் அவளுடன் இன்னும் நெருக்கமாய் பேசிக்கொண்டிருந்தான்.

அதைப் பார்க்க ரகுவரனுக்குச் சட்டெனக் கண்ணில் நீர் கோர்த்துவிட்டது. இப்படி அடுத்தவனிடம் பறி கொடுக்கவா சிறு வயதில் இருந்து தமிழ்ச்செல்வியை மனதில் நினைத்துக்கொண்டு இத்தனை நாட்கள் காத்திருந்தான்? வாழ்க்கையே அவனுக்கு வெறுத்துவிட்டது. கால்கள் வலுவிழந்துவிட்டன. மெல்ல சமாளித்துக்கொண்டு டிபன் பாக்ஸை மூடினான்.

அப்பொழுது பக்ருதீனும் தமிழ்ச்செல்வியும் தங்களுக்குள் ஏதோ பேசிக்கொண்டு பலமாகச் சிரிக்கும் சத்தம் கேட்டது.

அப்படியே பலத்தைத் திரட்டி இருவரையும் சேர்த்து வைத்து அறையலாமா? என்று தோன்றியது. மனதை மெல்ல தேற்றிக்கொண்டு சாப்பிடும் கூடத்தைவிட்டு வெளியே வந்தான். அவனைச் சிரிப்புச் சத்தம் தொடர்ந்தது. காலைப் பலமாகத் தரையில் உதைத்துக் கொண்டான். ஒரு பெண்ணைப் பார்த்ததும், பக்ரு இப்படியா ஆள் தலை கீழாக மாறிப்போவான். தமிழ்ச்செல்வி தன்னைவிட்டுப் பிரிந்துபோன பன்னிரண்டு வருடங்களில் எத்தனை நாள் அவள் நினைவை அவனுடன் பகிர்ந்து கொண்டுள்ளான். எல்லாவற்றையும் கேட்டுவிட்டுத் தனக்கு ஆறுதல் சொன்னவன் இப்படியா செய்வான்? அப்படியென்றால் இதுவரை தன் நட்புக்குப் பக்ருதீன் உண்மையாக இல்லை.

மிக மோசமான கல் நெஞ்சக்காரன். நம்பிக்கை துரோகி. இனி அவன் முகத்தில் விழிக்கக் கூடாது. அவனது நட்பை இன்றே இல்லையில்லை இந்தக் கணமே துண்டித்துக்கொள்ள வேண்டும் என உறுதியாக முடிவெடுத்தான்.

தன் வகுப்புக்கு வந்தவன் யாரிடமும் எதுவும் பேசாமல் தேமேயென்று அமர்ந்துவிட்டான். சற்று நேரத்தில் தமிழ்ச்செல்வியும் பக்ருதீனும் சாப்பிடும் இடத்தில் எப்படி சிரித்த மேனிக்கு இருந்தார்களோ அதேபோல கிளாசுக்கு வந்தார்கள்.

அப்போது தமிழ்ச்செல்வி மட்டும் ரகுவரனைப் பார்த்துக் கேட்டாள். “ஏம்பா சொல்லாம கொள்ளாம எழுந்து வந்துட்டே? நீ கையைக் கழுவிட்டுத் திரும்ப வருவேன்னு நானும் பக்ருவும் கொஞ்ச நேரம் வெயிட் பண்ணிப் பார்த்தோம்” என்றாள்.

அதற்கு என்ன பதில் சொல்வதென்று யோசித்த அவன், “சும்மா லேசா தலைவலி” என்று பொதுவாகச் சொல்லி வைத்தான்.

அப்போது பக்ருதீன், “ஆமா, தமிழ்ச்செல்வி அவனுக்குக் காலைல இருந்தே தலைவலிதான். என்னடா நண்பா?” என்று சற்றுக் கேலியாகச் சொல்லவும் ரகுவரன் நொந்துவிட்டான்.

மதியத்துக்குமேல் வகுப்பு தொடங்கிவிட்டது. காலை நேரத்தைப்போலவே ரகுவரன் அடிக்கடி தமிழ்ச்செல்வியை

நோட்டம் விட்டுக்கொண்டு இருந்தான். அவளைவிட மற்ற மாணவிகளில் சிலர் அழகாகத்தான் இருந்தார்கள். ஆனாலும், அவர்களைவிடவும் தமிழ்ச்செல்வியிடம் ஏதோ ஒரு வசீகரம் இருக்கத்தான் செய்தது. யோசித்துப் பார்த்தான். சிறு வயதில், அதுவும் காதல் என்றால் என்னவென்று அறியாத பருவத்தில், அவள் மீதான ஈர்ப்பு எப்படி ஏற்பட்டது?

அவனுக்கு நன்றாக நினைவு இருந்தது. ஒருமுறை சிறுவயதில் ரகுவரனுக்கு ஏதோ வைரஸ் காய்ச்சல். மலைப் பிரதேசங்களில் இது போன்ற நோய்களுக்குக் கேட்கவா வேண்டும்? அது தொற்று வகையைச் சேர்ந்தது. அவனுடன் மற்ற சிறுவர் சிறுமியரைப் பழகவிட வேண்டாம் என்று மருத்துவர் வந்து பார்த்துவிட்டுக் கூறிவிட்டுப் போய்விட்டார். அம்மா, ரகுவரன் வயதையொத்த பிஞ்சுகள் யார் வீட்டுப்பக்கம் வந்தாலும் இங்கே வர வேண்டாம் என்று துரத்திவிட்டுக் கொண்டிருந்தார்.

என்றாலும், சிறுமியான தமிழ்ச்செல்வியிடம் மட்டும் அது நடக்காத காரியமாகி விட்டது. அவளது அம்மாவும் சரி, ரகுவரனின் தாயாரும் சரி, என்ன சொல்லியும் அவள் அவனைப் பார்ப்பதை மட்டும் நிறுத்தவேயில்லை. ஒட்டுவாரொட்டி என்று சொல்லியும் பயமுறுத்தி வைத்தும்கூட தமிழ்ச்செல்வி ரகுவரனை நெருங்கி அவன் கழுத்தில் கைவைத்துப் பார்க்க ஒருநாளும் தவறியதில்லை. ஒரு தடவை அவள் தாயார் கடுமையாக அடித்து இழுத்துச் சென்றார். ஊஹூம்... அதெல்லாம் கதைக்கு ஆகவில்லை. சாப்பிடாமல் கொள்ளாமல் அடம் பிடித்து எப்படியாவது அவனைப் பார்க்க தன் வீட்டிலிருந்து ஓடோடி வரத்தான் செய்தாள். நல்லவேளை, அவளை நோய் தொற்றாமல் சீக்கிரமே அவனுக்குக் குணமாகிவிட்டது.

அதே நேரத்தில் மூன்றாவது வீட்டில் ஒரு நாய், சில குட்டிகளை ஈன்றெடுத்திருந்தது.

அதில், ஒரு வெளுத்த குட்டி பார்க்க மிக அழகாய் இருந்தது. தமிழ்ச்செல்விக்கு அந்த நாய்க்குட்டி மிகவும் பிடித்துவிட்டது. அதை எப்படியாவது தனக்கு எடுத்துத் தருமாறு அவனிடம் அவள் கெஞ்சினாள். அவன் தன் வயது சிறுவர்களுடன் சேர்ந்து அவள் ஆசையை நிறைவேற்ற படாத பாடுபட்டான். என்ன முயற்சி செய்தும் அந்த வெள்ளைக் குட்டியைத் தாயிடம் இருந்து பிரித்து எடுத்துக்கொண்டு வர முடியவில்லை. பெரிய நாய் தன் குட்டியுடன் படுத்துக்கிடக்கும் கைவிடப்பட்ட ஒரு

இடிந்த வீட்டின் அருகே சிறியவர் பெரியவர் யார் போனாலும் கடுமையாகச் சீறியது. குட்டிகளைவிட்டுத் தாய் நாயைத் துரத்த வேண்டும் என ரகுவரன் ஏதேதோ ஐடியா செய்தான்.

ஒருநாள் வெங்கலமேடு சாலை வழியாக அவன் நடந்து வந்து கொண்டிருந்தபோது கிழிந்த டயர் ஒன்றைக் கண்டான். அப்பொழுது அவன் மூளையில் மின்னல் வெட்டியதுபோல யோசனை தோன்றியது. அது வெறும் சைக்கிள் டயர்தான். எனவே, சுலபமாய் தூக்கிக்கொண்டு தன் வீட்டுக்கு வந்துவிட்டான். மனதில் என்னென்னவோ குயுக்தி ஓடிக் கொண்டிருந்தது. அன்று, இரவு நேரத்தில் கடுமையாய் பனி பொழிந்து கொண்டிருந்தது. ரகுவரனுக்குத் தன் வீட்டில் தூக்கமே வரவில்லை. எப்படியாவது தமிழ்ச்செல்வியின் ஆசையை நிறைவேற்றினால்தான் நிம்மதி. லைன் வீடுகளில் எல்லோரும் தூங்கிய பிறகு, மெல்ல எழுந்து தன் வீட்டிலிருந்து வெளியே வந்தான். பகல் நேரத்திலேயே ஒரு காலி தீப்பெட்டியில் சில குச்சியைப் போட்டுத் தன் டவுசர் பாக்கெட்டில் வைத்திருந்தான். வீட்டு அல்லையில் கிடந்த சைக்கிள் டயரை எடுத்துக்கொண்டு நாய் தன் குட்டிகளுடன் கிடக்கும் அந்த இடிந்த வீட்டுக்கு அசாமல் போனான். அடர்ந்த பனியாக இருந்தாலும் வீதி மின்விளக்குகள் சன்னமான வெளிச்சத்தை கொடுத்துக் கொண்டிருந்தன. டயரின் ஒரு பக்க மெல்லிய முனையில் தீப்பெட்டியை எடுத்துக் தீக்குச்சியை உரசி நெருப்பு பற்ற வைக்க முயற்சி செய்தான். ஆனால், ஈரப்பனியில் தீக்குச்சி என்ன முயன்றும் சீறக்கூட இல்லை. குச்சிகள் தீர்ந்தன.

'ச்சே' என்று சலித்துக்கொண்டு டயரையும் தீப்பெட்டியையும் இருட்டில் நெப்பு தெரியாமல் தூக்கி எறிந்தான். அந்த டயர் குட்டிகளுடன் கிடந்த நாய் மீது போய் விழுந்தது. அவ்வளவுதான் அந்தப் பிரவுன் கலர் பெரிய நாய் ரகுவரனைப் பார்த்துவிட்டது. தன் குட்டியைத் திருட வந்தவன் என்பதைப் புரிந்துகொண்டது. உர்ரென்று முதலில் குரல் கொடுத்து இங்கிருந்து போய்விடு என எச்சரிக்கை செய்தது. ஆனால், அவன் கேட்பதாய் இல்லை. என்ன ஆனாலும் சரி, வெள்ளைக் குட்டியைத் தூக்காமல் இந்த இடத்தைவிட்டு நகருவதாக அவனுக்குத் துளியும் உத்தேசம் இல்லை. எனவே, தாய் நாயுடன் மல்லு கட்ட முடிவெடுத்தான்.

'இளம் கன்று பயமறியாது' என்று சும்மாவா சொன்னார்கள். 'செய் அல்லது செத்து மடி' என்ற மனநிலைக்கு வந்த ரகுவரன்

இரா. பாரதிநாதன் | 43

குட்டிகள் கிடந்த இடத்தை அந்த மங்கலான வெளிச்சத்தில் கூர்மையாகப் பார்த்தான். வெள்ளைக் குட்டி அவன் கைக்குத் தோதாய் வெகு அருகாமையில் கிடந்தது. உடனே அதைக் கையில் எடுத்தால் தாய் நாய் தன்மேல் புலிபோல பாய்ந்துவிடும் என்பது அவனுக்குத் தெளிவாய் தெரிந்தது.

எனவே, அதை ஏமாற்ற ஓர் உத்தி செய்தான். அந்த இடிந்த வீட்டின் இன்னொரு பகுதியில் போய் மறைவாக உட்கார்ந்துவிட்டான். கொஞ்சநேரம் மூச்சுக் காட்டாமல் அப்படியே அசையாமல் இருந்தவன் அசராமல் எழுந்தான். அடிமேல் அடியெடுத்து நாயும் குட்டிகளும் இருந்த இடத்தை நெருங்கினான். அப்படியொரு வேகம் அவனுக்கு எங்கிருந்துதான் வந்ததோ, சரேலெனப் பாய்ந்து வெள்ளைக் குட்டியைக் கையில் தூக்கிக் கொண்டான். பெரிய நாய் பார்த்துவிட்டு 'வள்'ளென்றது.

திரும்பியே பார்க்கவில்லை. மின்னல் வேகத்தில் குட்டியுடன் தன் வீட்டுக்கு வந்துவிட்டான். துரத்தி வந்த பெரிய நாய் அவன் வீட்டு முன்னால் நின்று பெரிதாகக் கத்தி ஊளையிட்டது. அந்த லைன் வீடுகளில் சடசடவென விளக்குகள் எரிய ஆரம்பித்தன.

ரகுவரன் வீட்டிலும் பாதி தூக்கத்தில் வெருட்டென எழுந்துவிட்டார்கள். அவன் அப்பா உள்ளேயும் வெளியேயும் விளக்கைப் போட்டுவிட்டுக் கதவைத் திறந்துகொண்டு வீதிக்கு வந்தார். அவருக்கு ஒன்றும் புரியவில்லை. சில ஆட்களுக்கு முன்பே குட்டிகள், அந்த நாய் தன் வீட்டின் எதிரே நின்று ஏன் பலமாகக் குறைக்க வேண்டும்? அவர் திகைத்துப்போய் சுற்றும் முற்றும் பார்த்தார். அவர் கண்ணுக்கு நாய் இவ்வளவு சத்தமாகக் குரைக்கும் அளவுக்கு ஏதும் வித்தியாசமாகத் தோன்றவில்லை. வீட்டுக்குள் தன் பார்வையை ஓடவிட்டார். அவர் மனைவி சற்றுப் பயந்தபடியே வந்து நின்று, "என்னாச்சுங்க. ஏன் இப்புடிக் கொரைக்குது? அதுவும் நம்ப வூட்டு முன்னாடி நின்னு...?" என்று வினவினார்.

அதற்கு ரகுவரன் தந்தை, "அதுதாம் புள்ள எனக்கும் ஒன்னும் நெட்டுப்பட மாட்டேங்குது?" என்று சொன்னார்.

நாயின் குரைக்கும் ஒலி அந்த நள்ளிரவில் கர்ண கொடூரமாய் இருந்தது. அக்கம் பக்கத்தில் எதிர் வீடுகளில் எனத் தேயிலைத் தோட்டத்தில் வேலை செய்பவர்கள் பாதி ராத்திரியில் தூக்கம் கலைந்த எரிச்சலில் வீதியில் வந்து நிற்க தவறவில்லை.

அதில், ஒருவர், "என்னா மாரிமுத்தண்ணா, ஏன் ஒன் வூட்டு வாசப்படியைப் பாத்து இந்தக் கத்து கத்துது நாயி. வூட்டுக்குள்ற என்னா இருக்குது?" என்று.

அதற்கு மாரிமுத்து என்ற ரகுவரனின் தகப்பனார், "அங்க என்ன இருக்குது? எம் பையன் தான் அசந்து தூங்கிக்கிட்டு கெடக்குறான்" என்று கூறினார்.

அனைவரும் ஒருவர் பார்வை தப்பாமல் ரகுவரனின் வீட்டையே வெறித்துப் பார்க்கத் தவறவில்லை.

ரகுவரன் நாய்க் குட்டியின் கீச்சுச் சத்தம் வெளியே கேட்டுவிடாமல் இருக்க கீழே விரிக்கும் சாக்குப் பையில் அதை மூடி குரல் வளையை நெறித்துக் கொண்டிருந்தான்.

எங்கே தன்னையும் நாய்க் குட்டியையும் கண்டுபிடித்து விடுவார்களோ? என்று அஞ்சினான்.

வீட்டுக்கு வெளியே அந்த நேரம் பார்த்து யாரோ ஒருவர், "ஏம்பா, இவ்வளவு சத்தத்துல ஓம் பையன் மட்டும் எப்புடித் தூங்குறான். அவஞ்ஜோட்டுப் பசங்கெல்லாம் எந்திரிச்சு வீதிக்கு வந்துட்டாங்களே?" எனச் சந்தேகமாய் கேட்டார்.

அந்த எண்ணம் ரகுவரனின் தாய் தந்தையருக்கும் இல்லாமலா போகும்? ஏதோ தங்களின் மகன் பகல் முச்சூடும் விளையாடிய அசதியில் தூங்கிறான்போல என்று நினைத்தார்கள்போல. எனவே, அவர் கேட்டதுக்கு ஒன்றும் சொல்லாமல் வாளாவிருந்தார்கள். அப்படியும், "டேய் கண்ணு..." என்று ரகுவரனின் தாயார் குரல் கொடுத்தார்.

அதற்கெல்லாம் அசராமல் அவன் அசையாமல் கிடந்தான். பாதி தூக்கத்தில் விழித்த வெங்கலமேட்டுச் சனம் குரைத்துக் கொண்டிருந்த நாயைக் கல்லெடுத்துப் போட்டுத் துரத்தியது. நாய் 'வீச் வீச்' எனக் கத்திக்கொண்டே அந்த இடத்தைவிட்டு கொஞ்சமாய் நகர்ந்ததே தவிர, முழுதாய் விலகிப் போகவில்லை.

எப்படியோ நாய் கத்தித் தொலையட்டும். எதுவாகயிருந்தாலும் காலையில் பார்த்துக் கொள்ளலாம் என மக்கள் மெல்ல விலகிப் போனார்கள். முழுதாகத் தூக்கம் கெட்டால் தேயிலைத் தோட்டத்தில் போய் எப்படி வேலை செய்வது? செய்கிற பணியில் கொஞ்சம் சுணங்கினாலும் அந்தப் பாழாய்போன கருங்காலி சூப்பர்வைசர் வேறு கத்தித் தொலைப்பான்.

சில நிமிடங்களில் தெருவே காலியாகிவிட்டது. அவரவர் வீடுகளுக்குப்போய் தொழிலாளர்கள் முடங்கிவிட்டார்கள். அதற்கு அடையாளமாய் விளக்குகள் அணைக்கப்பட்டுவிட்டன. ரகுவரனின் பெற்றோரும், 'நாய் ஏன் நம் வீட்டைப் பார்த்துக் குரைக்கிறது?' என்று தங்களுக்கு ஏற்பட்ட குழப்பம் தீராமல் உள்ளே வந்து படுத்தார்கள்.

இதற்குள் ரகுவரன் குட்டி நாயின் வாயைச் சாக்குப் பையின் சணல் நூலால் இறுகக் கட்டிவிட்டான். இப்போது நாயால் மூச்சுவிட முடியும். ஆனால், வாயைத் திறந்து கத்த முடியாதல்லவா? வெளியே வெகுநேரம் கத்திக் கொண்டிருந்த அந்தப் பெரிய நாய் ஒரு கட்டத்தில் சோர்ந்துபோய் 'வீச் வீச்' என்ற சன்ன முனகலுடன் தான் பிரசவித்த மற்ற குட்டிகளுக்கு ஆபத்து வந்துவிடக் கூடாதேயென்று குட்டிச் சுவர் பக்கத்தில் போய் படுத்தது.

மறுநாள் விடிந்தும் விடியாமலும் எழுந்து ஓடிப்போய் தமிழ்ச்செல்வி தன் வீட்டைவிட்டு வெளியே வரக் காத்திருந்து வெள்ளைநாயை அவள் கையில் ஒப்படைத்தான். அவள் முகம் மலரக் கட்டிக் கொண்டாள்.

*

6

அந்த மாலை நேரத்தில் நீலக்குறிஞ்சி பூக்களைப் பார்த்தவாறு சாலையோரம் அமர்ந்திருந்தான் ரகுவரன். அவன் பக்கத்தில், கல்லூரிக்குக் கொண்டுபோன புத்தகம் ஒன்றும் டிபன் பாக்சும் தரையில் கிடந்தன. சற்று முன்புதான் கல்லூரிப் பேருந்து அவனை வெங்கலமேட்டில் இறக்கிவிட்டுச் சென்றது. அவனுக்குச் சற்றுத் தள்ளித்தான் வடக்குப்புறமாக அவன் வீட்டுக்குச் செல்லும் பாதை துவங்குகிறது. மற்ற நேரமாக இருந்திருந்தால் முதலில் வீட்டுக்குத்தான் போயிருப்பான். அம்மா அவனுக்காகச் சூடாக ஏதாவது தின்பண்டம் செய்து வைத்திருப்பார். சில சமயம் அப்பா தனது தோட்ட வேலை முடிந்து வீட்டுக்குப் பைக்கில் வரும்போது, பாறைமடுவில் போண்டா வாங்கி வருவார். அந்த நாட்களில் அம்மா அதையே அவனது மாலை நேர தீனியாக்கி விடுவார். அவர் பெரும்பாலும் சின்ன வெங்காயம், பச்சை மிளகாய் அரிந்து போட்ட வெள்ளைப் பணியாரம் தான் சுடுவார். மிக அருமையாக இருக்கும். ரகுவரன் அதையே வயிறு நிறைய தின்றுவிட்டு இரவில் சாப்பிடாமல்கூட படுத்திருக்கிறான்.

இன்று வீட்டுக்குப் போகவே தோன்றவில்லை. மனமெல்லாம் வெறுப்பு புதராக மண்டிக் கிடந்தது.

நீலக்குறிஞ்சியைப் பார்க்கும் போதெல்லாம் சூரியனைக் கண்ட பனியைப்போல் துன்பம் மனதிலிருந்து விலகிப்போவது போன்ற தோற்றம். எல்லாம் அந்தத் துரோகி பக்ருதீனால் வந்தது. ஒரே

நாளில் தமிழ்ச்செல்வியை எப்படி அவனால் தன் பக்கம் ஈர்க்க முடிந்தது? அவனுக்கு ஆச்சரியமான ஆச்சரியம்.

இத்தனைக்கும் தோற்றத்தில் இவனைவிடவும் கச்சிதமான உடலமைப்பு இல்லை. பொசுக் பொசுக்கென்று குண்டுப் பயல். பேச்சிலும், சுவாரஸ்யமாய் இருக்க மாட்டான். நான்கு வார்த்தை கோர்வையாக வராது. ஆனால், தமிழ்ச்செல்வி அட்டை மாதிரி எப்படி அவனிடம் ஒட்டிக்கொண்டாள்? இந்தக் காலத்துப் பெண்கள் இப்படித்தானோ? அழகெல்லாம் அவர்களுக்கு தேவையில்லை. மனதுக்குப் பிடித்திருந்தால் போதும். பின்னே, கல்லூரியில் மற்ற பெண்கள் யாரும் அவனைச் சீண்டமாட்டார்கள். ஆனால், இவள் வித்தியாசமாய் இருக்கிறாளே...

எது எப்படியோ, என்ன மாயம் செய்தோ பக்ருதீன் தமிழ்ச்செல்வியைத் தன் பக்கம் இழுத்துவிட்டான். காத்திருந்தவன் பெண்டாட்டியை நேற்று வந்தவன் கொண்டுபோன கதையாகிவிட்டது ரகுவரனின் தற்போதைய நிலை.

அவனுக்கு அவனறியாமல் கண்ணில் நீர் கோர்த்துக் கொண்டது. பார்வையைத் திரைபோட்டு மறைத்தது கண்ணீர். வெங்கலமேட்டின் பஸ் நிறுத்தமே அவன் அமர்ந்திருக்கும் இடம்தான். ஆனால், அதற்கான அறிகுறிகள் எதுவும் தெரியாது. லைன் வீடுகளுக்குப் போகப் பிரியும் மண்பாதைதான் நெப்பு. அதை வைத்துத்தான் ஏற்காட்டில் இருந்து வந்து பாறைமடுவு வழியாக சேலம் செல்லும் பேருந்துகள் நின்று செல்லும்.

அவ்வப்போது வெங்கலமேட்டிலிருந்து தேயிலைத் தோட்டச் சனம் குந்தாவுக்கும் பாறைமடுவுக்கும் கிழக்கு மேற்காய் பேருந்துகளில் பயணப்படும். அப்படி யாரும் தற்போது அந்த இடத்துக்கு வரக் காணோம். இல்லையென்றால் ரகுவரனைப் பார்த்துவிட்டு விசாரித்திருப்பார்கள். அது அவனுக்கு வசதியாகப் போய்விட்டது. மனதில் இருக்கும் துக்கம் தீர நீலக்குறிஞ்சியைப் பார்த்துக் கொண்டிருக்கலாம் என்ற முடிவில் இருந்தான். தன் கண்ணிலிருந்து வழிந்தோடும் கண்ணீரைக்கூட ரகுவரனுக்குத் துடைக்கத் தோன்றவில்லை. சிலைபோல் ஆடாமல் அசையாமல் தரையில் அமர்ந்திருந்தான்.

அப்பொழுது அவனுக்குப் பின்னாலிருந்த தார் சாலையில் ஏதோ இரு சக்கர வாகனத்தில் சத்தம் கேட்டது. அநேகமாக

வெங்கலமேடு ஆட்களாய் இருப்பார்கள். பாறைமடுவுக்கு இந்த நேரத்தில் இரண்டு மூன்று பேராய் சேர்ந்து ஒரே வண்டியில் மது குடிக்கப் போவார்கள் என்று நினைத்துக் கொண்டான். அந்த முசுவில் தன்னைக் கவனிக்கவோ வண்டியிலிருந்து இறங்கிப் பேசவோ அவர்களுக்குத் தோன்றாது என நினைத்திருந்தான். ஆனால், ரகுவரன் நினைத்தற்கு மாறாகத் தனது ஸ்கூட்டியில் தமிழ்ச்செல்வி வந்தாள். சற்றே யோசனையுடன் அவன் பின்னால் வந்து நின்றாள். வண்டியிலிருந்து தரையில் கால் ஊன்றி நின்றுகொண்டு தன்னைக் கவனிக்காமல் உட்கார்ந்திருக்கும் அவனைச் சத்தமாக, “ஹேய் ரகுவரன், என்ன இங்க ஒக்காந்து இருக்கே?” என்று கூப்பிட்டாள். அவன் திரும்பியே பார்க்கவில்லை. அவனுக்கு உண்மையாகவே அவள் கூப்பிட்டது காதில் விழவில்லை. அவள் இன்னொரு முறையும் அழைத்தாள். அப்பொழுதும் ரகுவரன் அசையவில்லை. எனவே, தன் ஸ்கூட்டியை ஸ்டாண்ட் போட்டு நிறுத்திவிட்டு அவனருகே வந்து தோளைத் தொட்டாள். அதற்கும் அவன் அசையாமல் போகவே சற்றே உலுக்கி, “ரகுவரன் நா கூப்பிடறது ஒங் காதுல விழலையா?” என்று கேட்டாள். அவன் திடுக்கிட்டுப் பின்னால் திரும்பிப் பார்த்தான். எதிர்பாராத ஆச்சரியத்தில் திக்குமுக்காடிப் போனான். இவள் எங்கே இந்த நேரத்தில் பொசுக்கென்று வந்து நிற்கிறாள்? சட்டென எழுந்த ரகுவரன், “என்ன தமிழ்ச்செல்வி... நீ... இங்க எங்க வந்தே?” எனத் தயக்கத்தோடு பேசினான். பிறகு, அவசரமாய் நினைவுக்கு வந்தவன்போல தன் முகத்தை வேகமாய் சட்டையாலேயே துடைத்துக் கொண்டான். இதற்குள்ளாகத் தமிழ்ச்செல்வி கீழே கிடந்த அவனது பாடப் புத்தகத்தையும் டிபன் பாக்ஸையும் குனிந்து தன் கையில் எடுத்து அவற்றிலிருந்த மண்ணைத் தட்டினாள். அதைப் பார்த்துக்கொண்டே இவள் எங்கே இந்தப் பக்கம் வந்தாள்? அப்படியெதுவும் வேலை இருக்க வாய்ப்பில்லையே என்று அவசரமாய் யோசித்தான். அப்பொழுதுதான் அவன் மண்டைக்கு ஒரு விஷயம் உறைத்தது.

சற்றுமுன் கல்லூரி முடிந்ததும் தமிழ்ச்செல்வியும் பக்ருதீனும் தாங்கள் இருவரும் நூலகம் வரை சென்று வருவதாக அவனிடம் சொல்லிவிட்டுச் சென்றது மின்னலாய் தோன்றியது. அவனது கணிப்பு சரியென்றால், தன் இருசக்கர வாகனத்திலேயே அவள் பக்ருவை வன்னிப்பள்ளத்தில் இறக்கிவிட்டு விட்டு வெங்கலமேடு வழியாகத் தற்போது பாறைமடுவில் உள்ள தன் வீட்டுக்குப் போய்க்கொண்டிருக்கிறாள். பழகிய ஒரே நாளில்,

ஒரே வண்டியில் கல்லூரியில் இருந்து சில கிலோ மீட்டர்கள் இருவரும் ஒன்றாகச் சேர்ந்து பயணித்திருக்கிறார்கள். அவனுக்கு மனசு கொதித்தது. இப்படியெல்லாம் எங்காவது நடக்குமா? என்று நம்ப முடியாமல் திகைத்து நின்றான்.

தமிழ்ச்செல்வி அவனையே சில விநாடிகள் ஏனோ ஊடுருவிப் பார்த்தாள். ஏனிப்படி பார்க்கிறாள் என்று அவனுக்குப் புரியவில்லை. உடம்பில் கூச்சம் வந்து நெளிய வேண்டியிருந்தது. அது அவளுக்கு மனதில் பட்டதோ என்னவோ மெல்ல அவன் முகத்தைக் கண்ணுற்றாள். பிறகு, தீர்க்கமாக, "என்னாச்சு ரகுவரன், நா இங்க வரும்போது நீ எதுக்கு அழுதுகிட்டு இருந்தே?" என்று கேட்டாள். அவனுக்கு அதிர்ச்சியாய் இருந்தது. தன்னை அவள் நன்றாகவே கண்டுணர்ந்து இருக்கிறாள்.

வழக்கமாய் மாலையில் இந்த நேரத்தில் கைரேகை மறையும் அளவுக்குப் பனி கவிந்துவிடும். இன்றென்னவோ வெளிச்சம் நன்றாகப் படர்ந்திருந்தது அவளுக்கு வசதியாய் போய்விட்டது. இப்பொழுது கேட்டுக்கொண்டு தன் முன்னே நிற்பவளுக்கு என்ன பதில் சொல்வது? ரகுவரன் பதட்டமாய் யோசித்தான். அவள் மீண்டும், "சொல்லு ரகு, ஏன் நீ நார்மலா இல்ல? நானும் காலையில இருந்து ஒன்னைப் பாத்துக்கிட்டுத்தான் வர்றேன்" என்று கேட்டாள். அவனிடமிருந்து பதில் வராமல் போகவே அடுத்து, "வூட்ல எதுனா பிரச்னையா?" என்று வினவினாள்.

அவன் சமாளிக்கும் விதமாய், "அதெல்லாம் ஒன்னுமில்ல தமிழ். நா நல்லாத்தான் இருக்குறேன்" என்று புளுகினான்.

அனிச்சையாய் அவன் கைகள் தலைமுடியைக் கோதிவிட்டுக் கொண்டன. ச்சே... இப்படித் தமிழ்ச்செல்வி பார்த்துக் கேட்கும் அளவுக்குத் தான் நடந்து கொண்டோமே என்று நினைத்தவன் வழக்கம்போலவே தனது பின் தலையில் அடித்துக் கொண்டான். அதையும் அவள் கவனிக்காமல் இல்லை. இவனிடம் ஏதோ பிரச்னையிருக்கிறது? அது என்னவென்று தெரியவில்லை. வற்புறுத்தியெல்லாம் ஓர் இளைஞனை விசாரிக்க முடியாது. எனவே, அடுத்துப் பேசாமல் அமைதியாக இருந்தாள். அவளால் ஏனோ சட்டென அந்த இடத்தைவிட்டு நகர இயலவில்லை.

இதற்கு முன், ரகுவரனின் வீடுதேடி வெங்கலமேட்டுக்கு வந்த சமயத்தில் சரியாகச் சுற்றுப்புறத்தைக் கவனிக்கவில்லையோ என்று தோன்றியது. ஏனெனில், மனதை மயக்கும் அழகு

அங்கே காணப்பட்டது. சுற்றிலும் தேயிலைத் தோட்டங்கள், அவற்றின் நடுவே தலையில் வகிடெடுத்ததுபோல ஏற்காடு – சேலம் சாலை, நீல நிற பூச்செடிகள், மறைந்துகொண்டிருந்த மாலைச் சூரியனின் மஞ்சள் கதிர்கள் என அந்த இடத்தை வரைந்து வைத்ததுபோல தோன்றியது. அதுவுமில்லாமல் அங்கே காலகாலமாய் தான் புழங்கியதுபோல ஒரு நினைப்பு வேறு, திடீரெனத் தமிழ்ச்செல்விக்கு உள்ளுக்குள்ளிருந்து புறப்பட்டது.

எனவே, தன்னை மறந்து இயற்கையில் லயித்துவிட்டாள். அவள் உதடுகள் ஏதோ சினிமா பாடலை முணுமுணுத்துக் கொண்டிருந்தன. அவளது நடவடிக்கைகளை இமைக் கொட்டாமல் பார்த்துக் கிடந்த ரகுவரன் இயற்கையோடு இயைந்த உடலழகை ரசித்தான். இது எவ்வளவு நேரம் நடந்ததென இருவருக்குமே தெரியாது. மெல்ல சூரியன் மலைகளுக்குப் பின்னே மறையத் தொடங்கியது. ரகுவரன் சட்டென ஒரு காரியம் செய்தான். சற்றுத் தொலைவில் இருந்த நீலக்குறிஞ்சியைப் பறித்து வந்து அவள் முன்னே நீட்டினான்.

தமிழ்ச்செல்வி மறுக்காமல் சிரித்த முகத்துடன் அதை வாங்கி ஆசையாய் கைகளில் வைத்துக்கொண்டாள்.

அந்த நேரம் ரகுவரனின் சந்தோசத்துக்கு எல்லையே இல்லை. மனதில் அதுவரை அப்பியிருந்த சோகம் திடுக்கென அவனைவிட்டு விலகி வானத்தை நோக்கிப் பறந்துவிட்டதாக எண்ணம் வந்தது. அப்போது தமிழ்ச்செல்வி, "ரகு அன்னிக்கி சொன்னியே அந்த நீலக்குறிஞ்சிப் பூ இதானா?" என்று வினவினாள். அவன் உற்சாகமாய் சட்டென அவளை நெருங்கி நின்றான். பிறகு, "ஆமா, தமிழ்ச்செல்வி. சின்ன வயசுல இந்த பூவ வச்சு நாம நெறையா வெளையாண்டு இருக்கோம். இதை நா ஒனக்கு மாலையாவெல்லாம் கட்டிக் கழுத்துல போட்டிருக்கேன். மணிக்கணக்குல இந்தப் பூச்செடி பக்கத்துல நீயும் நானும் ஒக்காந்து பேசிக்கிட்டு இருந்திருக்குறோம். ஆனா, நீதான் எல்லாத்தையும் மறந்துட்டே…" என மூச்சுவிடாமல் படபடவெனப் பேசினான்.

கொஞ்ச நேரத்துக்கு முன்னால், சோகமே உருவாகப் பரிதாபமாய் இந்த இடத்தில் காணப்பட்ட ரகுவரனா அவன்? எப்படிச் சட்டென மாறிப்போனான். அவனது முந்தைய துக்கத்துக்கும் தற்போதைய சந்தோசத்துக்கும் காரணம்

இரா. பாரதிநாதன் | 51

தெரியாமல் சில விநாடிகள் தமிழ்ச்செல்வி குழப்பமானாள். ஆனால், அதை அவள் வெளியே காட்டிக் கொள்ளவில்லை.

விடாமல் ரகுவரன் அதே உற்சாகத்துடன், "சொல்லு தமிழ்ச்செல்வி சின்ன வயசுல நடந்தது எதுவுமே ஒனக்கு ஞாபகம் இல்லியா?" என்று கேட்டான்.

அவள் உதட்டைப் பிதுக்கினாள். அவனோடு தன்னை ஒப்பிடும்போது அவளுக்கு லேசாய் வெட்கம் வந்தது.

பிறகு, "சாரி ரகு. கோவையில நானும் அம்மாவும் எங்க மாமா வூட்ல இருந்த சூழ்நிலை வேற. எனக்கு எதையும் நெனப்புல வெக்கவோ பழசையெல்லாம் யோசிக்கவோ கூட முடியல" என்று சொன்னாள். அவன் அவள் முகத்தை ஆழமாகக் கவனித்தபோது அதில், மெல்லிய வேதனை படர்ந்திருப்பதாக உணர்ந்தான். எனவே, சட்டெனப் பேச்சை மாற்றினான்.

"அதனாலென்ன தமிழ்ச்செல்வி. நா இங்கியே இருக்குறவன் என்னால ஒன்ன மறக்க முடியாம இருந்திருக்கலாம்" என்றான்.

அதற்கு அவள், "ரொம்ப தேங்க்ஸ் ரகு. ஒன்னோட ஞாபக சக்திய உண்மையாலுமே பாராட்டணும்" என்று சொன்னாள்.

அவன் வெள்ளந்தியாய் சிரித்துவிட்டு, "இதுக்கு எதுக்கு தேங்க்ஸெல்லாம் சொல்றே. இந்த எடத்துல நீ எங்கூட நின்னு பேசிக்கிட்டு நிக்கிறியே. அதுவே பெரிய சந்தோசம்" என்று பரவசமாய் சொன்னான்.

அந்த நிமிடம் தமிழ்ச்செல்வி மனதில் இதுவரை பார்த்த ரகுவரனாய் இல்லாமல் அவன் புதிதாய் தோன்றினான். சில்லென உள்ளுக்குள் என்னவோ கிளர்ந்தது. அதை அவனிடம் சொல்லலாமா? என்று நினைத்தாள். வார்த்தைகள் வெளியே வர மறுத்தன. தனக்கு என்னவாயிற்று? எழுந்த கேள்விக்கு அவளால் பதில் கண்டுபிடிக்க இயலவில்லை. ஆனாலும், கிளர்ந்தது குறுகுறுப்பாய் மாறி முன்னிலும் ஆழமாய் தொடர்ந்தது.

சட்டென அவள் பேச்சு வராமல் தவிப்பதைப் பார்த்து ரகுவரன் குழப்பமானான். ஏதேனும் தவறாய் கூறிவிட்டோமோ? என மனதுக்குள் சங்கடப்பட்டான். ஆனால், தமிழ்ச்செல்வியைப் பார்த்தால் அப்படித் தெரியவில்லையே. நீலக்குறிஞ்சியைத் தன் மார்போடு அணைத்துக்கொண்டு முகம் மலரக் காட்சியளிக்கிறாளே என்ற எண்ணம் அவனைச் சமாதானப்படுத்தியது. அவளிடம்

அடுத்துப் பேச்சுக் கொடுத்தான். "நீ இங்க வந்ததுல இருந்து இவ்வளவு சந்தோசமா இருக்குறத இப்பத்தான் பாக்குறேன், தமிழ்ச்செல்வி" என்றவன், சில விநாடிகள் நிறுத்திவிட்டு, "நா சொல்றது சரிதானே..." என்றான்.

தன் மனதிலிருந்ததை அவன் படித்துவிட்டதில் அவள் வியப்பானாள். சட்டென, "ஆமா ரகு கரெக்ட். இந்த இடத்துக்கு ஏதோ சக்தி இருக்குபோல. இதுல கால் வெச்சதுமே மனசு ஜிவ்வுன்னு ஆவுது" என்றாள்.

அப்போது அவளுக்கு ஒரு சின்ன சந்தேகம் எழாமல் இல்லை. இந்த வெங்கலமேட்டுச் சாலையோரம் உட்கார்ந்துதானே சற்றுமுன் ரகுவரன் அழுது வடிந்துகொண்டிருந்தான். இப்படி யோசித்ததும் அவளையறியாமல் சிரிப்பு வந்தது. தன்னையும் மீறி வாய்விட்டுக் கலகலவென நகைத்தாள். அது அந்த இடத்தின் அழகுக்கு மேலும் அழகு சேர்ப்பதாய் இருந்தது. ரகுவரன் காதுகளில் தேனாய் ஒலித்த தமிழ்ச்செல்வியின் சிரிப்புச் சத்தம் இதுவரை கேட்டறியாததாய் இருந்தது.

நீலக்குறிஞ்சிதான் அவளை இப்படி மாற்றி விட்டதாய் நினைத்தான் அவன். அந்தப் பூவுக்கு அப்படியொரு மகத்தான சக்தியிருப்பதாய் அவனுக்கு எண்ணம். நீலக்குறிஞ்சியைப் பறித்துத் தமிழ்ச்செல்வியின் கையில் கொடுத்ததும், தன்னை மிகவும் நேசிக்கும் ரகுவரனின் குரலாய், அவளிடம் அது ரசாயன மாற்றத்தை ஏற்படுத்தி விட்டதாய் மகிழ்ந்தான் ரகுவரன்.

நன்றாக இருட்ட ஆரம்பித்துவிட்டது. தமிழ்ச்செல்வி ஏதேதோ பேசினாள். பேச்சுச் சத்தத்தை வைத்துத்தான் எதிரே நிற்கும் ஆளை நெப்பு கண்டுபிடிக்க வேண்டும் போலிருந்தது. அவள் அதற்குமேல் அங்கிருக்க முடியாமல், அவனிடம் இருந்து விடைபெற்றுச் சென்றாள். கையோடு நீலக்குறிஞ்சியை வீட்டுக்கு எடுத்துச் சென்றாள். ரகுவரன் தனது பிரியத்துக்குரிய நீலக்குறிஞ்சி, அவளை மீண்டும் இதே இடத்துக்குக் கொண்டுவருமென்று உளமார நம்பினான்.

மெல்ல சீட்டியடித்தபடி தன் வீடு நோக்கி உல்லாசமாய் நடந்தான்.

*

7

பக்ருதீன் சொன்னதைக் கேட்டு நம்பியும் நம்ப முடியாமலும் கல்லூரி மரத்தடியில் நின்றிருந்தான் ரகுவரன். வழக்கமாய் அவர்கள் வந்து நிற்கும் இடம்தான் அது. வகுப்பை விட்டால் பெரும்பாலும் இருவரும் அங்கேதான் நிழலில் நின்று பேசிக் கொண்டிருப்பார்கள். ‘கழுதை கெட்டால் குட்டிச் சுவர்’ என்ற பழமொழியை மாற்றிச் சக மாணவர்கள், ‘ரகுவரனுக்கும் பக்ருதீனுக்கும் போரடித்தால் பூவரச மரத்தடி’ எனக் கேலி செய்வார்கள். பக்ருதீன் தான் செய்தது விளையாட்டுத்தனம்தான், அதை வினயமாய் எடுத்துக்கொண்டு பாராமுகமாய் இருக்க வேண்டாம் என அழுத்தம் திருத்தமாய் சொன்னாலும், ரகுவரனுக்கு ஏற்பட்டுள்ள குழப்பத்தை அவன் முகமே காட்டிக் கொடுத்துவிட்டது.

அதைக் கவனித்த பக்ருதீன், “டேய் சத்தியமா என்ன நம்புடா. நா கனவுலயும் ஒனக்குத் துரோகம் செய்ய மாட்டேன்” என்று கெஞ்சுவதுபோலப் பேசினான். இத்தனை நாள் பழகியவன் தனக்குக் கெடுதல் நினைக்க வாய்ப்பில்லை என்றாலும், கடந்த சில நாட்களாய் கண் முன்னே நடந்த சம்பவங்களால் நம்பிக்கை கொள்ள மறுத்தான்.

பக்ருதீன் பலமுறை திரும்பத் திரும்ப சொன்னது இதுதான். அவன் தமிழ்ச்செல்வியை ரகுவரனுக்குப் போட்டியாகக் காதலிக்கவெல்லாம் இல்லையாம். சும்மா இவனை வெறுப்பேத்தவே அப்படி நடித்தானாம். ஆனால், தன் நண்பன் தன்னை

முழுதாகவே வெறுத்து விடுவானோ? என்ற அச்சத்தில்தான் இன்று தானாக வந்து உண்மையைச் சொன்னானாம்.

அவன் பயத்துக்குப் பொருள் இல்லாமல் இல்லை. கடந்த இரண்டு மூன்று நாட்களாய் கல்லூரிப் பேருந்தில்கூட ரகுவரன் பக்ருதீன் அருகில் உட்காருவது கிடையாது. வகுப்பறையில் தன் இடத்தை மாற்றிக்கொண்டு, கார்த்தி என்ற மாணவன் அருகில்போய் உட்கார்ந்துவிட்டான்.

துறைத்தலைவர் வந்தபோதுகூட இதைக் கவனித்துவிட்டு, கேலியாகக் "ஏன்டா ரகு, வழக்கமா ஒக்கார்ற எடத்த மாத்துன? அந்த எடம் நீ சைட் அடிக்கிறதுக்கு வசதியா இல்லியா?" என்று கேட்டார். அதைக் கேட்டுவிட்டு அனைவரும் சிரித்தனர். ரகுவரன் உடனே எல்லோரையும் ஒரு முறைப்புடன் திரும்பிப் பார்த்துவிட்டுச் சற்றே எரிச்சலுடன்தான் அவருக்கு, "அப்புடியில்ல சார். பக்ருதீனைத் தாண்டி வெளிய இருந்து எம் பக்கமா காத்து வர மாட்டேங்குது. புழுக்கமா இருக்குது. அதனாலதான் ஒல்லியா இருக்குற கார்த்தி பக்கத்துல வந்து ஒக்காந்துட்டேன்" என்று பதில் சொன்னான்.

துறைத் தலைவர் ஒரு சின்ன முறைப்புடன், "இப்ப காத்து நல்லா வருதாடா?" என்று வினவினார்.

அவன், 'ஆமாம்' என்பதுபோல் தலையசைத்து வைக்க, அவர், "இந்த மழைப்பக் குளுர்ல ஸ்வெட்டர் போட்டுக்கிட்டுக் காத்து வர்றல, புழுக்கமா இருக்குதுன்னு சொன்ன ஒரே ஆள் நீதான்டா" என்று தன் கேலியைத் தொடர்ந்தார். அதைக் கேட்டுத் தமிழ்ச்செல்வி உள்ளிட்ட வகுப்பு மாணவர்கள் ஆண், பெண் பேதமின்றிக் கல்லூரியே அதிரும்படி சிரித்து வைத்தார்கள். ரகுவரனுக்கு வெட்கமாய் போய்விட்டது. ஓரக் கண்ணால் பார்த்தான். பக்ருதீனின் முகம் அவமானத்தால் சிவந்து இருந்தது.

அன்று, தான் செய்த கேலியைக்கூட மறந்துவிட்டுத் தன்னிடம் பேசுகிறான் என்பது சற்று நம்பிக்கையை வரவழைத்தது. எனவே, உள்ளுக்குள் நம்பினாலும்,

நண்பனிடம் சிறுபிள்ளைபோல் சில வாக்குறுதிகளைக் கேட்டான். "அப்போ இனிமேட்டி நீயி என்னக் கேக்காம தமிழ்ச்செல்விகூடப் பேச மாட்டே தானே?' என்று ரகுவரன் கேட்டான். அவசரமாய் இடதும் வலதுமாய் தலையாட்டிய பக்ருதீன், "எங்கம்மா சத்தியமா, பேச மாட்டேன் குரு" என்றான்.

அவன் அப்படித்தான் ரகுவரன்மேல் அளவுக்கு அதிகமாய் பாசம் வந்துவிட்டால், குரு என்று வாஞ்சையாய் கூப்பிடுவான்.

ரகுவரனுக்கு இது தெரியும் என்பதால் சட்டென அவன் தோளில் கையைப் போட்டுக்கொண்டான்.

“வாடா... ரெண்டுபேரும் கேன்டீனுக்குப் போயி தேத்தண்ணி குடிக்கலாம்” என்று அழைத்தான். அந்த நண்பர்கள் இருவரது பாஷையில் தேநீர் அவ்வப்போது தேத்தண்ணி ஆகிவிடும்.

டீ குடித்துக் கொண்டிருக்கும்போது பக்ருதீன், “டேய், தமிழ்ச்செல்விக்கு ஒம் மேல எந்த லவ்வும் கெடையாதுடா. அவ ஏதோ அவளுக்கும் அவ அம்மாவுக்கும் தெரிஞ்ச ஃபேமிலிய சேர்ந்த பையன்னு நெனைச்சுக்கிட்டு ஒங்கிட்ட விகல்பமில்லாமப் பழகுறா” என்று சொன்னான். அதற்கு ரகுவரன், “இருக்கலாம் பக்ரு. இனிமே அவ என்னை லவ் பண்ணித்தான் ஆகணும்” என்று சொன்னான். பிறகு, அன்று அவனுக்கும் தமிழ்ச்செல்விக்கும் இடையே வெங்கலமேட்டில் அந்த மாலை நேரத்தில் நீலக் குறிஞ்சி செடியருகே நடந்த உரையாடலை அவனிடம் சொன்னான்.

அப்போது பக்ரு, “டேய் நேத்துகூட இதே கேன்டீன்ல ஒன்னப் பத்தி நா அவக்கிட்ட பேசுனப்ப இதுபத்தி எதுவுமே தமிழ்ச்செல்வி எங்கிட்ட சொல்லலியே” என்று கூறினான். அதைக் கேட்டு, “இப்பதானேடா அவ மனசுல என் நெனப்பு வந்திருக்குது. அதுக்குள்ள எப்புடி ஒரு வயசுப் பொண்ணு வெளிய சொல்லுவா?” என்று நம்பிக்கை குறையாமல் ரகுவரன் அவனுக்கு விளக்கம் சொன்னான்.

பக்ருதீன், எப்படியோ இவன் மனதில் நினைத்தபடி தமிழ்ச்செல்வி காதலித்தால் சரியென நினைத்தான். ஆனால், ரகுவரனுக்குத்தான் உள்ளூர உதறல் எடுத்தது. அதற்குக் காரணம் உண்டு. தமிழ்ச்செல்வியை வெங்கலமேட்டில் அந்த மாலையில் சந்தித்துப் பேசிய பிறகு, மறுநாள் தைரியமாக அவளுடைய செல்போன் எண்ணைக் கேட்டான். அதற்கு, “வேண்டாம் ரகு” என்றவள், அவன் முகம் ஏமாற்றத்தில் சுருங்குவதைப் பார்த்துவிட்டு, “சாரிப்பா... அம்மாவுக்கு இதெல்லாம் பிடிக்காது. அவுங்களுக்குத் தெரிஞ்சா திட்டுவாங்க” என நாசுக்காக மறுத்துவிட்டாள்.

அவன் மீது கொஞ்சமாவது பிரியம் வந்திருந்தால், கேட்டதும் அவள் செல்போன் எண்ணைக் கொடுத்திருப்பாள் அல்லவா?

சாரதா டீச்சருக்குத் தெரிந்தால்தான் என்னவாகிவிடப் போகிறது? அவருக்கு அவனைப் பற்றி, அவன் குடும்பத்தைப் பற்றிச் சிறுவயதிலிருந்து நன்றாகத் தெரியும் தானே! நிஜம் அதுவல்ல. தமிழ்ச்செல்விக்குத் தன் எண்ணை அவனிடம் தருவதற்கு விருப்பமில்லை. அதனால், எதையெதையோ சொல்லித் தட்டிக் கழிக்கிறாள் என்று நினைத்தான். ஆனால், அடுத்த நிமிடம் அந்த எண்ணத்தை மாற்றிக் கொண்டான்.

தனக்கு உண்மையிலேயே அவள் குடும்ப சூழ்நிலை பற்றி என்ன தெரியும்? தன் கணவனை இழந்து ஒரே மகளை வளர்க்க தமிழ்ச்செல்வியின் தாயார் என்ன பாடு பட்டாரோ? அவருக்கெனச் சில கனவுகள் இருக்கலாம். அதைத் தன் மகள் கலைத்து விடுவாளோ? என்ற அச்சத்தில் அவளை மிகுந்த கட்டுப்பாட்டுடன் வளர்த்திருக்கலாம். இப்படி எதுவுமே தெரியாமல் தவறாகக் கணிக்க வேண்டாம் எனத் தன்னைத் தானே சமாதானம் செய்து கொண்டான்.

அன்று ஞாயிற்றுக் கிழமை. தமிழ்ச்செல்வி தன் வீட்டில் ஓய்வாக இருந்தாள். அந்த மாதிரி நேரங்களில் வெறும் நைட்டி மட்டும் அணிந்துகொண்டு டி.வி. முன்னால் உட்கார்ந்துவிடுவது அவள் வழக்கம். இப்போதும் அப்படித்தான். கையில் ரிமோட்டுடன் சேனலை மாற்றி மாற்றிப் பார்த்துக் கொண்டிருந்தாள். நேரம் மதியமிருக்கும். காலையில் அம்மா தோசை வார்த்துப் பொடி, எண்ணை வைத்துத் தட்டில் கொடுத்தார். அநேகமாய் அது ஜீரணமாக இன்னும் இரண்டொரு மணி நேரமாகும். மதிய உணவை அம்மா மெதுவாகச் சமைத்தால் போதும்.

பெரும்பாலும் அவர் இதுபோன்ற ஞாயிற்றுக் கிழமைகளில் சிக்கன் எடுப்பார். அதைத் தேங்காய் அரைத்து ஊற்றிக் கெட்டியாகக் குழம்பு வைத்து விடுவார். சாதம் வடிக்கமாட்டார். தமிழ்ச்செல்வியைப் பேக்கரிக்கு அனுப்பிப் பெரிய சைஸ் ரொட்டி பாக்கெட் வாங்கி வரச் சொல்வார். பிரெட் ஸ்லைசை சிக்கன் குழம்பில் தொட்டுக்கொண்டு அவளைச் சாப்பிடச் சொல்வார்.

கோவையில் இருந்தபோது அம்மா இப்படிச் செய்ததில்லை. பாறைமடுவு வந்த பிறகுதான் அவரது விருப்பமான உணவாக அது மாறிவிட்டது. தமிழ்ச்செல்விக்கும் அப்படிச் சாப்பிடுவது பிடித்துப் போய்விட்டது. டி.வியில் விருப்பமான நிகழ்ச்சியைப்

பார்த்துக்கொண்டே உண்பது இன்னும் சுவையாக இருப்பதாக அவளுக்குத் தோன்றும். பொதுவாகவே பாறைமடுவு வந்த பின்னால் இத்தனை நாட்கள் சிறையில் இருந்தது போலவும் தற்போதுதான் விடுதலை கிட்டியது போலவும் ஒரு சுதந்திர உணர்வு தமிழ்ச்செல்விக்கு ஏற்பட்டிருக்கிறது.

இத்தனைக்கும் கோவையில் பணக்காரர்கள் வசிக்கும் பகுதியில் உள்ள மாமா வீடு அரண்மனை மாதிரி இருக்கும். வீடு முழுக்க ஏ.சி. பொறுத்தப்பட்டிருக்கும். மாமா எங்கு போனாலும் அவர்களைக் காரில்தான் அழைத்துச் செல்வார். எப்படியும் வாரத்தில் இரண்டு மூன்று நாட்கள் வெளியில் ஓட்டலுக்குப் போய் தான் இரவு டின்னர். எல்லாமே வடநாட்டு உணவு வகைகள். விலையைக் கேட்டால் தலை சுற்றும்.

தமிழ்ச்செல்விக்கும் அம்மாவுக்கும் பங்களாவின் கீழ் தளத்தில் பெரிய அறையொன்றை மாமா ஒதுக்கிக் கொடுத்திருந்தார். எனவே, வசதி வாய்ப்புக்குக் குறையொன்றுமில்லைதான். என்றாலும்கூட அவள் இப்படி சுதந்திரமாய் உணர்ந்தது இல்லை. மாமா ஒன்றும் பிறவிப் பணக்காரர் அல்ல. தாத்தா சாதாரண துவக்கப்பள்ளி ஆசிரியர்தான். மாமா தலையெடுக்கும் வரை அனைவரும் வாடகை வீட்டில்தான் வசித்து வந்தார்கள். ஆனால், அவர் எக்ஸ்போர்ட் பிஸினசில் காலடியெடுத்து வைத்த பின்னால் பெரும் பணம் சேர்த்துவிட்டார். இந்த நேரத்தில்தான் அம்மாவுக்கும், தேயிலை எஸ்டேட் சூப்பர்வைசராக இருந்த அப்பாவுக்கும் பெரியவர்கள் பார்த்து வைத்த திருமணம் நடந்தது. மாமாவுக்கு ஏழை மாப்பிள்ளை பிடிக்கவில்லை. தங்கைக்குப் பெரிய இடத்தில் சம்பந்தம் பார்த்தார். ஆனாலும், தாத்தா தான் ஏற்கெனவே பார்த்து வைத்த பையனுக்குத்தான் அம்மாவைக் கட்டிக் கொடுத்தார்.

அம்மாவுக்குத் தன்னுடைய அப்பா பேச்சை மீற முடியவில்லை. எனவே, அவர் சொன்ன மணமகனையே திருமணம் செய்து கொண்டார். இந்த விவகாரத்தில் தாத்தாவுக்கும் மாமாவுக்கும் மனக்கசப்பு உருவாகி கடைசியில் பேச்சுவார்த்தை முறியும் அளவுக்குப் போய்விட்டது. மாமா தானே பார்த்து வசதியான பெண்ணைத் திருமணம் செய்து கொண்டார். தாத்தா, பாட்டியை ஒரு மரியாதைக்குக்கூட அவர் அழைக்கவில்லை. ஒரு சில வருடங்களில், மகனைப் பிரிந்த

வேதனையில் முதியோர் இருவரும் அடுத்தடுத்து மறைந்து போனார்கள். அப்போது தமிழ்ச்செல்வி கைக் குழந்தையாக இருந்திருக்கிறாள். இதெல்லாம் அம்மா சொல்லித்தான் அவளுக்குத் தெரியும்.

அடுத்த சில வருடங்களில்தான் சாரதா டீச்சரின் கணவர் அந்தப் பெரிய யானையின் காலில் மிதிபட்டு அகால மரணமடைந்தார். அவர் மரணத்துக்கு ஏதோ கொஞ்சம் பணத்தை எஸ்டேட் நிர்வாகம் கொடுத்தது. இந்த நேரத்தில் மலைவாழ் இடங்களில் வழக்கமாக ஏற்படும் வைரஸ் காய்ச்சலால் தமிழ்ச்செல்வியின் தாயார் கடுமையாகப் பாதிக்கப்பட்டார். அந்த நேரத்தில் சின்னஞ்சிறு சிறுமியான மகளை வைத்துக்கொண்டு அவர் மிகவும் சிரமப்பட்டார். அப்போது ரகுவரனின் பெற்றோர் உதவிக்கு வந்தார்கள். குழந்தையைத் தங்கள் வீட்டுக்குக் கூட்டிச்சென்று உணவு கொடுத்துப் பராமரித்தார்கள். இதற்கிடையே உடம்பு மிக மோசமடைந்தது. வீட்டில் வைத்து பார்க்க முடியாமல் ஜி.எச்சில் சேர்த்தார்கள்.ஆனால், அரசு ஆஸ்பத்திரியில் அந்த நோய்த்தொற்றுக் குணமாகாமல் போய்விட்டது.

தனியார் மருத்துவமனையில் நிறைய காசு செலவழித்துத்தான் அவரது உயிரைக் காப்பாற்ற முடிந்தது. எஸ்டேட் நிர்வாகம் தமிழ்ச்செல்வியின் தாயாருக்கு அவரது கணவரின் இறப்புக்காகக் கொடுத்த பணம் காலி. எனவே, உடல்நலக் குறைவிலிருந்து மீண்டாலும் மகளை வைத்துக்கொண்டு குடும்பம் நடத்த இயலவில்லை. பெற்றோரும் இல்லாமல் போக, கடைசியில் அண்ணனிடம் போய் சேர வேண்டிய நிலை வந்துவிட்டது.

நல்லவேளை பணக்கார அண்ணன் அப்பா, அம்மா மீது இருந்த கோபத்தில் கணவனை இழந்த தன் தங்கையைப் புறக்கணிக்கவில்லை. தமிழ்ச்செல்வியின் தாயார் கோவையில் தன் உடன்பிறந்தவன் வீட்டிலிருந்துதான், தன் மகளை வளர்த்து ஆளாக்கினார். எல்லாம் நன்றாகப் போய்க் கொண்டிருந்த நேரத்தில்தான் கல்லூரியில் படித்து வந்த தமிழ்ச்செல்விக்கு ஏனோ திடீரென்று தன் சொந்த தாய்மாமன் வீடு பிடிக்காமல் போய்விட்டது. அம்மாவை இங்கிருந்து போய் விடுவோம் என்று நச்சரிக்க ஆரம்பித்தாள். சாரதா எவ்வளவோ சமாதானம் செய்தும் அவள் கேட்பதாய் இல்லை. வேறு வழியில்லாமல்தான்

தன் கணவர் வேலை செய்து அகால மரணமடைந்த தேயிலை எஸ்டேட் நிர்வாகத்துக்குக் கடிதம் எழுதி உதவி கேட்டார்.

அவர் நல்வாய்ப்பாகத் தன் திருமணத்துக்கு முன்பே கல்லூரிப் படிப்பை முடித்திருந்தார். போதாததற்குத் தன் அண்ணன் நடத்தும் கல்வி நிலையத்திலும் பணிபுரிந்து வந்தார். இந்த விபரங்களைத் தெரிவிக்கவும், எஸ்டேட் நிர்வாகம் பரிதாபம் கருதி உடனே ஒரு பிரைமரி ஸ்கூல் டீச்சர் வேலை போட்டுக் கொடுத்தது.

பாறைமடுவில் திடீரென்று பவர்கட்டாகிவிட்டது. தமிழ்ச்செல்வி வெறுப்புடன் ரிமோட்டைக் கீழே வைத்தாள். அடுப்பில் சிக்கன் இப்போதுதான் ஆரம்ப நிலையில் வெந்து கொண்டிருந்தது. பிரெட்டும் காலையிலேயே வாங்கியாகிவிட்டது. கடைப் பக்கம் போக வேண்டிய வேலையில்லை. குழம்பு ரெடியாகிச் சாப்பிட கொஞ்சநேரம் காத்திருக்கத்தான் வேண்டும். எனவே, என்ன செய்வதென்று தெரியாமல் தமிழ்ச்செல்வி வீட்டு வாசல்படியில் போய் உட்கார்ந்தாள். மகளுக்குப் போரடிப்பதை உணர்ந்த சாரதா டீச்சர், "என்னம்மா கரண்ட் இல்லாம கடுப்பா இருக்குதா?" என்று பேச்சுக் கொடுத்தார்.

அதற்கு அவள், "என்ன செய்றது? நம்புளுக்கு மட்டுமா கரண்ட் இல்லாம போச்சு. ஊரு முச்சூடும் தானே... அதுக்கு என்ன பண்ண முடியும்?" என்றாள்.

அப்போது அவள் தாயார், "இந்நேரம் கோயமுத்தூர்ல மாமா வூடா இருந்திருந்தா அங்க ஜெனரேட்டர் ஆனாயி ஓட ஆரம்பிச்சிருக்கும். நீயும் நிம்மதியா டி.வி. பாக்க ஆரம்பிச்சிருப்பே" என்று சொன்னார். சட்டெனத் தமிழ்ச்செல்விக்குக் கடுப்பானது. தன்னையறியாமல், "அம்மா கோயமுத்தூர் கத இப்ப எதுக்கு? கொஞ்சம் நிம்மதியா இருக்க விடேன்" என்று கத்த ஆரம்பித்தாள்.

உடனே, சாரதா டீச்சர், "சரிம்மா நா ஒன்னும் சொல்லல" என்று நிறுத்தியவர், சற்று நிதானித்தார். பிறகு, தணிந்த குரலில் மகளை ஆழமாகப் பார்த்து, "ஏம்மா... பத்து பன்னிரெண்டு வருசமா ஒன்னையும் என்னையும் வச்சுக் காப்பாத்துன தாய்மாமனையும் அந்த வூட்டையும் நீயி வெறுக்குற அளவுக்கு என்ன நடந்துச்சு? நானும் எத்தனையோ தடவ இந்தக் கேள்விய

ஒங்கிட்ட கேட்ருக்கேன். நீதான் அம்மாக்கிட்ட எதுவுமே சொல்ல மாட்டீங்கற" என்று கேட்டார் .

அதற்குத் தமிழ்ச்செல்வி, "இப்ப எதுக்கு ஒனக்கு அதெல்லாம்? இப்பவும் ஒன்னும் கெட்டுப் போகல. நீ வேணும்னா கோயமுத்தூர்க்கே போயி ஒன்னோட அண்ணன் வூட்ல இருந்து பொழச்சுக்க. நா அப்பா வாழ்ந்த இந்த எஸ்டேட்ல ஏதாவது கூலி வேலை செஞ்சு பொழச்சுட்டுப் போறேன்" என்று அவரிடம் கோபமா சீறினாள்.

சாரதாவுக்குக் கோபம் வந்துவிட்டது. அடக்க முயன்றார். ஆனால், அது கண்ணில் நீராய் வெளிப்பட்டது. அம்மா அழுவதைப் பார்க்கத் தமிழ்ச்செல்வியும் சன்னமாய் அழுதாள்.

அப்போது ரொம்ப நேரம் அவர்களைக் காக்க வைக்காமல், போன மின்சாரம் திரும்ப வந்துவிட்டது.

தமிழ்ச்செல்விக்கு டி.வி பார்க்கும் எண்ணம் சுத்தமாகப் போய்விட்டது. மனசு எதையெதையோ நினைத்துக்கொண்டு அல்லல்பட்டது. இந்த அம்மா ஏன் தன்னைப் புரிந்துகொள்ளவே மாட்டேங்கிறார். பெற்ற மகள் தன் தாயிடம் சொல்லக் கூடிய விசயமாக இருந்தால் அவள் உள்ளத்தில் இருப்பதை மறைப்பாளா?

இந்த அம்மாவிடம் அந்தக் கொடூரத்தை எப்படித்தான் காலமெல்லாம் தன் மனதிலிருப்பதை மறைத்துக்கொண்டு வாழப் போகிறோமோ? என்று கவலைப்பட்டாள் தமிழ்ச்செல்வி. யோசித்த களைப்பு மேலிடத் தன்னையறியாமல் சாப்பிடாமல் கொள்ளாமல் அப்படியே அசந்து உறங்கிவிட்டாள்.

*

8

தமிழ்ச்செல்விக்கு விழிப்புத் தட்டியபோது நன்றாக இருட்டியிருந்தது. விரிப்புகூடப் போடாமல் சில்லென்ற தரையில் படுத்திருந்தவள் மெல்ல எழ முயன்றாள். தன் கால்கள் மெத்தென்ற சதைப் பகுதியில் கிடப்பதாகத் தோன்றியது. இருட்டுக்குக் கண்களைப் பழக்கப்படுத்திக்கொண்டு பார்த்தாள். அம்மா அவளது இரு கால்களையும் தன் மடியில் தூக்கிப் போட்டுக்கொண்டு சுவரோரமாகச் சாய்ந்து உட்கார்ந்திருந்தார்கள். உடம்பில் அசைவில்லை. ஆனால், மூச்சு விடும் மெல்லிய சத்தம் கேட்டது. தான் தூங்கிய பிறகு பாதங்களை அழுத்திவிட்டுக் கொண்டிருந்திருக்கிறார்கள்போல. "அம்மா..." என்று கூப்பிட்டவாறு தன் கால்களை இழுத்துக்கொண்டு எழுந்து உட்கார்ந்தாள்.

சாரதா விழித்துக்கொண்டு, "ம்... என்னம்மா, முழுச்சுக்கிட்டியா?" என்றார்கள். "அப்படியே எழுந்திருக்காம ஒக்காந்திரும்மா. நா இப்ப லைட்டப் போடுறேன்" என்றவள், சுவரைப் பிடித்துக்கொண்டே நிமிர்ந்து நின்று சுவிட்சைத் தேடி விளக்கைப் போட்டாள். அவளது கண்கள் தன்னிச்சையாகச் சுவர் கடிகாரத்தைப் பார்த்தன. ஐந்து மணியாகி இருந்தது. அம்மா மதியம் செய்த சிக்கன் குழம்பு வாசம் வீடெங்கும் நிரம்பியிருந்தது. மூச்சை இழுத்துவிட்டாள் தமிழ்ச்செல்வி. சுகமாகயிருந்தது.

நாசியில் மசாலா வாசனை போனதோ இல்லையோ வயிறு கவ்கவ்வா என்று பசித்தது. அடுப்படியில் போய் சின்ன வாணலியைத் திறந்து

பார்த்தாள். கால் கிலோ சிக்கன் குழம்பு கொஞ்சமும் குறையாமல் அப்படியே இருந்தது. தான் சாப்பிடாமல் படுத்தவுடன் மதியம் அம்மாவும் சாப்பிடவில்லை என்று புரிந்தது. அதில்லாமல் அவர் இன்று பிரெட்டுக்கு லீவு கொடுத்துவிட்டுச் சோறு சமைத்திருக்கிறார் என்பது இன்னொரு அடுப்பிலிருந்த குக்கரைப் பார்த்ததும் புரிந்தது. அதிலிருந்த மூடி வெயிட்கூட அகற்றப்படவில்லை.

இரண்டு சில்வர் தட்டுகளைச் சுவரில் மாட்டியிருந்த பாத்திரக் கூடையில் இருந்து எடுத்தாள். அவற்றில், கொஞ்சம் கொஞ்சம் சோறு வைத்துச் சிக்கன் குழம்பும் கறியும் ஊற்றிக்கொண்டு ஹாலுக்கு வந்தாள். அம்மாவைப் பார்த்தாள்.

அவள் தாய் இன்னும்கூட முழுதாய் தூக்கம் கலையாமலேயே சுவரில் சாய்ந்துகொண்டு வெறுமனே கண்களை மூடிக்கொண்டு அமர்ந்திருந்தார். அவர் பக்கத்தில் போய் இரண்டு தட்டுகளையும் கைகளில் வைத்துக்கொண்டே தரையில் உட்கார்ந்தாள் தமிழ்ச்செல்வி. பிறகு, தட்டுகளைத் தரையில் பரப்பினாள். மெல்ல அம்மாவின் தோளைத் தொட்டாள். அவர் மெதுவாகக் கண்களைத் திறக்க, “எந்திரிம்மா, சோறு தின்னு” என்று வாஞ் சையாய் சொன்னாள். தன் மடக்கிய காலை இழுத்து சம்மணமிட்டு அமர்ந்தார் சாரதா. கைக் கழுவ ஒருகையைத் தரையில் ஊன்றி எழ முயன்றார். ஆனால், அதற்கு விடாமல் தமிழ்ச்செல்வி தான் எழுந்துபோய் ஒரு பாத்திரத்தையும் சொம்பு நிறைய தண்ணீரும் கொண்டுவந்து அம்மாவின் முன்னால் வைத்தாள்.

பாத்திரத்திலேயே இருவரும் கையைக் கழுவிக் கொண்டார்கள். தமிழ்ச்செல்வி தன் தட்டிலிருந்த சோற்றில் கை வைக்கும் முன்னால் முந்திக்கொண்ட சாரதா அதைத் தடுத்து, “இரும்மா...” என்றவாறே குழம்பையும் சோற்றையும் பிசைந்து மகளுக்கு ஊட்டிவிட்டார். அம்மாவின் சமையலும் ஊட்டிவிடுதலும் அமிர்தமாய் இருந்தது. ஆனாலும், அவரும் தன்னைப் போல்தானே மதியம் சாப்பிடவில்லை என்ற எண்ணம் வந்ததும், “போதும்மா, நானே தின்னுக்குறேன்” என்று மளமளவென்று சுறுசுறுப்பாய் தன் தட்டிலிருந்த சோற்றைப் பிசைந்தாள். கண்கள் ரிமோட்டைத் தேடின. டிவி பார்த்துக்கொண்டே சாப்பிடத் தோன்றியது. சற்றுத் தொலைவில் தரையில் கிடந்த அதைச் சற்றுச் சிரமப்பட்டு உடலை வளைத்து எடுத்தாள். சுவிட்சை ஆன் செய்து பார்த்தபோதுதான் தெரிந்தது

ஏதோ கோளாறு. அலை அலையாக வந்தது. எனவே, சலிப்பாய் ரிமோட்டை வைத்துவிட்டுத் தன் சாப்பாட்டில் கவனம் செலுத்தினாள்.

அப்போது அம்மா தன் தட்டில் கிடந்த கோழி ஈரலை எடுத்து அவள் வாயில் ஊட்டினார். அம்மாவுக்கும் மகளுக்கும் நடுவே டிவி நிகழ்ச்சிகள் எதுவும் இல்லை. எனவே, தாமதமில்லாமல் இருவரும் சாப்பிட்டு முடித்துவிட்டு எழுந்தார்கள். மீண்டும் கூடத்துக்கு வந்து உட்கார்ந்தார்கள். தமிழ்ச்செல்வி மெல்ல அம்மாவிடம் அவர் கால்களை நீட்டச் சொல்லி மடியில் படுக்க ஆரம்பித்தாள். ஆனால், சாரதா அதற்கு விடவில்லை. "சோறு தின்னவுடனே படுக்காதம்மா" என்று அதட்டினார். மகளின் முகம் கோணுவதைப் பார்த்துவிட்டு அதை மாற்ற மெல்லப் பேச்சுக் கொடுத்தார். "ஒன்னோட காலேஜ் லைஃப் எப்படிம்மா இருக்குது? நீ சொல்லவேயில்லையே..." என்றவர் தொடர்ந்து, "கோயமுத்தூர்ல, காலேஜ்ல படிக்கும்போது டெய்லி என்ன நடந்தது? ஏது நடந்ததுன்னு வந்து என்கிட்ட சொல்வே. இங்க வந்ததும் எதுவுமே சொல்ல மாட்டேங்குறியே..." என்று வினவினார்.

அதற்குத் தமிழ்ச்செல்வி, "அங்கயும் இங்கயும் பெரிய வித்தியாசம் எதுவுமில்லைம்மா. ஸ்டூடன்ட்ஸ் எல்லா எடத்துலயும் ஒரே மாதிரிதான் இருக்குறாங்க" என்று பதில் சொன்னாள்.

சாரதா விடவில்லை. "இருக்கலாம்மா, நீ அப்ப லேடீஸ் காலேஜ்ல படிச்சே. இப்ப கோ–எட் ஆச்சே. பொண்ணுங்க கூட படிக்கிறதுக்கும் இப்ப பசங்ககூடப் படிக்கிறதுக்கும் சேஞ்ச் தெரியாமயா போகும்?" என்று கேட்டார்.

அதற்குத் தமிழ்ச்செல்வி, "எனக்கொன்னும் பெருசா தெரியலம்மா. இந்தக் காலேஜ்ல எல்லாரும் ஒரே மாதிரி தான் இருக்குறாங்க" என்றாள்.

சாரதா, "பசங்க யாரும் ஒன்னை சைட் அடிக்கலியா?" என்று குறும்பாகக் கேட்டார். பிறகு, இதற்கு மகள் என்ன சொல்லப் போகிறாள்? என்பதை அறிய ஓரக் கண்ணால் பார்த்தார்.

தமிழ்ச்செல்வி அம்மா கேட்டதை வைத்து மெல்ல சிரித்தாள். அடுத்து, "பசங்க சைட் அடிக்கிற அளவுக்கு ஒன் பொண்ணு ஒன்னும் பெருசா அழகில்லையேம்மா" என்றாள்.

சட்டென, "ஏம்மா அப்படிச் சொல்றே? எம் பொண்ணு அழகில்லாம போனா இந்த ஒலகத்துல யார்தான் அழகு?" என்றார் சாரதா.

தமிழ்ச்செல்வி குறும்பாக, "காக்கைக்குத் தன் குஞ்சு பொன் குஞ்சு" என்று உதட்டைச் சுழித்தபடி சொன்னாள்.

அவள் தலையில் தட்டிய சாரதா, "எங்கிட்டயே பழமொழி சொல்றியாடீ" என்று சிரித்தார்.

அப்போது தமிழ்ச்செல்வி, "அதிருக்கட்டும். ஒனக்குக் கிளாசெல்லாம் எப்படி இருக்குது? புதுசா டீச்சராயிருக்குறே. ஒன்னும் சிரமமாயில்லதானே?" என்று அக்கறையாய் விசாரித்தாள்.

அதற்குச் சாரதா, "குழந்தைகளுக்குப் பாடம் சொல்லிக் குடுக்குறதுல என்னம்மா சிரமம்? அதெல்லாம் ஒன்னும் இல்ல. இந்தப் பாறைமடுவுல இருக்குற ஸ்கூல் ரொம்ப நீட்டாயிருக்குது. எல்லாம் உள்ளூர் சனங்களோட புள்ளைங்கதானே. பயமில்லாம நல்லாவே ஒட்டிக்கிச்சுங்க" என்றார்.

அப்போது நினைவு வந்தவளாகச் சட்டெனத் தமிழ்ச்செல்வி, "அம்மா இந்த ரகுவரன் குடும்பத்த ஒனக்கு எவ்வளவு நாளா தெரியும்?" என்று கேட்டாள். உடனே, சாரதா, "ஒங்கப்பாவ கல்யாணம் பண்ணிக்கிட்டு இந்த எஸ்டேட்டுக்கு வந்ததுல இருந்தே தெரியும். ஏங் கேக்குறே?" எனப் பதிலுக்குக் கேட்டார்.

"அப்போ அவனும் நானும் வெங்கலமேட்டுல தான் பொறந்து வளர்ந்தோம். இல்லியா?"

"ஆமாம்மா, ஒங்கப்பா சாகுற வரைக்கும் நீயும் அவனும் சேர்ந்தேதான் திரிவீங்க. என்ன விஷயம்?"

"ஒன்னுமில்ல, அன்னிக்கு ரகுவரன் வூட்டுக்குப் பக்கத்துல மெயின்ரோடு இருக்குல்ல. அதுவோரமா நீலக்குறிஞ்சி பூத்திருந்துதும்மா. சின்ன வயசுல நானும் அவனும் அதைப் பறிச்சு வச்சுக்கிட்டு மணிக்கணக்குல வெளையாடுவமாம்"

"சரி அதுக்கென்ன?"

"அந்த நாள்ல நடந்ததையெல்லாம் அவன் இன்னும் மறக்கலியாம். என்னென்னமோ சொல்றாம்மா"

அதைக் கேட்டுச் சாரதா ஆச்சரியம் அடைந்தார். 'இந்தக் காலத்தில் இப்படியொரு இளைஞனா?' என்று நினைத்தார். "வேற என்னம்மா ரகு சொன்னான்?" என்று கேட்டார்.

அதற்கு அவள், "நீலக்குறிஞ்சி பத்தி சொன்னான். நா அந்தப் பூ மேல உசுரா இருந்ததச் சொன்னான். ரெண்டு பேரும் சின்ன வயசுல சேர்ந்து வெளையாடுனதச் சொன்னான். மொத்தத்துல அவன் ஏதோ மனசுல நெனைச்சுக்கிட்டு அந்தரத்துல பறக்குற மாதிரி எனக்குத் தோனுதும்மா" என்றாள்.

சாரதா விடாமல், "எத வெச்சு அப்படிச் சொல்றே?" என்று மீண்டும் வினவினார்.

"எங்கூட பக்ருதீன்னு ஒரு ஸ்டூடன்ட் படிக்கிறான். அவந்தான் ரகுவரனைப் பத்தி எனக்கு எல்லா விபரமும் சொன்னான். அப்புறம், பக்ருதீனுக்குக் கூட நம்ப குடும்பத்தைப் பத்தி நல்லா தெரிஞ்சுருக்கு."

சாரதா 'யாரு?' என்பதுபோல நெற்றியைச் சுருக்கினார்.

"பக்ருவோட அப்பாகூட நம்ப அப்பாவுக்கு ஃபிரெண்டாம். நீயும் நானும் அந்தக் காலத்துல வன்னிப்பள்ளத்துல இருக்குற அவன் வூட்டுக்குப் போயிருக்குறோமாம். அவனோட அப்பா மளிகைக் கடை வெச்சுருக்காறாராம்"

தமிழ்ச்செல்வி தன் அம்மாவுக்கு எடுத்துச் சொன்னாள்.

இந்த விபரம் கிடைத்ததும் சாரதாவுக்குச் சட்டென நினைவுக்கு வந்துவிட்டது. "ஆமா, அங்க மளிகைக் கடை வெச்சுருக்குறது இஸ்மாயில் அண்ணன்" என்று மகிழ்வாகக் கூறினார். பிறகு, அவரே தொடர்ந்து "ஓ...அவரோட பையம் பேருதான் பக்ருதீனா?" என்று கேட்டார். அதற்குத் தமிழரசி, "ஆமாம்மா" என்று தலையசைத்தாள்.

அதைப் பார்த்த சாரதா, "அவனும் ஒன்னொடதான் படிக்கிறானா!" என்று ஆச்சரியமாய் கேட்டார். சட்டெனத் தமிழ்ச்செல்வி அம்மாவிடம், "அப்ப, அவன் சொன்னது நிஜமாம்மா?" என்று கேட்டாள்.

அவர், "சரிதாம்மா" என்று கூறிவிட்டு ஒரு நிமிடம் நிறுத்தி மனதுக்குள் அந்தக் கால நினைவுகளை யோசித்துப் பார்த்தார். பிறகு, "ஒங்கப்பா, இஸ்மாயில் அண்ணன்,

ரகுவோட அப்பாவெல்லாம் அப்ப ரொம்ப சிநேகிதம். அந்த நேரத்துல நீ ஒன்னு ரகு வூட்ல இருப்ப. இல்லன்னா வன்னிப்பள்ளத்துல பக்ருதீன் வூட்ல இருப்பே. எப்புடின்னா அடிக்கடி நம்ம வூட்டுக்கு இஸ்மாயில் அண்ணன் வருவாரு. மளிகைச் சாமானெல்லாம் கொண்டுவந்து கொடுப்பாரு. ஒன் மேல அவுருக்கு ரொம்ப பிரியம். அப்புடி வர்ற நேரத்துல ஒன்னை அவுங்க வூட்டுக்குத் தூக்கிக்கிட்டுப் போயிடுவாரு. ஒருநாள் ரெண்டுநாள்கூட அங்கியே நீ இருப்பே. அப்புறம், அவுரு ரம்ஜான் பண்டிகைக்கு ஒனக்கும் சேர்த்துல்ல புதுத்துணி எடுப்பாரு. நான்கூட பழசையெல்லாம் நெறைய மறந்துட்டேன்" என்றவர், சட்டென நினைவுக்கு வந்தவராய், "நாம்ப, இந்த மலைப் பிரதேசத்துக்கே வந்தது, இஸ்மாயில் குடும்பத்துக்குத் தெரியுமா?" எனச் சந்தேகமாய் கேட்டார்.

அதற்குத் தமிழ்ச்செல்வி, "பக்ருதீன் கிட்ட இதைப் பத்தி நா எதுவும் கேட்கலம்மா" என்று குற்றவுணர்வுடன் சொன்னாள். சாரதா, "என்னம்மா இப்புடிப் பண்ணிட்டே?" என்றவர், "அன்னிக்கி சின்ன சின்ன பசங்களாயிருந்த ரகுவரனுக்கும் பக்ருதீனுக்குமே நம்பள ஞாபகம் இருக்குறப்ப பெரியவுங்க மறந்திருக்க மாட்டாங்க. அவுங்கப்பா ஒன்னையும் என்னையும் நினைச்சுக்கிட்டுத்தான் இருப்பாருன்னு எனக்குத் தோணுது" என்று திரும்ப சொன்னார்.

அம்மாவிடம் தமிழ்ச்செல்வி, "அவுங்கப்பா பத்தி இப்ப எனக்குத் தெரியாது. ஆனா, நீ நெனைக்கிற மாதிரி பக்ருதீனுக்கெல்லாம் என்ன அவ்வளவு ஞாபகம் இல்ல. ரகுவரன்தான் அப்பப்ப என்னைப் பத்தி அவன்கிட்ட எதையாவது பேசி மறக்காம வெச்சிருப்பான் போலிருக்குதும்மா" என்று கூறினாள். சாரதா அமைதியாகக் கேட்டுக் கொண்டிருந்தார்.

பிறகு, "அதெப்படி அவ்வளவு உறுதியாச் சொல்றே?" என்று மகளிடம் கேட்டார்.

அதற்குத் தமிழ்ச்செல்வி, "இதைப் பக்ருதீன்தான் மறைக்காம எங்கிட்ட சொன்னான்" என்றாள்.

அதைக் கேட்டதும் சாரதா தன் நெற்றியைச் சுருக்கி எதுவோ யோசித்தார். திரும்ப அதிலிருந்து மீண்டவர் மகளிடம், "சரி, பக்ருதீன் வேற என்னென்ன சொன்னான்?" என்று வினாத் தொடுத்தார்.

தமிழ்ச்செல்வி, "இந்த ரகுவரன், நாம இந்த வூரைவிட்டுப் போனதுல இருந்தே அடிக்கடி என்னை ஞாபகம் வெச்சு ஏதேதோ பொலம்புவானாம். இப்ப அது ரொம்ப முத்திப் போயி என்னைக் காதலிக்கிறானாம்" தொடர்ந்தாள்.

சாரதா, "அப்படியா?" என்றவர், "நீ மேல சொல்லு" என்று மகளை ஊக்கப்படுத்தினார்.

தமிழ்ச்செல்வி மீண்டும் ஆரம்பித்தாள். "நா காலேஜ்ல சேர்ந்த நாள்ல இருந்தே பக்ருதீன் எங்கிட்ட பேசுறது ரகுவரனுக்குச் சுத்தமா பிடிக்கல. அதனால, சின்ன வயசுலயிருந்து பழகுன அவங்கிட்டயே பேசறதைத் தவிர்த்திருக்குறான்" என்று முடித்தாள்.

சாரதா மகளிடம், "ஏதோ கதைகள்ல, சினிமாவுல கேட்ட, பார்த்த மாதிரி இருக்குதும்மா" என்று வியப்பின் உச்சத்துக்கே போய்ச்சொன்னார்.

அந்த நேரத்தில் தமிழ்ச்செல்வி தன்னையறியாமல் ஒரு உண்மையை மறைக்காமல் தன் தாயாரிடம் கூறினாள்.

"ஆனா, அந்த வெங்கலமேட்டுல பூத்திருக்குற நீலக்குறிஞ்சியப் பாத்தாலே மனசுக்கு ரொம்ப சந்தோசமா இருக்குதும்மா. அன்னிக்கி ஒருநாள் ரகுவோட அந்த எடத்துல நின்னு பேசுனதுக்கே அந்த ராத்திரி பூரா எனக்குத் தூக்கம் வரலம்மா". மகள் இப்படிச் சொன்னதைக் கேட்டு, இப்போது சாரதா ஆச்சரியம் ஏதும் அடையவில்லை.

ஒரு வயசுப் பெண்ணுக்கு வருகின்ற இயல்பான உணர்வுதான் அது. அவள் மனதை ரகுவரன் சீண்டிப் பார்த்திருக்கிறான். ஆனால், அதை ஏற்கவும் முடியாமல் மறுக்கவும் முடியாமல் தன் மகள் தத்தளிக்கும் நிலையில் இருக்கிறாள்.

சட்டென அந்தத் தாயின் மனம் ஏதேதோ கணக்குப் போட்டது. இந்த ஆண்டே தமிழ்ச்செல்வி தன் கல்லூரிப் படிப்பை முடித்து விடுவாள். அதற்குப் பின்னால் அவளுக்கு எத்தகைய வாழ்க்கையை அமைத்துத் தருவது என்பதில் எந்தத் தெளிவும் இல்லை. அவளை மேல படிக்கவைக்க நிச்சயம் குடும்பச்சூழ்நிலை இடம் தராது. தன் கணவர் பணியாற்றிய இதே எஸ்டேட்டில் தன்னைப் போலவே ஏதேனும் ஒரு பாலர் பள்ளியில் அவளுக்குப் பணி கேட்கலாம். அப்படியே வேலை கிடைத்தாலும் என்ன பெரிதாய் சம்பளம் கொடுத்துவிட போகிறார்கள்? மிஞ்

சிப்போனால் ஏழெட்டாயிரம் கிடைக்கும். தனக்கு இப்போது கிடைக்கும் மாத வருமானத்தில் வாழ்க்கையைத் தொட்டுக்கோ தொடச்சுக்கோ என்று ஓட்டலாம். அதைத் தவிர, அவளுக்குக் கல்யாணம் காட்சியென்று எப்படிச் செய்து வைப்பது?

ஒருபுறம் இன்றைய இளைஞர்களுக்குத் திருமணத்துக்குப் பெண் கிடைக்கவில்லை என்று வெளியில் பேச்சு அடிபடுகிறது. ஆனால், வரதட்சிணைக் கொடுமைதான் பெண்களுக்கு இன்னும் தீராத சோகமாய் இருக்கிறது.

தன் அண்ணன் வீட்டில் இருந்தபோது எப்படியாவது ஓரளவு வசதியான இடத்தில் அவன் தமிழ்ச்செல்வியை கல்யாணம் செய்துகொடுத்து விடுவான் என்ற நம்பிக்கை இருந்தது. அதைத்தான் தன்மகள் தவிடு பொடியாக்கிவிட்டாளே!

தன் மாமன் மீது அவளுக்கு என்ன கோபம் என்று தெரிய வில்லை. இந்தப் பெண் அதை வாய்விட்டுத் தன்னிடம் சொல்லவும் மறுக்கிறாள். சரி, அது எதுவாகத்தான் இருக்கட்டுமே, இன்னுமொரு சில வருடங்கள் பல்லைக் கடித்துக் கொண்டிருந்திருந்தால் இப்படிக் கஷ்டப்பட வேண்டியிருந்திருக்காது.

சரி, அதை நினைத்துப் பார்த்து யோசித்துக் கொண்டிருப்பதில் ஒரு பயனும் இல்லை. தமிழ்ச்செல்வி தற்போது தன்னிடம் கூறினாளே ரகுவரன் தன்னைக் காதலிக்கிறான் என்று. அதில், தப்பென்ன? நல்ல குடும்பத்துப் பையன்தானே அவன்.

இவளும் அவனை விரும்புகிறபட்சத்தில் தமிழ்ச்செல்வியின் திருமணம் வெகு எளிதாக நடந்து விடுமே. ரகுவரனின் பெற்றோர் சிறு வயதிலிருந்தே தன் மகளை மாட்டுப்பெண் உறவு கொண்டாடி வருவது தெரிந்த சங்கதிதான். பெண்ணைத் தன் மகனுக்கு மணமுடிப்பதில் அவர்களுக்குப் பெரிய மனத்தடை இருக்க வாய்ப்பில்லை. காசுப்பணத்தை வைத்துப் பார்த்தால் பெரிதாக வரதட்சிணை எதிர்பார்க்க வாய்ப்பில்லை. ஆனால், இந்தக் காலத்தில் யாரையும் நம்ப முடியாது.

தங்கள் மகனை வைத்து அவர்கள் என்னென்ன கனவுகளை வளர்த்து வைத்திருக்கிறார்களோ யார் கண்டது?

அன்றைய இரவில் பலதையும் யோசித்துக்கொண்டு வெகுநேரம் தூங்காமல் கிடந்தார் சாரதா.

*

9

கடந்த சில நாட்களாய் தமிழ்ச்செல்வியால் இயல்பாய் இருக்க முடியவில்லை. மனம் நிலைகொள்ளாமல் தவித்தது. உள்ளுக்குள் தேவையில்லாத பதட்டமும் கிளர்ச்சியும் தோன்றி அவளை அலைகழித்தது. அவளுக்கு விபரம் தெரிந்து இப்படியொரு மனநிலை வாய்த்ததில்லை. ஒரு நேரம் மயிலிறகில் வருடியதுபோலச் சுகமாகவும் இன்னொரு நேரம் நெருப்பில் சுட்டுக்கொண்டதுபோலக் காந்தலாகவும் இருந்தது. எல்லாம் இந்த ரகுவரன் செய்த வேலை. அன்று வெங்கலமேட்டிலிருந்து சாலையோரம் பூத்துக் குலுங்கும் நீலக் குறிஞ்சியைக் கொத்தாகப் பறித்து ஒரு பாலிதீன் பையில் போட்டுக் கல்லூரிக்கு எடுத்து வந்திருந்தான்.

ஒரு எதிர்பாராத தருணத்தில், "ஹாப்பி பர்த்டே" என்று உற்சாகமாய் அதை அவளிடம் அவன் நீட்டிய சமயத்தில் அவள் ஆச்சரியமாய் அவனைப் பார்த்துவிட்டு, "தேங்க்ஸ் ரகு" என முகம் மலர்ந்தாள். பிறகு நீலக்குறிஞ்சி மலர் கொத்தை வருடிக்கொண்டே, "அழகாவும் ஃப்ரெஸ்ஸாவும் இருக்கு" என்று கூறினாள்.

அன்று அதிகாலையிலேயே பாறைமடுவு வீட்டில் அம்மா அவளை எழுப்பிவிட்டுத் தலை குளிக்க வைத்தார்கள். பிறகு, புதுத்துணிப்போட வைத்து, நேற்று மாலையே ஏற்காடு பிரதான சாலையில் இருக்கும் பெட்டர் பேக்கரியில் வாங்கிய கேக்கை வெட்டச் சொல்லி வாயில் ஒரு துண்டைத் திணித்தார்கள். பதிலுக்கு அம்மாவுக்கு தானும்

கேக்கை ஊட்டிவிட்டாள். அவளது இடது கன்னத்தில் அன்பாய் முத்தமிட்ட அவரை கட்டிக்கொண்டு மகிழ்ச்சியில் திளைத்தாள் தமிழ்ச்செல்வி. அவர்கள் இருவர் மட்டுமே அறிந்த பிறந்தநாள் ரகுவரனுக்கு எப்படித் தெரியும்? தன் சந்தேகத்தைச் சொல்லி, "ஆமா, இன்னிக்கு எனக்குப் பர்த்டேன்னு ஒனக்கு யாரு சொன்னா?" என வினவினாள். ஒருவேளை தன் தாயார்தான் வெங்கலமேட்டுக்கு ஃபோன் செய்து அவனது அம்மாவிடம் சொல்லிவிட்டார்களோ? இது அவனுக்குத் தெரிந்துதான் வாழ்த்துச் சொன்னானோ என நினைத்தாள்.

ஆனால், அது அப்படியல்ல என்று பிறகுதான் தெரிந்தது. ரகுவரன், "ஒன்னோட பொறந்தநாள் ஏப்ரல் பதினெட்டு. அதுக்கு மூனு மாசத்துக்கு முந்தி அதே பதினெட்டுல எனக்குப் பொறந்தநாள் வரும். அத சின்ன வயசுலயிருந்து நா மனப்பாடம் பண்ணி வெச்சிருக்குறேன் தமிழ்ச்செல்வி" என்று சொன்னான். பிறகு, "நீ இந்த வூர வுட்டுப்போன ஒவ்வொரு வருசமும் இந்த நாளைத் தவறாம பக்ருதீன்கிட்ட சொல்வேன். வேணுன்னா அவனை நீ கேட்டுப் பாரேன்" என்றான். ரகு சொன்னதை உறுதிப்படுத்திக்கொள்ள அவள் கண்கள் பக்ருதீனைத் தேடின.

அப்போதுதான் சற்றுத் தூரத்தில் அவன் சக மாணவி ஒருத்தியிடம் கடலை போட்டுவிட்டு இவர்களை நோக்கித் திரும்பி வந்தான். அவன் கண்ணில் தமிழ்ச்செல்வியின் புத்தாடையும் அவள் கையில் இருக்கும் நீலக் குறிஞ்சி பூங்கொத்தும் பட்டுச் சட்டென வாழ்த்துச் சொல்ல வைத்தன.

"ஹாப்பி பர்த் டே தமிழ்ச்செல்வி" என்றான் பக்ருதீன். அதை ஏற்றுக்கொண்ட அவள் நன்றி சொன்னாள். பிறகு, தன் பிறந்தநாளைப் பற்றி ரகுவரன் சொன்னதைக் கேட்க வாயெடுத்தாள். ஆனால், பக்ருதீன் முந்திக் கொண்டான்.

"நல்லவேளை இந்த வருசம் நீ இந்த வூருக்கு வந்துட்ட. இல்லன்னா ரகு ஒன் பிறந்தநாளை எங்கிட்டல்ல சொல்லி, என்ன நீயின்னு நெனச்சுக்கிட்டு மானே தேனேன்னு ஏதேதோ பினாத்தி இருப்பான். வருசா வருசம் இத ஒரு பொழப்பாவே அவன் வெச்சிருக்குறான்".

"நிஜமாவா சொல்றே?" என்றாள் தமிழ்ச்செல்வி.

"ஆமா தமிழ்ச்செல்வி. ஒன்னோட பிறந்தநாள் மட்டுமில்ல, நீ இந்த வூரைவிட்டு ஒங்கம்மாவோட போன நாளைக்கூட

அவன் மறக்காம வெச்சிருக்கான்" என்று பக்ருதீன் சொன்னதை இடைமறிக்காமல் கேட்டுக்கொண்டிருந்தாள் தமிழ்ச்செல்வி.

அவன் மேலும், "அது மட்டுமில்லாம இங்கிருந்து நீ கோயமுத்தூர் போகும்போது என்ன கலர் டிரெஸ் போட்டிருந்தே, கடைசியா என்ன பேசுனேன்னு ஒன்னுவிடாம மறக்காம வெச்சிருக்குறான்" என்று கூறினான்.

அதைக் கேட்டதும் உள்ளம் கசிந்தது தமிழ்ச்செல்விக்கு. தன்மேல் ரகுவரனுக்கு இப்படியொரு அன்பா? இப்படி யெல்லாம்கூட இந்தக் காலத்தில் இளைஞர்கள் இருக்கிறார்களா? ஒரு பெண்ணிடம் காதல் சொல்லிப் பழகிவிட்டுக் கொஞ்சம் போரடித்தால், அடுத்தவளைத் தேடிப் போவதுதானே இன்றைய இளவட்டங்களின் வழக்கம்.

இத்தனைக்கும் அவள், தான் காதலிக்கிறேன் என்று அவனிடம் சொல்லவில்லை. ஏன்? மனதால் நினைக்கக்கூட இல்லை. ஆனால், ரகுவரன் தானாகவே மனதுக்குள் ஒரு நேசத்தை வளர்த்துக்கொண்டு இப்படிப் பித்தாகத் திரிகிறானே. நினைக்க நினைக்க அவள் மனதில் மிகவும் உயர்ந்துகொண்டே சென்றான் அவன். இதற்காக இவனுக்கு என்ன கைமாறு செய்யப் போகிறோம்?

இந்த நினைவுதான் அவள் அலைகழிய காரணம். இத்தனை நாள் அவன்தான் தமிழ்ச்செல்வியைக் கணந்தோறும் மனதில் சுமந்துகொண்டு திரிந்தான். இப்போது ஒரு தொற்றுநோயைப்போல அவளுக்கு அவனைப் பற்றிய எண்ணங்கள் பற்றிப் படர்ந்துவிட்டன.

அந்த அவதிதான் பாடாய் படுத்தியது. படிப்பில் கவனம் செல்லவில்லை. சாப்பிடவும் முடியவில்லை. ஏன், அம்மாவிடம்கூட இயல்பாய் இருக்கத் தோணவில்லை. ஏதோ வானத்தில் பறப்பதுபோலத் தரையில் கால் பாவாமல் திரிந்தாள்.

இதுவே, கோவை மாநகரமாய் இருந்திருந்தால் தன்னுடன் படித்த, பழகிய தோழிகள் யாரையாவது சந்தித்து மனம்விட்டுப் பேசியிருப்பாள். இங்கே அப்படி யாருமில்லையே. போன ஞாயிறன்று சாரதா, தமிழ்ச்செல்வியின் கல்லூரி அனுபவங்களைக் கேட்ட மாத்திரத்தில் ரகுவரன் தன்னைக் காதலிப்பதைப் பக்ருதீன் மூலம் தெரிந்துகொண்டதை மறைக்காமல் கூறியிருந்தாள்.

ஆனால், அதன் பிறகு, அம்மா இது குறித்து ஏதும் சொல்லவில்லை. அவளும் கேட்கவில்லை.

திடீரென்று அவளுக்கு ரகுவரனைக் காதலித்தால்தான் என்ன? என்று தோன்றியது. அந்த நினைப்பு வந்ததும் தமிழ்ச்செல்வியின் முகம் தானாய் சிவந்துவிட்டது. உள்ளுக்குள் ஜில்லென்ற புத்துணர்வு ஏற்பட்டது. இத்தனை நாட்களும் பூக்காத செடியொன்று பூத்துக் குலுங்குவதைப்போலத் தோற்றம். அந்த அழகான மலர் அதிக நறுமணம் கொண்டதாய் இருந்தது. அது சுவாசிக்க சுவாசிக்க பேரின்பத்தைக் கொடுத்தது. இரவும் பகலும் அந்தப் போதையிலே மூழ்கிக் கிடந்தாள்.

கர்ப்பத்தையும் காதலையும் நீண்ட நாட்கள் மறைக்க முடியாது என்று யாரோ சொன்னதாய் நினைவு.

அதை மெய்ப்பிப்பதுபோல ரகுவரனைப் பார்க்கும் போதெல்லாம் குறுகுறுவென அவனறியாமல் பார்த்துக் கிடந்தாள். வகுப்பில் அடிக்கடி அவன் உருவத்தைக் கண்டு ரசித்தாள். கல்லூரிவிட்டு வீட்டுக்கு வருவதெல்லாம் தற்போது அவதியாக இருந்தது. ரகுவரனுடன் தான் இருக்கும் நேரத்தை அதிகப்படுத்திக்கொள்ளத் தன் வழக்கத்தை மாற்றிக் கொண்டாள் தமிழ்ச்செல்வி. அதாவது தினமும் தன் இருசக்கர வாகனத்தில் காலேஜீக்கு வந்து வீடு திரும்புகிறவள் அதை மாற்றிக்கொண்டு மற்ற மாணவர்களைப்போல் கல்லூரிப் பேருந்தைப் பயன்படுத்த ஆரம்பித்தாள்.

எப்போதும் காலையில் தாமதமாகத்தான் அவள் கண் விழிப்பாள். அதனாலேயே நேரத்துக்கு வந்துவிடும் பஸ்ஸை அவளால் பிடிக்க முடிவதில்லை. கோவையிலும் அப்படித்தான் வெகுநேரம் தூங்குவாள். மலைக்கு வந்த பிறகு குளிர் நிறைந்த வைகறை உறக்கத்தைத் தவிர்க்க முடியவில்லை. எனவேதான் இருசக்கர வாகனத்தைக் கல்லூரிக்குப் போக, வர பயன்படுத்தினாள். ஆனால், ரகுவரன்மேல் நேசம் வந்த பிறகு இரவுத் தூக்கமே சரியாக வருவதில்லை. இதில், எங்கே காலையில் நெடுநேரம் தூங்குவது?

முதன்முறையாகக் கல்லூரிப் பேருந்தில் தமிழ்ச்செல்வியைப் பார்த்ததுமே ரகுவரனுக்கு ஆச்சரியம் தாளவில்லை. "என்னாச்சு தமிழு, ஒன் ஸ்கூட்டர் ரிப்பேரா?" என்று கேட்டான். அவள் இல்லையென்பதுபோல் தலையசைத்தாள். அவன் விடாமல், "அப்புறம் திடீர்னு என்ன பஸ் பயணம்?" எனத் தொடர்ந்தான். அவள் என்ன சொல்லலாம் என்று யோசித்தாள். 'உனக்காகத்தான் ரகு என் இருசக்கர வாகனப் பயணத்தைத்

தியாகம் செய்திருக்கிறேன்' என்று சொல்லலாமா? சட்டென மனதிலிருப்பதைப் போட்டுடைக்க வெட்கம் தடுத்தது.

எனவே, காலையில் அம்மாவிடம் சொன்ன அதே பொய்யை அவனிடமும் கூறினாள். "அதுவா... பெட்ரோல் வெல லிட்டருக்கு நூறு ரூபாயைத் தாண்டியிருக்குது. நம்பள மாதிரி மிடில் கிளாசுக்குக் காலேஜீக்குப் போய்வர ஸ்கூட்டர் கட்டுப்படியாகுமா?" என்று கூறினாள். ரகுவரன் அதை ஏற்றுக் கொண்டதுபோல், "சரிதான். அதுவுமில்லாம இப்புடிப் பஸ்சுல ஃபிரெண்ட்ஸ்கூட காலேஜீக்குப் போற சுகமே தனி" என்று ஒத்துப் பாடினான்.

கல்லூரிப் பேருந்தில் ஆண்கள் பெண்கள் என்று பாகுபாடெல்லாம் மாணவர்கள் வைத்துக்கொள்வது கிடையாது. எவர் பக்கத்தில் எவரும் உட்காரலாம். எனவே, ரகுவரன் தன்னருகில் அவளை அமரச் சொல்ல ஆசைப்பட்டான். ஆனால், இத்தனை நாளும் தன்னுடன் பயணம் செய்த பக்ருதீனை என்ன செய்வது? அவனை வேறுயிடம் பார்த்துக்கொள்ளச் சொல்லச் சற்று சங்கடமாய் இருந்தது. எனவே, வேண்டுமென்றே தமிழ்ச்செல்வி எந்த இருக்கையில் அமர்ந்து வருகிறாளோ அதனருகில் பஸ் கம்பியைப் பிடித்து நின்றுகொண்டு வரத் தொடங்கினான். அவளுடன் பேச அது வசதியாகவும் இருந்தது. ஓரிரு நாட்கள் அவன் இப்படிச் செய்வதைப் பார்த்துவிட்டு மற்ற மாணவர்கள், "என்ன ரகு, ஓம் மொதப் பொண்டாட்டி பக்ருதீன் பாயை நீ டைவர்ஸ் பண்ணிட்டியா?" என்று நக்கலடித்தார்கள். அதற்கு ரகுவரன் எதுவும் பதில் சொல்லவில்லை. ஆனால், பக்ருதீன் விடவில்லை.

அவன், "எங்க ரெண்டு பேத்தையும் தமிழ்ச்செல்விதான் பிரிச்சிட்டாங்க" என்று இல்லாத சோகத்தை முகத்தில் ஏற்றிக்கொண்டு புகார் சொன்னான். அனைவரும் சிரித்தார்கள்.

பிறகொருநாள் என்ன நினைத்தானோ பக்ருதீன், "டேய் மச்சான் நாம ரெண்டு பேரும் எப்பவும் வழக்கமா ஒக்காந்து வர்ற சீட்ல நீ தமிழ்ச்செல்வியோட சேர்ந்து வா" என்று தன் இருக்கையைத் தியாகம் செய்தான்.

அவன் அப்படிச் சொன்னதுதான் தாமதம். தமிழ்ச்செல்விக்கு மகிழ்ச்சி தாங்கவில்லை. ரகுவரனுக்கு அருகில் அமர்ந்து ஒட்டிக்கொண்டு வந்தாள். அவனுக்கு அவளிடம் ஏற்பட்டிருக்கும் மாற்றம் ஒரே நேரத்தில் குழப்பத்தையும் மகிழ்ச்சியையும் ஏற்படுத்தியது. ஆனாலும், எதையும் வாய்விட்டுக் கேட்கவில்லை.

தமிழ்ச்செல்விக்கு ஒரு இளவயது ஆணுடன் இப்படி உரசியபடி பேருந்துப் பயணம் செய்வது இதுவே முதல்முறை. அதுவே ஒருவகையான கிளர்ச்சியை அவளுக்கு ஏற்படுத்தியது. மனதுக்குப் பிடித்தவன் பக்கத்தில் என்றால் கேட்கவா வேண்டும். காலையில் கல்லூரிக்குப் போகும்போதும், வரும்போதும் குளிருக்கா பஞ்சம்? மலை வாசஸ்தலம் ஆயிற்றே...

ரகுவரனின் இளஞ்சூட்டு உடம்பு இதமாக இருந்தது. பாறைமடுவில் இருந்து கல்லூரிக்கு வெகு தொலைவெல்லாம் இல்லை. மிஞ்சிப் போனால் முப்பது நிமிடம்தான். சமதளத்தில் ஓடும் பேருந்தென்றால் பத்துப் பதினைந்து கிலோ மீட்டர் தூரத்தை இன்னும் வேகமாய் கடந்து விடும்.

காலையில் அரைமணி நேரம், மாலையில் அரைமணி நேரம் ரகுவரனின் அருகாமையில் சொர்க்கத்தை அனுபவித்தாள் தமிழ்ச்செல்வி. மொத்தம் அந்த ஒருமணி நேர இன்பம் ஒருநாள் பூராவும் தொடர்ந்து நீடித்தது. இரவில் மனதுக்குள் அவனது கதகதப்பான ஸ்பரிசத்தை நினைவுக்குக் கொண்டுவந்து தலையணையைக் கட்டிக்கொண்டாள்.

தொடர்ந்து நாட்கணக்கில் இந்த இன்ப அவதி அவளுக்குள் நீடித்தது. எனினும், அவனிடம் தன் காதலைப் பரிமாறிக்கொள்ளத்தான் நேரம் வரவில்லை. அவன் ஏன் இன்னும் தன் மனதில் உள்ளதை நேரடியாகக் கூறவில்லை என்று யோசித்தாள். தன்னுடன் பழகிய சிறுவயது நினைவுகளுடன் எந்நேரமும் திரியும் அவன், தற்போது தானே காதலாகிக் கிடப்பதைப் புரிந்துகொள்ளாமல் இருக்கிறானே என்பது அவளுக்கு ஆதங்கமாய் இருந்தது. ஒருவேளை, பக்ருதீனிடம், என்னிடம் ஏற்பட்டுள்ள மாறுதலைப் பகிர்ந்துகொண்டிருப்பானோ? என்று நினைத்தாள். ஆனாலும், அவனிடம் கேட்கவும் மனம் இடம் தரவில்லை.

அன்று மதியநேரம் வழக்கம்போலவே சாப்பிடும் இடத்தில் அவள் ரகுவரனுடனும் பக்ருதீனுடனும் சேர்ந்து உணவருந்திக் கொண்டிருந்தாள். வழக்கம்போலவே தமிழ்ச்செல்வியின் பார்வை ரகுவரன்மீது அவனறியாமல் படிந்திருந்தது.

அவன் டிபன் பாக்ஸில் சோறும் மீன்குழம்பும் இருந்தது. அதைப் பார்த்ததும் அவளுக்கு நாக்கில் எச்சில் ஊறியது. ரகுவரன் ஒரு துண்டு மீனை எடுத்து அவள் கழட்டி வைத்திருந்த மூடியில் வைத்தான். பிறகு, "சிறுவாணி ஆத்து மீன் இது.

வெங்கலமேட்டுக்கு ஒரு வேவாரி கொண்டுகிட்டு வருவாரு. நல்லா ருசியா இருக்கும்" என்று சொன்னான். குழம்பு வாசம் வேறு நாசியில் இதமாய் நுழைந்தது. அவள் ஆசையாய் எடுத்து வாயருகே கொண்டுபோனாள். அவன் அவசரமாய், "இரு... இரு ஒனக்கு மீன் சாப்பிடத் தெரியாது. தொண்டைல முள் சிக்கிக்கும். அன்னிக்கொரு நாளு அப்புடித்தான் நீ திங்கத் தெரியாம தின்னுட்டு ரொம்ப அவஸ்தைப்பட்டே" என்று தடுத்தான். இது எப்போ? என்பதுபோல் அவனைப் பார்த்தாள் தமிழ்ச்செல்வி. ஏனெனில், அவனுடன் பழகிய இந்த சில மாதங்களில் இருவரும் ஒன்றாகச் சேர்ந்து மீன் குழம்பு சாப்பிட்டதாக அவளுக்கு நினைவில்லை. ஒருவேளை இதுவும் வழக்கம்போல ரகுவரன் நினைவில் உள்ள சிறுவயது ஞாபகம்தான்போலும் என்று நினைத்துக் கொண்டாள். அவள் நினைத்தது மிகச் சரிதான்.

ரகுவரன் அப்படியொரு சம்பவத்தைத் தமிழ்ச்செல்வியிடம் கூறிக்கொண்டே வெந்த மீன் துண்டிலிருந்து முள்ளைப் பக்குவமாய் பிரித்தெடுத்துத் தருவதற்கு முற்பட்டான். கொஞ்சம்விட்டால் ஊட்டியே விடுவான் போலிருந்தது. அவள், அவனைத் தடுத்துவிட்டாள். தானே மீன் துண்டையெடுத்து வாயில் போட்டாள். ரகுவரன் சொன்னது போலவே அவளுக்குப் பக்குவமாய் மீன் சாப்பிடத் தெரியவில்லை. ரகுவரன் சிறு பிள்ளையிலிருந்து இவள் இன்னும் மாறவில்லை என்று நினைத்துக் கொண்டான்.

அப்போது, எதிர்பாராத விதமாய் மீன் முள்ளொன்று அவளுக்குத் தொண்டையில் சிக்கிக் கொண்டது. அவள் இரும ஆரம்பித்தாள். பிறகு, முள்ளைக் கக்கி வெளியேற்ற முயன்றாள். சட்டென மூச்சடைக்க ஆரம்பித்தது. அவளறியாமல் தலை தொங்க ஆரம்பிக்க, ரகுவரனுக்கும் பக்ருதீனுக்கும் பதற்றம் தொற்றிக்கொண்டது. அந்த நேரத்தில் ஒரு சமயோசிதம் செய்தான் ரகுவரன். சட்டெனத் தமிழ்ச்செல்வியின் உச்சிமுடியைப் பிடித்துப் பலமாக இழுத்தான். தொண்டையில் சிக்கியிருந்த முள் அவள் வாயிலிருந்து வெளியே வந்து விழுந்தது. கண்ணில் நீர் திரள அதைப் பார்த்த ரகுவரன், "நா பயந்துட்டேன் தமிழ்ச்செல்வி" என்றான். சட்டென, "ரகு..." என்று உணர்ச்சிவயப்பட்டு அவன் கையைப் பிடித்தாள் அவள்.

*

10

இருட்டிய நேரத்தில் வெங்கலமேட்டில் ரகுவரனும் தமிழ்ச்செல்வியும் இறுக்கமாகக் கட்டிக்கொண்டு ஒரு பெரிய மரத்தின் மறைவில் அமர்ந்திருந்தார்கள். அவள் தன்னையறியாமல், “ஐ லவ் யூ ரகு” என்று முனகிக் கொண்டிருந்தாள். தமிழ்ச்செல்வி அந்த வார்த்தையை அனுபவித்துச் சொன்னாள். அவன் காதில் தேன் வந்து பாய்ந்ததுபோல ரசித்துக் கேட்டுக் கொண்டிருந்தான். இவ்வளவு சீக்கிரம் அவள் தன்னைக் காதலிப்பதாகச் சொல்வாள் என்று அவன் கனவிலும் நினைக்கவில்லை. ஏன், இன்னும் சொல்லப்போனால் காதலிப்பாளா? என்பதே சந்தேகமாய் இருந்தது.

எல்லாம் அவள் மதியம் சாப்பிட்ட மீன் செய்த மாயம் என்று ரகுவரன் நினைத்துக் கொண்டான். அப்படியொரு மீனை வாங்கிச் சமைத்த அம்மாவுக்கு நன்றி சொல்ல வேண்டும் என அசட்டுத்தனமாய் யோசித்தான். அப்படி நினைக்க அவனுக்கு உள்ளுக்குள் சிரிப்பாய்தான் இருந்தது. பின்னே...

தமிழ்ச்செல்வி தன் தொண்டையில் சிக்கிய அந்த மீன் முள்ளால் திக்குமுக்காடிப் போனாள். தனக்கு நேர்ந்துவிட்டதை ரகுவரனிடம் சொல்ல அவள் பதட்டத்துடன் முயன்றாள். ஆனால், பேச்சு வரவில்லை. கண்கள் எங்கேயோ போய் நிலைகுத்திச் சொறுகிக்கொண்டது. உடம்பெல்லாம் வேர்த்து மரண வேதனை என்பார்களே அதை அவள் ஒரு சில விநாடிகள் உணர்ந்தாள்.

ஆனால், அவன் வெகுசீக்கிரம் அவள் அவதிப்படுவதைப் புரிந்துகொண்டு செயல்பட்டான். யாரோ தன் உயிரை முரட்டுக் கரங்களால் பறித்துக்கொண்டு போவதைப் போலவும் ரகுவரன் அதனுடன் போராடித் தன்னை மீட்டுக்கொண்டு வந்ததையும்போல அவள் உணர்ந்தாள். அதுவரைத் தன் காதலை ரகுவரனிடம் சொல்லத் தயக்கம் காட்டியவள் இனியும் தாங்காது என்பதைப் போன்ற நிலைக்கு வந்துவிட்டாள்.

“ரகு, சாயங்காலம் நானும் ஒங்கூட வெங்கலமேட்டுலயே காலேஜ் பஸ்சுல இருந்து இன்னிக்கி எறங்கப் போறேன்” என்றாள். அதைக் கேட்ட ரகுவரன் ஒருவேளை தன் பெற்றோரைப் பார்த்து அவளுக்கு ரொம்ப நாட்கள் கடந்து விட்டதால் இன்று தன்னுடன் வீட்டுக்கு வரப்போகிறாள் போலும் என்றுதான் நினைத்தான். இல்லையென்றால் அவளுக்கு வெங்கலமேட்டில் என்ன வேலை இருக்கப் போகிறது? என்றுதான் யோசித்தான். ஆனால், அவன் நினைத்ததற்கு நேர் மாறாகத் தமிழ்ச்செல்வி நடந்துகொண்டாள்.

வெங்கலமேட்டில் கல்லூரிப் பேருந்து நின்றதும் அவனுடனேயே அவள் இறங்கி நின்றுகொண்டாள்.

பிறகு, நீலக்குறிஞ்சிப் பூத்திருக்கும் செடியைக் காட்டி, “ரகு எனக்குச் சீக்கிரம் நீலக்குறிஞ்சிப் பூவைப் பறிச்சுக் கொடேன்” என்று ஆசையாகக் கேட்டாள். அப்படி அவள் கேட்டதைப் பார்த்த மாத்திரத்தில் தமிழ்ச்செல்வியின் தற்போதைய இளவயது உருவம் மறைந்து கவுன் போட்ட சிறுவயதுத் தோற்றம் அவன் மனக்கண்ணில் வந்து நின்றது.

கடந்த பன்னிரெண்டு வருடங்களுக்கு முன்பும் இப்படித்தான் இதேபோல் நீலக்குறிஞ்சி பூத்திருந்த காலம். அவனும் அவளும் ஸ்கூல் பஸ்ஸில் மாலை நேரத்தில் வெங்கலமேட்டில் ஆளுக்கொரு புத்தகப் பையுடன் வந்து இறங்குவார்கள். அவள் தரையில் கால் பாவாததுபோல, “சீக்கிரம் நீலக்குறிஞ்சியப் பறிச்சு எங்கைல குடுடா” என்று அடம் பிடிப்பாள்.

அதேபோலதான் இப்போதும் வேறு வார்த்தைகளில் கேட்கிறாள். இது போதாதா? ரகுவரனுக்கு. தன் அப்பாவின் இறப்பால் இங்கிருந்து பிரிந்துபோன தமிழ்ச்செல்வி எப்போது திரும்ப வருவாள் தன்னிடம் நீலக் குறிஞ்சியைப் பறித்துத் தரச் சொல்லிக் கேட்பாள் என்று இத்தனை நாட்களாய் அவன்

ஆசை ஆசையாகவல்லவா காத்திருந்தான். கேட்டதுதான் தாமதம். தன் கையிலிருந்த புத்தகத்தைத் தமிழ்ச்செல்வியிடம் கொடுத்தான்.

நீலக்குறிஞ்சி செடியை நோக்கி நடந்தான். அதே வேகத்தில் பூக்களைக் கொத்தாகப் பறித்து வந்து அவளிடம் நீட்டினான். வாஞ்சையாய் பூவைத் தடவிக் கொடுத்துவிட்டுத் தமிழ்ச்செல்வி, "இந்த நீலக்குறிஞ்சி பூக்கிட்ட ஏதோ காந்தம் இருக்குது ரகுவரன்" என்று சொன்னாள். அவன் அவள் எதை வைத்து அப்படிச் சொல்கிறாள் என்பது புரியாமல், "என்ன சொல்றே தமிழ்ச்செல்வி?" என்று கேட்டான். அவள் "அன்னிக்கி நா காலேஜ்ல சேர்ந்த மொதநாள் சாயங்காலம் இதே வழியாத்தான் என் ஸ்கூட்டியில வந்தேன். ஞாபகமிருக்குதா?" என்று சொன்னாள்.

அவன், ஆமாம் என்பதுபோலத் தலையசைத்தான். பிறகு, "அதுக்கு என்ன இப்போ?" என்றான்.

"அன்னியிலர்ந்துதான் எம் மனசுல ஏதோ ஒரு ரசாயன மாற்றம் வர ஆரம்பிச்சுது. இந்தப் பூக்கூட ஏதோ ரொம்ப நாள் வாழ்ந்த மாதிரி ஒரு ஃபீலிங் ஏற்பட்டுது" என்றாள் தமிழ்ச்செல்வி.

அவன் அவளை ஆச்சரியமாகப் பார்த்தான்.

தமிழ்ச்செல்வி தொடர்ந்தாள், "ஆமா ரகு, அதுக்குப் பின்னால இந்தப் பூ என்னைக் கனவுலகூடத் தொந்தரவு பண்ண ஆரம்பிச்சுது. இது எதனாலன்னு நா பலநாள் யோசிச்சுப் பார்த்தேன். அதுக்கு விடை இப்பத்தான் கெடைச்சுது."

அவன் அவளையே இமைக் கொட்டாமல் பார்த்துக் கொண்டிருந்தான்.

மேலும், "இந்தப் பூவை ஒரு காதல் தூதாப் பாக்குற பார்வை எனக்கு வந்திருக்குது" என்றாள். சட்டென ரகு, "அப்ப தூதுவிட்டது யார்னு தெரிஞ்சுக்கிட்டியா தமிழ்ச்செல்வி?" என்று கேட்டான். இப்படிக் கேட்கும்போது அவன் மனம் படபடவெனப் புறாவின் சிறகைப்போல அடித்துக்கொண்டது. அவள் கொஞ்சநேரம் மௌனம் காத்தாள். அந்தக் காத்திருப்பு அவனுக்குப் பெரும் அவதியாய் இருந்தது. கணங்கள் ஒவ்வொன்றும் யுகமாய் நீண்டது.

இரா. பாரதிநாதன் | 79

தமிழ்ச்செல்வி ஓரக் கண்ணால் அவனைப் பார்த்தாள். பிறகு, அவனைக் காக்க வைக்க வேண்டும் என்ற முடிவுடன் சுற்றும் முற்றும் பார்த்தாள். கண்ணுக்கெட்டிய தூரம் வரை தேயிலைத் தோட்டங்கள் விஸ்தாரமாய் பரந்துகிடந்தன. அதன் பசேலென்ற அழகு ரம்யமாய் தோற்றமளித்தது. மாலைநேரம் என்பதால் பறவைகள் கும்பல் கும்பலாய் வானத்தில் இடம் வலமாய் திரிந்தன. அவற்றில், பல நிறங்கள் இருந்தன. ஒவ்வொன்றின் பெயர் என்னவாயிருக்கும்? எனத் திடுமென யோசனை வந்தது.

அவளது நடவடிக்கைகளை எல்லாம் வைத்த கண் வாங்காமல் பார்த்துக் கொண்டிருந்தான் ரகுவரன். தமிழ்ச்செல்வி தன்னிடம் சொல்ல வந்ததை ஏன் நிறுத்திவிட்டாள்? என்று அவனுக்குப் புரியவில்லை. சொல்லக்கூடாத ரகசியம் ஏதேனும் உள்ளதோ? எனக் கூடி கூடி கலைந்தான்.

அவளோ, முழு மயக்கத்தில் ஆழ்ந்துவிட்டாள். உதடுகள் துடித்துக் கொண்டிருந்தன. ஆனால், வாயிலிருந்து வார்த்தைகள் வெளியே வர மறுத்தன. தயக்கமெனும் கதவை உடைக்கத் தமிழ்ச்செல்வி கடும் பிரயத்தனம் செய்வதுபோலத் தோன்றியது. ஒருகட்டத்தில், ரகுவரன் பொறுமையிழந்துவிட்டான். “ப்ளீஸ் எதுவாயிருந்தாலும் சீக்கிரம் சொல்லு. எனக்குத் தலை வெடிச்சுடும் போலத் தோணுது” எனக் கையை நீட்டிக் கெஞ்ச ஆரம்பித்துவிட்டான். அதைப் பார்த்து ஒருபக்கம் பாவமாகவும் இன்னொரு பக்கம் ஆனந்தமாகவும் முரண்பட்ட மனநிலை அவளுக்குத் தோன்றியது.

சட்டென, அவனது கண்கள் இரண்டையும் நேருக்கு நேர் கூர்மையாகப் பார்த்தாள். அந்தப் பார்வை அவனுள்ளே ஆழமாய் ஊடுருவிப் பாய்ந்தது. அது மின்னல் வெட்டாய் உடல் முழுக்க அதிர்வலைகளை உருவாக்கியது. அவன் மேனி நடுங்கியது. தாங்க மாட்டாமல், “என்னை அப்புடிப் பாக்காதே தமிழ்ச்செல்வி. எனக்கு என்னென்னமோ ஆகுது” என்று முகத்தை மூடிக் கொண்டான். அவள் ஒரு மயக்கப் புன்னகையுடன் சட்டெனத் தாவி அவன் மார்பில் சாய்ந்தாள்.

நீலக்குறிஞ்சியைப் பெரிய கொத்தாகக் கட்டி யாரோ தன் மேல் வீசியதைப்போல உணர்ந்தான் ரகுவரன். எனவே, சுற்றுப்புறம் மறந்து தமிழ்ச்செல்வியை அள்ளி அணைத்துக் கொண்டான். அவர்களின் மோனநிலையைக் கலைத்துவிடக்

கூடாதென நினைத்த வெண்பஞ்சு மேகங்கள், பொதிபொதியாய் சூழ்ந்துகொண்டு வெளியார் பார்வைக்கு மறைத்தன. மேக அரண்போல அந்தக் காட்சி தோற்றமளித்தது. மலையில் திரியும் பட்டாம்பூச்சிகள் தங்கள் கண்கள் மறைக்கப்பட்டுவிட்டதை உணர்ந்து வழி தடுமாறின. அவைகளுடன் பத்தடி தள்ளிப் பறந்து வந்த சில வண்டுகள் பாதையில் ஏதோ அடைப்பு ஏற்பட்டுவிட்டதைப்போல அதனதன் இடத்திலேயே சுற்றிச் சுற்றி வந்துகொண்டிருந்தன.

அப்போது சாலையில் சென்ற ஏதோவொரு வாகனம் சற்றுப் பலமாக ஒலியெழுப்பியது. வாகனவோட்டி பார்வைக்குச் சரியாகச் சாலை புலப்படாமல் போனது. இந்த இடத்தில் மட்டுமென்ன இவ்வளவு மேகக்கூட்டம் என்று ஒரு கணம் யோசித்துவிட்டுச் சட்டென முகப்பு விளக்கைப் போட்டுக்கொண்டு வெங்கலமேட்டைக் கடந்தார். ஒலியும் ஒளியும் நடத்திய ஜாலத்தில் காதலர் இருவரும் மெல்ல சுயநினைவுக்கு வந்தார்கள்.

அதற்காகவே காத்திருந்ததுபோல மேகக்கூட்டம் மெல்ல விலகியது. ஒருவர் முகத்தை இன்னொருவர் பார்த்துக்கொண்ட ரகுவரனுக்கும் தமிழ்ச்செல்விக்கும் ஏராளமாய் வெட்கம் வந்தது. தம்மையறியாமல் சிரித்துக் கொண்டார்கள். தமிழ்ச்செல்வி தன் கையில் வைத்திருந்த நீலக்குறிஞ்சியைப் பார்த்தாள். ரகுவரனை இறுகத் தழுவியதில் நசுங்கிப் போய் காட்சியளித்தன.

ஆனால், பூக்கள் என்றுமே காதலர்கள் கையில் கசங்கிப் போவதைத் தங்கள் பாக்கியமாகவே காலகாலமாய் நினைத்துக் கர்வப்பட்டு வருகின்றன. அதை மெய்ப்பிப்பதுபோல நீலக்குறிஞ்சி, களைப்பாய் காட்சியளிக்கும் முதலிரவு முடித்து வந்த புதுப்பெண்போலத் தோற்றமளித்தது.

ரகுவரனுக்கு இதுவரை அந்த இடத்துக்கு வெங்கலமேட்டு லைன்வீட்டு வாசிகள் எவரும் வராதது பெரும் வியப்பை ஏற்படுத்தியது. ஒருவேளை அவர்களில் யாராவது இந்தப் பக்கம் வந்து பார்த்துவிட்டுக் கண்டும் காணாமல் போய்விட்டார்களோ? என்று அவன் சந்தேகப்பட்டான். அப்படியிருக்க வாய்ப்பில்லை. அவனும் அவளும் தழுவலில் இருந்துவிட்டு விலகும்போது இந்த இடத்தை மேகம் மூடிக் கிடந்ததே எனச் சமாதானம் செய்து கொண்டான்.

ஆனாலும், இங்கே இனியும் நிற்கக் கூடாது. லைன்வீட்டு ஆட்கள் பாறைமடுவு டாஸ்மாக் கடைக்குப்போக பஸ் ஏற வருவார்கள். எனவே, தமிழ்ச்செல்வியை மெல்ல நகர்த்திச் சாலையோரமிருந்த ஒரு பெரிய மரத்தின் மறைவுக்குக் கூட்டி வந்தான். அங்கிருந்து பார்க்க ஏதும் தெரிய வாய்ப்பில்லை என மறைவிலிருந்து எட்டிப் பார்த்து உறுதி செய்து கொண்டான்.

மெல்லத் தானும் உட்கார்ந்து மரத்தின் வேரொன்றில் அவளையும் உட்கார வைத்தான் ரகுவரன். தமிழ்ச்செல்வி ஒட்டி அமர்ந்தவள் மீண்டுமொரு முறை அவனைக் கட்டிக் கொண்டாள். அப்போது அவன் உடம்புச் சூடு மேலிட அவள் உதட்டைக் கவ்வி இறுக்கமாய் முத்தமிட்டான். தனக்கும் அது தற்போது தேவைதான் என்பதைப்போலத் தானும் அவனுக்கு ஒத்துழைப்புக் கொடுத்தாள். இருவரும் இதுவரை பருகாத சுவையான பானத்தை ஆசை தீர வெகுநேரம் பருகிக் கிடந்தார்கள்.

அவர்களைத் தமிழ்செல்வியின் செல்போன் ஓசை கொஞ்ச நேரத்தில் கலைத்துவிட்டது.

டிஸ்பிளேயில் பெயர் தெரிந்ததும் எடுத்துப் பேச மனமில்லாமல் மணியோசையைத் தொடர விட்டாள். அடுத்த நிமிடம் அது நின்று விட்டது. சட்டென ஃபோனைத் தன் கையில் வைத்துக்கொண்டே அவள் மீண்டும் தன்னை முத்தமிடச் சொல்லி உணர்த்துவதுபோல் ரகுவரனின் முகத்தருகே தன் முகத்தைக் கொண்டு சென்றாள். எனினும், அவளது ஆசை நிராசையாகிவிட்டது.

மீண்டும் அம்மாவிடமிருந்து ஃபோன் வந்தது. எனவே, தவிர்க்க மனமில்லாமல் அவனைவிட்டுச் சற்றே ஏமாற்றத்துடன் விலகினாள். பிறகு, முழுதாய் தன்னை ரகுவரனிடமிருந்து விலக்கிக் கொண்டாள். யாரோ தன்னைப் பார்ப்பதுபோல் அனிச்சையாய் கலைந்திருந்த உடைகளைச் சரிசெய்து கொண்டாள். பிறகு, சாரதாவிடமிருந்து வந்த ஃபோன்காலை எடுத்து, "ஹலோ அம்மா... சொல்லுங்க" என்று பேசினாள்.

எதிர்முனையில் சாரதா, "என்னம்மா இன்னும் வூட்டுக்கு வரல. ஏன் லேட்டு?" என்று கேட்டார்.

இதற்கு என்ன பதில் சொல்வதென்று தெரியாமல் சில நொடிகள் யோசித்தாள். அவன், அவள் முகத்தையே பார்த்துக்கொண்டு மங்கிய இருட்டில் உட்கார்ந்திருந்தான்.

தமிழ்ச்செல்விக்கு இதுவரை அம்மாவிடம் பொய் சொல்லித் துளியும் பழக்கமில்லை. புதிதாக ரகுவரன் மேல் முளைத்த காதல் அதைச் செய்ய வைத்து விடுமோ? என்று அச்சப்பட்டாள். காதலை மெதுவாகச் சொல்லிக்கொள்ளலாம். ஆனால், தற்போதைய நிலைமையை அம்மாவிடம் சொல்லித்தான் ஆக வேண்டும். இப்போது என்ன செய்வது? தான் காதலனுடன் தனிமையில் இருப்பதைச் சொன்னால், அம்மாவின் மனது என்ன நினைக்கும்? பல குழப்பங்கள் வந்து போயின.

சாரதா மகளிடமிருந்து பதில் வராமல் போகவே, “தமிழ்ச்செல்வி என்னம்மா ஆச்சு? நா பேசுறது கேக்குதா?” என்று சற்றே ஒரு தாய்க்கே உரிய பதட்டத்துடன் எதிர்முனையிலிருந்து வினவினார். இனி, தப்ப முடியாது என்ற நிலைக்கு வந்துவிட்டாள் அவள். எனவே, நடப்பது நடக்கட்டும் என்று துணிந்து, “அம்மா... நா இப்ப வெங்கலமேட்டுல இருக்குறேன்!” என உண்மையைக் கூறினாள்.

சாரதா பதிலுக்கு, “எங்கேம்மா, அத்தை மாமா வூட்லயா இருக்குறே?” என்று கேட்டார்.

இந்தக் கேள்விக்கு என்ன சொல்வதென்று தெரியாமல் சில கணங்கள் நிதானித்தாள். பிறகு, உண்மையைச் சொல்வது என்று சற்றுமுன் தான் எடுத்த முடிவிலிருந்து பின்வாங்காமல், “அங்கில்லம்மா, வந்து... சும்மா பஸ் ஸ்டாப்புல ஒக்காந்து ரகுவரன் கிட்ட பேசிக்கிட்டு இருக்குறேம்மா” என்று சொன்னாள். இந்தச் சும்மா என்ற வார்த்தை பொய்தானே என்று நினைத்தாலும் வேறு வழியில்லை. சின்ன பொய்தான். பிறகு, அம்மாவிடம் உண்மையைச் சொல்லி மன்னிப்புக் கேட்டுக்கொள்ளலாம் என்று அவசரமாய் மனதைச் சமாதானம் செய்து கொண்டாள்.

அப்போது சாரதா, “ஏம்மா, இத எங்கிட்ட முன்னாடியே சொல்லலாம்ல. டயத்துக்குப் பொண்ணு வூட்டுக்கு வரலன்னா மனசுக்கு என்னமோ ஏதோன்னு இருக்காதா?” என்று குறைப்பட்டுக் கொண்டார்.

இதற்குத் தமிழ்ச்செல்வி, “சாரிம்மா... இங்கிருந்து சீக்கிரம் கிளம்பிடலாம்னுதான் நெனைச்சு ஒனக்கு ஃபோன் செய்யாம விட்டுட்டேன். த்தோ... இப்ப வந்துடறேன்” என்றாள்.

அம்மா ஏதும் சொல்லாமல் அமைதி காத்தார். ஒருவேளை கோபமாய் இருக்கிறாரோ? எனப் பயந்தாள். அவரை எப்படிச் சமாதானம் செய்வது? என்று சிந்தித்தாள்.

அவளது மனநிலையைப் படித்ததுபோல ரகுவரன் உதவிக்கு வந்தான். அவள் கையிலிருந்த ஃபோனை வாங்கி, “ஹலோ ஆன்ட்டி, நா ரகு பேசுறேன். தமிழ்ச்செல்வி எங்கூட தான் இருக்குறா. ஒன்னும் பயப்படாதீங்க” என்று பேசினான்.

சாரதா எதிர்முனையில், “அதுக்கில்ல ரகு. இன்னிக்கி ராத்திரி பூரா ஒங்க வூட்ல அவ இருந்துட்டுத்தான் வரட்டும். எனக்கு எதுவாயிருந்தாலும் சொல்லணுமா? இல்லையா?” என்று கேட்டார்.

உடனே, அவன், “தப்புத்தான் ஆன்ட்டி. ஒங்க பொண்ணு வேணுன்னு செஞ்சுருக்க மாட்டான்னு தோனுது. கோவிச்சுக்காதீங்க. அவள இப்ப பஸ் ஏத்தி வூட்டுக்கு அனுப்பி வுட்டுறேன்” என்றான். அதற்குச் சாரதா, “சரிப்பா. சீக்கிரம் அனுப்பு” என்றார்.

அதோடு ரகுவரன் விட்டிருக்கலாம். “எப்புடி இருக்குறீங்க ஆன்ட்டி. ஏன், எங்க வூட்டுப் பக்கமே வராம இருக்குறீங்க?” என்று கேட்டான். அதற்குச் சாரதா, “வேலை அதிகம்பா. அதை வுடு. வூட்ல எல்லோரும் சௌக்கியமா? நீ இனிமே தமிழ்ச்செல்விகிட்ட எனக்குத் தெரியாமயெல்லாம் பேச வேண்டாம். நேரடியா வூட்டுக்கு வந்து கூடப் பேசு” என்று சொல்லவும் அவன், “சரி ஆன்ட்டி” என்று அசடு வழிந்தான்.

இப்படிச் சொன்னதும் எதிர்முனையில், “நீ கூட சீக்கிரம் வூட்டுக்குப் போப்பா. பெத்தவுங்க தேடுவாங்கல்ல” என்று கூறிவிட்டு ஃபோனைச் சாரதா கட் செய்தார்.

தன் அம்மாவிடம் அவன் பேசியதை வைத்துத் தமிழ்ச்செல்வி, “பரவால்ல ரகு நீ எங்கம்மாகிட்ட நல்லாவே சமாளிச்சே” என்றவள், சட்டென ஞாபகம் வந்ததுபோல், “சரி ஆன்ட்டின்னு சொன்னியே அதுக்கு முன்னால அம்மா ஒங்கிட்ட என்ன சொன்னாங்க?” என்று தொடர்ந்து வினவினாள்.

அதற்கு அவன், “நா ஒன்னோட வூட்டுக்கே வந்துகூட ஒங்கிட்டே பேசலாமாம். ஆன்ட்டி பர்மிஷன் கொடுத்திருக்காங்க” என்றவன் தொடர்ந்து, “நாம தனியா பேசிக்கிறதைப் பாத்து

84 | நீலக்குறிஞ்சி

அவுங்க, நம்ம மேட்டரைக் கண்டுப்பிடிச்சுட்டாங்களோ?" என்று சந்தேகப்பட்டான்.

உடனே தமிழ்ச்செல்வி, "இருக்கலாம் ரகு. அன்னிக்கி பக்ருதீன் மூலமா நீ என்னை லவ் பண்றேன்னு தெரிஞ்சு அம்மாகிட்டே முன் கூட்டியே சொன்னேன்" என்றாள்.

அதற்கு அவன், "ஆன்ட்டி கேட்டுட்டு என்ன சொன்னாங்க?" என்று பரபரத்தான்.

அவள் தன் அம்மா ஒன்றும் கூறவில்லை என்பதுபோல உதட்டைப் பிதுக்கினாள்.

நன்றாக இருட்டிவிட்டது. தனது செல்போனையெடுத்து ரகு மணி பார்த்தான். ஏழரையாகி இருந்தது. இப்போது ஏற்காட்டில் இருந்து பாறைமடுவுக்கு ஒரு அரசுப் பேருந்து வரும். அதில், தமிழ்ச்செல்வியை ஏற்றிவிடலாம் என்று அவன் நினைத்தான்.

அப்படி நினைக்கும் போதே, நெருக்கமாக பஸ் ஆரன் சத்தம் கேட்டது. இருவரும் சாலை முனைக்கு வந்தார்கள். சட்டென ரகுவரன் அவளை இழுத்து அணைத்து முத்தமிட்டான்.

அடுத்த சில நொடிகளில் அந்த இடத்துக்குப் பேருந்து வந்து நிற்க, அதில் ஏறும் முன்னால் அவனை நோக்கி கையசைத்து விடை பெற்றாள் தமிழ்ச்செல்வி.

*

11

வீட்டுக்குள் நுழையும்போது இரவு எட்டு மணிக்கு மேல் ஆகிவிட்டது. 'என்ன தைரியம் உனக்கு. ஒரு வயசுப் பெண் இப்படியா வெகுநேரம் ஊர் சுற்றிவிட்டு வருவாய்' எனச் சாரதா அவளைப் பிடித்து உலுக்கப் போகிறார்கள் என நினைத்தாள். அவர்களோ கூலாகக் கைக் கழுவிக் கொண்டு சாப்பிட வாவென அழைத்தார்கள். மாலை நேரங்களில் அம்மா, அக்கம் பக்கத்து பிள்ளைகளுக்கு டியூஷன் வகுப்பு எடுக்கிறார்கள். அந்தச் சிறார்கள் டியூஷன் முடிந்தாலும்கூட இவர்கள் வீட்டில்தான் வெகுநேரம் இருப்பார்கள். அன்று அப்படி யாருமில்லை. எனவே, அம்மா கஞ்சி காய்ச்சப் போகிறார்கள் என நினைத்தெல்லாம் வெறும் கனவாகப் போய்விட்டது.

கேட்டிருந்தால்கூட பரவாயில்லை, சாரதா வாயே திறக்காமல் இருந்ததால் சில நாட்கள் ஒரு குற்றவுணர்வுடன்தான் அவள் கல்லூரிக்குப் போய் வந்தாள். நாளாக நாளாக தைரியம் வந்துவிட்டது. தான் இன்றைக்கு ரகுவரனுடன் இந்த இடத்துக்குப் போய் வந்தேன் என்பதை மறைக்காமல் சொல்லும் அளவுக்குத் தமிழ்ச்செல்வி முன்னேறி விட்டாள். அம்மா "ம்..." கொட்டுவதோடு சரி, ஏன் இப்படிச் செய்கிறாய்? யாராவது பார்த்தால் என்ன நினைப்பார்கள்? என்றெல்லாம் கண்டிப்பதில்லை. அப்போதே அவள், ரகுவரனைத் தான் காதலிப்பதை அம்மா முழு மனதோடு வரவேற்கிறார்கள் என்று முடிவுக்கு வந்துவிட்டாள்.

ரகுவரன் வீட்டில் இந்த விசயம் அம்மா மூலமாகவே தெரிந்துவிட்டது. அவன் பெற்றோர் அம்மாவைப் போலவே இந்த விஷயத்தில் அமைதி காத்தார்கள். எனவே, இருதரப்பும் பச்சைக் கொடி காட்டிவிட்டதாய் நினைத்து, ஏனென்று கேட்பாரே இல்லாத சுதந்திரக் காதலர்களாய் மேகக்கூட்டம்போல் அலைந்தார்கள். முகிலினங்களைக்கூட காற்று கலைக்கும் அல்லவா? அவர்களுக்கு எந்தத் தொந்திரவும் இல்லை. இப்படியொரு சுகமான சூழ்நிலை எந்தக் காதலர்களுக்காவது அமையுமா? தெரியவில்லை.

சாதி, மதம், காசு, பணம் என்று உலகத்தில் வாழும் காதலர்களுக்குத்தான் எத்தனை இடையூறுகள்? அந்த மாதிரி எந்தத் தடையும் இல்லாமல் ரகுவரனும் தமிழ்ச்செல்வியும் காட்டாறுபோலப் பொங்கிப் பிரவகித்து மனம் குளிர, நினைத்த திசையில் தினமும் ஓடிக் கொண்டிருந்தார்கள்.

போதாக் குறைக்கு ரகுவரனின் அப்பா மாரிமுத்து மகனுக்கு ஓர் இருசக்கர வாகனம் வாங்கிக் கொடுத்துவிட்டார். இன்னும் கொஞ்சம் இறுக்கிப் பிடித்துச் செலவுகளைக் குறைத்துக்கொண்டு மாதத் தவணை கட்டிவிடலாம் என்ற நம்பிக்கை அவருக்கு. அதில்லாமல், மகன் இந்த வருடம் கல்லூரிப் படிப்பை முடித்த கையோடு அவனுக்கு வேலை கிடைத்து விடுமென்ற நம்பிக்கை இருந்தது அவருக்கு.

ரகுவரன் படிப்பில் கெட்டிக்காரன் என்பது மட்டுமல்ல. ஒழுக்கமான பையன். அவனுக்கு அவர்கள் வசிக்கும் லைன் வீடுகளில் நல்ல பெயர். ஏன், டீ எஸ்டேட் கீழ்மட்ட அதிகாரிகள்கூட ஒரு சிலர், ரகுவரன் எங்கு பார்த்தாலும் தங்களுக்குத் தரும் மரியாதையை வைத்து அவரிடமே, 'பையன நல்லா வளர்த்து வச்சிருக்கே மாரிமுத்து' எனப் பலதடவை சொல்லியிருக்கிறார்கள். எப்படியும் தன்னைப்போல அவன் தேயிலைப் பறித்து, கவாத்து செய்து காலில் அட்டைக் கடித்து வாழ்நாளெல்லாம் அவதிப்படப் போவதில்லை.

அவருக்கு உடல் உழைப்பின்மீது வெறுப்பெல்லாம் கிடையாது. ஆனால், எல்லா தகப்பனுக்கும் தன் பிள்ளை மீது இருக்கும் கரிசனம்தான் அது. அவன் எஸ்டேட்டில் சூப்பர்வைசராகவோ அல்லது தேயிலை அலுவலகத்தில் ஏதேனும் கணக்காளராகவோ நிம்மதியாக நிழலில் உட்கார்ந்துதான் பணி

இரா. பாரதிநாதன் | 87

செய்யப் போகிறான். அவனுக்குத் தமிழ்ச்செல்வியைத் திருமணம் செய்து வைத்துவிட்டால் அவன் பாடு நன்றாகவே இருக்கும்.

தன் வருங்கால மருமகளை அவருக்கு ரொம்பவே பிடித்திருந்தது.

அவள் சிறு பெண்ணாய் இருந்தபோது மழலையில் 'மாமா...' என்று அழைத்துக்கொண்டு மாரிமுத்துவைச் சுற்றி சுற்றி வருவாள். அவர் தூக்கி வைத்துக்கொண்டு நேரம் போவது தெரியாமல் கொஞ்சுவார். வேலை முடிந்து மாலையில் வீட்டுக்கு வரும்போது ரகுவரனுக்கு ஏதாவது திண்பண்டம் வாங்கி வருவார்.

கூடவே, தமிழ்ச்செல்விக்கு ஒரு பொட்டலம் அவரிடமிருந்து தவறாமல் கிட்டும்.

அப்படிச் செல்லமாகத் தன் மடியில் வளர்ந்த பெண்ணே மருமகளாக வருவதில் மட்டற்ற மகிழ்ச்சி மாரிமுத்துவுக்கு. இந்த விஷயத்தில் ரகுவரனின் தாயாருக்கும் மிகவும் விருப்பம். பிறகென்ன, மகனும் வருங்கால மருமகளும் கல்லூரிப் படிப்பை முடித்துப் பட்டம் வாங்குவதுதான் பாக்கி. உடனே, திருமணம்தான் என்பதில் மாற்றுக் கருத்தில்லை.

இதற்கெனவே, ஒரு ஞாயிற்றுக்கிழமையில் வெங்கலமேட்டில் இருந்து மாரிமுத்துவும் அவர் மனைவி பொன்னியும் பாறைமடுவுக்குக் கிளம்பினார்கள். கூட்டோடு கூடாய் தமிழ்ச்செல்வியை ரகுவரனுக்கு மனைவியாக்கப் பெண் கேட்பதாய் திட்டம். இந்தச் சமயத்தில், வன்னிப்பள்ளத்தில் இருந்து பக்ருதீனின் தந்தை இஸ்மாயிலும் அவர் மனைவி சாயிராபானுவும் தாங்களும் கூட வருவதாய் சொன்னார்கள்.

அவர்கள் சாரதா கோவையில் இருந்து மலைக்கு வந்த பிறகு, இன்னும் அவரையும் தமிழ்ச்செல்வியையும் பார்க்கவில்லை. இரண்டொரு முறை ஃபோனில் பேசியதோடு சரி. இந்தச் சந்தர்ப்பத்தைப் பயன்படுத்திக்கொண்டு முகம் பார்த்துப் பேசப் பிரியப்பட்டார்கள். சரியென மாரிமுத்து தம்பதி அவர்களையும் கூட்டிக்கொண்டு ஆளுக்கொரு பைக்கில் பாறைமடுவுக்குக் கிளம்பிவிட்டார்கள். அவர்கள் அங்கு போய் சேர்ந்தது ஒரு மாலை நேரம்.

இரண்டு தம்பதியரையும் வாய் நிறைய வரவேற்றார் சாரதா. அன்று வழக்கமாய் வைக்கும் டியூஷன்கூட இல்லை.

அம்மாவுக்கு இணையாக வளர்ந்துவிட்ட தமிழ்ச்செல்வியைப் பார்க்கப் பார்க்க இஸ்மாயில்பாய் தம்பதியருக்குச் சந்தோசம் தாங்கவில்லை. அதிலும், அவள் அழகுப் பதுமையாய் நிற்பதைப் பார்த்து சாயிராபானு தன் கண்ணே பட்டு விடும் போலிருப்பதாய் அக மகிழ்ந்தார்.

பக்ருதீனைப் போலவே அவனது பெற்றோரும் அன்பு நிறைந்தவர்களாய் இருப்பதைக் கண்டு சற்றே கண்கள் கசிந்தாள் தமிழ்ச்செல்வி.

முதலில் தமிழ்ச்செல்விக்குத் தான் வாங்கி வந்த பூவைத் தலையில் வைத்து அழகு பார்த்தார் ரகுவரனின் தாயார். பூவுக்குப் போட்டியாக அவள் புத்துணர்ச்சியுடன் காணப்பட்டதைக் கண்டு சந்தோசப்பட்டார்.

சாரதா, வந்திருந்த நான்கு பேருக்கும் தேநீர் வைத்துக் கொடுத்து உபசரித்தார். கொஞ்ச நேரம் மூன்று குடும்பங்களும் பழைய நினைவுகளை அசைபோட ஆரம்பித்தன.

தமிழ்ச்செல்வியின் தகப்பனார் டீ எஸ்டேட்டில் முதன் முதலில் சூப்பர்வைசராக வேலைக்குச் சேர்ந்தது, சில மாதங்களில் கோவையிலிருந்து சாரதாவை மணமுடித்து மலைக்குக் கூட்டி வந்தது, அழகான மலராய் அடுத்த வருடமே தமிழ்ச்செல்வி பிறந்தது, ரகுவரன் வீட்டிலும் பக்ருதீன் வீட்டிலும் பெண் குழந்தை இல்லாததால் அவள் அங்கும் இங்கும் தன் வீட்டிலும் செல்லப் பெண்ணாய் வளர்ந்தது என அவர்கள் பேச்சில் அந்நியோன்யம் கலந்திருந்தது. இப்படி அமைவது அபூர்வம்.

எந்த ரத்த உறவும் இல்லாமல், சாதி மதம் பார்க்காமல் வேலை செய்யும் இடத்திலேயே அன்பானவர்கள் கிடைப்பது பெரிய வரம். இந்தக் கூட்டுறவுக்கு ஆண்கள் காரணமா? பெண்கள் காரணமா? என்றெல்லாம் ஆய்வுக்குட்படுத்திப் பார்ப்பது கொஞ்சம் சிரமம். அன்பு காட்டுவதில் ஆணென்ன? பெண்ணென்ன? அதற்கான நல்ல மனம் மட்டுமே வேண்டும்.

அதிலும், சாரதாவின் குடும்பம் ஒரு அகால மரணத்தால் குடும்பத் தலைவரை இழந்து பத்துப் பன்னிரெண்டு வருடங்கள் வாழ்விடத்தைவிட்டே அகன்று, மீண்டும் கூடும்போது பழைய நேசத்துடன் தொடர்வது இன்னும் சிறப்பு. இதை மனதுக்குள் உணர்ந்தவளாய் தன் வீடு தேடி வந்திருந்த இரண்டு குடும்பத்தின் உறுப்பினர்களை வாஞ்சையாகப் பார்த்தாள் தமிழ்ச்செல்வி.

அப்பா இறந்தவுடன் அம்மா தன்னைத் தூக்கிக்கொண்டு தாய்மாமா வீட்டுக்குப் போயிருக்க வேண்டாம். தொடர்ந்து தேயிலை எஸ்டேட்டிலேயே ஏதேனும் ஒரு வேலைப் பார்த்துக்கொண்டு மலையைவிட்டு கீழிறங்காமல் இருந்திருக்கலாம். இரத்த உறவுகளைவிட, நட்பு முறை உறவுகள் சிறந்தவையாக இருப்பதை அவள் கண்ணாரக் கண்டாள். அதிலும், ரத்த உறவுகள் காசுப் பணம் படைத்த குடும்பங்களாய் இருந்தால், அங்கே எல்லாமே பொருளை வைத்தே மதிப்பிடப்படுகின்றன. உண்ணும் உணவு, உடுத்தும் உடை, வாய் வார்த்தைகள் முதற்கொண்டு பணமே பழக்க வழக்கங்களுக்கு அடிமையாகின்றன.

ஆனால், இங்கே தான் கண்ணால் காணும் ரகுவரனின் குடும்பமும் பக்ருதீன் குடும்பமும் எந்தப் பிரதிபலனும் எதிர்பார்க்காத தூய்மையான அன்பை வெளிப்படுத்துகின்றன. பேசிக்கொண்டே சாரதா வந்தவர்களுக்குச் சமைத்துப் போட வேண்டுமே என்று அதற்கான ஆயத்தங்களில் இறங்கினார்.

மகளைக் கடைக்கு அனுப்பி வேண்டிய பொருட்களை வாங்கி வரச் சொல்ல வேண்டும் என்று நினைத்தார். அதனால், தமிழ்ச்செல்வியிடம் போய் ஒரு பேப்பர் பேனா எடுத்து வரச் சொன்னார். அதைப் பார்த்த மாரிமுத்துவின் மனைவி, “அண்ணி என்ன வாங்கப் போறீங்க? பெரிய லிஸ்ட் போடப் போறீங்கன்னு நெனைக்கிறேன்” என்று சந்தேகமாய் கேட்டார். அதற்கு சாரதா, “ஆமா, அண்ணி நீங்க பேசிக்கிட்டே இருங்க. நா சமைச்சுடறேன். போன தடவை நீங்களும் அண்ணனும் ரகுவரனோட இங்க வந்தப்பகூடச் சாப்பிடாம போயிட்டீங்க” எனக் குறைப்பட்டுக் கொண்டார்.

பிறகு, “இந்தத் தடவை ஒங்ககூட சேர்ந்து இஸ்மாயில் அண்ணன், அண்ணியோட மொதல் தடவையா வந்திருக்குறாரு. எல்லோரும் இருந்து சாப்பிட்டுட்டு நிதானமா சாயங்காலமாத்தான் அவுங்கவுங்க வூருக்குப் போறீங்க” என்று கூறினார்.

இப்படிக் கட்டளையாகச் சொன்னவர் சற்று நிறுத்தி, “ஆமா, என்ன சமைக்கட்டும்? சைவமா, அசைவமா?” என்று கேட்டார்.

இப்படி அவர் கேட்டதுதான் தாமதம், விருந்தாளிகளாக வந்திருந்த நான்கு பேரும் கலகலவென வாய்விட்டுச் சிரித்தார்கள்.

சாரதாவுக்கும் தமிழ்ச்செல்விக்கும் ஒன்றும் புரியவில்லை. சாரதா குழப்பத்துடன், “என்னாச்சு ஒங்களுக்கு? மதியம் என்ன சாப்பிடப் போறீங்கன்னுதானே கேட்டேன். அதுக்கு எதுக்குச் சொல்லி வெச்ச மாதிரி சேர்ந்து சிரிக்கிறீங்க?” என்று வினவினார். தமிழ்ச்செல்வியும் அதே வினாவுடன் வந்தவர்களைக் கூர்ந்து நோக்கினாள்.

அதற்குப் புதிரை விடுவிப்பதுபோல மாரிமுத்துதான் முதலில் வாயைத் திறந்தார். “தங்கச்சி, ஒனக்கு சமைக்கிற சிரமத்தத் தரக்கூடாதுன்னுதான் நாங்க வேறொரு ஏற்பாட்டோட வந்திருக்குறோம்” என்று ஆரம்பித்தார். அதைத் தொடர்ந்து, “இஸ்மாயில் பாய், பாவம் தங்கச்சியும் பாப்பாவும் ரொம்ப கொளப்பத்துல இருக்குறாங்க. நாம்ப என்ன ஏற்பாட்டோட இங்க வந்திருக்குறோம்னு நீங்களே சபைல சொல்லிடுங்க” என்று அவரே பேசினார்.

அதற்கு முதலில் சிரித்த இஸ்மாயில், “அது ஒன்னுமில்லம்மா எங்க வூட்டு பிரியாணிய நீயும் தமிழ்ச்செல்வியும் சாப்டு ரொம்பநாள் இருக்குமில்லையா? அதனால... அங்கப் பாரு” என்று கையை நீட்டி அவர் உட்கார்ந்திருந்த இடத்துக்குச் சற்றுத் தள்ளி தாங்கள் கொண்டுவந்து வைத்திருக்கும் ஒரு பையைக் காட்டினார்.

இவர்கள் என்ன இப்படித் தொடர்ந்து குழப்புகிறார்களே என்று சாரதாவும் தமிழ்ச்செல்வியும் அந்தப் பெரிய துணிப் பையைப் பார்த்தார்கள்.

அப்போது சாயிராபானு, “என்ன அண்ணி, ஒங்கண்ணன் பிரியாணின்னு சொல்லியும் ஒங்களுக்குப் புரியலையா? நாம எல்லாரும் சாப்டுற மாதிரி எங்க வூட்லயிருந்தே மட்டன் பிரியாணி செஞ்சு எடுத்துக்கிட்டு வந்திருக்குறோம்” என்று முழுமையாகக் குட்டை உடைத்தார். பிரியாணியா? சாரதாவுக்கும் தமிழ்ச்செல்விக்கும் சந்தோசம் தாங்கவில்லை.

முதலில், அவர்கள் நினைத்துக் கவலைப்பட்டதே வந்திருப்பவர்களுடன் மனம்விட்டு வெகுநேரம் பேசுவதற்குச் சமையல் வேலை இடையூறாக இருக்குமே என்பதுதான். அந்த விசனம், பாய் வீட்டுப் பிரியாணியால் தீருகிறது என்பது மட்டற்ற மகிழ்ச்சி. இது ஒருபுறம் இருக்க, நீண்ட நாட்கள் கழித்து இஸ்மாயில் பாய் வீட்டுக் கைப் பக்குவத்தில் பசியாறப் போகிறோம் என்பது

இன்னொரு புறம் இரட்டிப்பான சந்தோசத்தைக் கொடுத்தது. சாரதாவுக்குப் பேச்சே வரவில்லை. பிரியாணிப் பையை ஓரக் கண்ணால் பார்த்தவாறே அமர்ந்திருந்தார்.

தமிழ்ச்செல்வி மீண்டுமொரு முறை கண்ணில் நீர் கசிய உணர்ச்சி வயப்பட்டாள். அவளுக்கு நினைவு தெரிந்து இவ்வளவு அன்பான மனிதர்களை வாழ்நாளில் அவள் சந்தித்ததேயில்லை. கடந்தகால கசப்பான அம்மாவின் அண்ணன் வீட்டு நினைவுகள் ஒவ்வொரு நொடியும் அவளை வாட்டிக் கொண்டிருந்தன. ரகுவரனை அவள் காதலிக்க ஆரம்பித்த பிறகுதான் தன் அம்மாவைவிட்டு அடுத்த மனிதனிடம் உண்மையான அன்பைக் கண்டாள்.

இப்போது இந்த இரண்டு குடும்பங்களும் காட்டும் அன்பு ரகுவரனை மிஞ்சிவிடும் போலிருக்கிறதே. ஒருவகையில் தான் அதிர்ஷ்டக்காரி. நரகமான மாமா குடும்பத்தைவிட்டு சரியான நேரத்தில் பிரிந்து மலைக்கு வந்துவிட்டோம். அப்படி வந்ததனால்தான் இந்த அப்பழுக்கற்ற உறவுகள் பற்றி அறிய முடிந்தது. அன்று மாலைவரை மதியம் இஸ்மாயில் பாய் கொண்டுவந்த பிரியாணியை வயிறு நிறைய அதைவிட மனம் நிறைய மூன்று குடும்பங்களும் உண்டு மகிழ்ந்தார்கள்.

உண்ட களைப்புத் தீர நடுநடுவே சம்பிரதாயமாகத்தான் ரகுவரனுக்குத் தமிழ்ச்செல்வியை மணமுடிப்பது பற்றி பேசினார்கள். இரு தரப்பிலும் ஆட்சேபனையோ தயக்கமோ திருமணத்தில் இல்லை என்பதால், மற்றபடி பழைய நினைவுகளைப் பேசிக் களிப்பதிலேயே நேரம் போனது.

நன்றாகப் பொழுது சாய்ந்துவிட்டது. மாரிமுத்து குடும்பமும் இஸ்மாயில் குடும்பமும் பிரிய மனமில்லாமல் சாரதாவிடமும் தமிழ்ச்செல்வியிடமும் விடை பெற்றார்கள்.

மறுநாள், தேயிலை தோட்டமொன்றின் மறைவான இடத்தில் ரகுவரனின் மடியில் படுத்துக்கொண்டு தமிழ்ச்செல்வி முதல் நாள் தன் வீட்டில் நடந்ததையெல்லாம் திரும்ப திரும்ப சொல்லி மகிழ்ந்து கொண்டிருந்தாள்.

ஒருசமயம் இஸ்மாயில், "தமிழு ஒனக்கு அப்பா இல்லியேன்னு வருத்தப்படாதே. மாமன் ஸ்தானத்துல இருந்து ரகுவரனுக்கு நா ஒன்ன கன்னிகாதானம் பண்ணி வெக்கிறேன்" என்று சொல்லியிருந்தார். எவ்வளவு பெரிய கொடுப்பினை இது.

இத்தனை நாட்கள் அப்பாவை இழந்த வருத்தத்தில் இருந்த தனக்குப் பாய் சொன்ன வார்த்தைகள் எத்தனை பெரிய ஆறுதல்.

இந்த நேரத்தில் மாரிமுத்துவும் அவரும் இதுவரை அவள் கேள்விப்படாத ஒரு விசயத்தைச் சொன்னார்கள். அவளது தகப்பனாரை யானை மிதித்துக் கொன்றது அல்லவா? அந்த இடத்தில் அப்பாவோடு சேர்ந்து மற்ற இரு நண்பர்களும்தான் இருந்திருக்கிறார்கள். முதலில், அந்த முரட்டு யானையைப் பார்த்ததும் மாரிமுத்துவும் பாயும் பதைத்துப் போய் திகைத்து நிற்க, அவர்களை நோக்கி தும்பிக்கையை நீட்டி நிற்கும் அந்த ஆக்ரோசமான ஜந்து தன் நண்பர்களைக் கொன்றுவிடுமோ? என்று பயந்திருக்கிறார் தமிழ்ச்செல்வியின் தந்தை. அந்த நேரத்தில் யானையைத் திசை திருப்ப, கையில் கிடைத்ததை எடுத்து அடித்திருக்கிறார்.

நினைத்ததுபோலவே யானை அவர்களைவிட்டு இவர் பக்கம் திரும்பி துரத்தி துரத்தி மிதித்துக் கொன்றிருக்கிறது. தமிழ்ச்செல்வியின் தந்தை தங்கள் உயிரைக் காப்பாற்றிய அந்த நன்றிதான் ரகுவரனின் அப்பாவையும், பக்ருதீனின் அப்பாவையும் சாரதாவையும் அவளையும் இத்தனை வருடங்கள் கழித்தும் நேசிக்க வைத்திருக்கிறது. மேலும், அந்தச் சமயத்தில் அம்மாவையும் மகளையும் தாங்களே காப்பாற்றுகிறோம். வேண்டுமானால், சாரதா, எஸ்டேட் வேலைக்குக்கூட மாரிமுத்துவின் மனைவியுடன் போகலாம் என்று வழி காட்டியிருக்கிறார்கள். ஆனால், அவர்தான் அந்த அறிவுரையைக் கேட்கவில்லை.

தமிழ்ச்செல்விக்கு இதைக் கேள்விப்பட்டதும் தன் அம்மாவின் மீது கோபம் வந்தது. சாரதா ஏன் தன்னைத் தூக்கிக்கொண்டு மலையிலிருந்து இறங்கி மாமா வீட்டுக்குப் போனார் என்று அவளுக்குப் புரியவில்லை.

இதையெல்லாம் தமிழ்ச்செல்வி ரகுவரனிடம் கூறியபோது அவன் தன் அப்பாவையும் தன் நண்பன் பக்ருதீனின் அப்பாவையும் அவள் தந்தை காப்பாற்றிய செய்தி ஏற்கனவே தனக்குத் தெரியும் என்பதுபோலத் தலையசைத்தான்.

வழக்கம்போல் நேரம் போவது தெரியாமல் காதலர் இருவரும் மணிக்கணக்கில் பேசிக் கொண்டிருந்தார்கள்.

ரகுவரனின் மடியில் சாய்ந்திருந்த தமிழ்ச்செல்வி, போதும் வீட்டுக்குப் புறப்படலாம் என்பதுபோல மெல்ல எழுந்து நின்றாள். தன் உடையைச் சரி செய்துகொள்ளும் போது தற்செயலாகப் பாதத்தில் அவள் பார்வை சென்றது. திடுக்கென்றிருந்தது. அவள் பார்த்த இடத்தில் ஒரு அட்டை ஒட்டிக்கொண்டு தெரிந்தது.

முடிந்தவரை அவள் உடலிலிருந்து ரத்தம் குடித்திருந்த அட்டையை ரகுவரன் பார்த்துவிட்டு மெதுவாகப் பிய்த்தெடுத்தான். தமிழ்ச்செல்வி பாதம் முழுக்க ரத்தம் பரவியது.

*

12

அந்த மலை பிரதேசம் முழுவதும் ஏராளமான தேயிலை தோட்டங்களை வைத்துள்ள எஸ்டேட் நிர்வாகம் தான் கால் பதித்த நூற்றாண்டை விமரிசையாகக் கொண்டாட முடிவெடுத்தது. அடுத்த நாளே அதற்கான ஆயத்த வேலைகளிலும் துரிதமாக இறங்கிவிட்டது. சென்னையைத் தலைமையிடமாகக் கொண்ட 'சென்னப்பா டிரேடிங் கம்பெனி' என்று அதற்குப் பெயர். மேற்கண்ட நிறுவனம் ஒரு நூறு வருடங்களுக்கு முன் குந்தாவில் அன்றைய ஜமீன் ஒருவருக்குச் சொந்தமான இந்த மலை பகுதியை 99வருட குத்தகைக்கு எடுத்து செப்பனிட்டு தேயிலை பயிரிட ஆரம்பித்தது.

அதற்கு முன்பே நீலகிரியில் ஆங்கிலேய கம்பெனிகள் தேயிலை தோட்ட தொழிலைத் தொடங்கினாலும், இந்தியாவைச் சேர்ந்த குறிப்பாகத் தமிழ்நாட்டைப் பூர்வீகமாகக்கொண்ட ஒரு முதலாளியால் டீ எஸ்டேட் தொழிலில் கால் பதிக்க முடிந்தது அதுவே முதன்முறை.

வெள்ளையர்கள் இந்த ஜமீனின் கட்டுப்பாட்டில் இருந்த மலை பகுதிகளில் அப்போது ஏனோ ஆர்வம் காட்டவில்லை. ஒருவேளை, இந்த குன்று பகுதிகளைத் தேயிலை தோட்டங்களுக்காகச் செப்பனிட்டுப் பயிர் செய்வதில் அதிக மனித உழைப்பு தேவைப்படும் என்று அவர்கள் நினைத்திருக்கலாம். எனவே, அவர்கள் முதலில் எளிதாக இருக்கும் ஜமீன் அல்லாத மற்ற பகுதிகளில் கவனம் செலுத்தலாம் என எண்ணியிருக்கக் கூடும்.

எப்படியோ சென்னப்பா டிரேடிங் கம்பெனி தன் சொந்த ஊரிலிருந்து வர்த்தக நோக்கத்துடன் நீலகிரி மலையேறி வந்து ஒரு நூற்றாண்டை வெற்றிகரமாக முடித்துவிட்டது.

எனவே, தனது வெற்றியைக் கொண்டாட விழா எடுக்க முடிவு செய்துவிட்டது. எஸ்டேட்டில் மட்டுமல்ல, அதைச் சார்ந்த தேயிலை பதப்படுத்தும் தொழிற்சாலைகள், அறக்கட்டளை நிர்வாகத்தின் கீழ் வருகின்ற கல்லூரிகள் மற்றும் பள்ளிகளில் கூடத்தான்.

உண்மையில், எஸ்டேட்டைத் தவிர மற்றவை நூற்றாண்டை நிறைவு செய்யாவிட்டாலும் கூட அனைத்திலும் தாய் நிறுனத்தைச் சாக்கிட்டு கொண்டாட்டம் தான்.

எனவே, நிர்வாகத்துக்குச் சொந்தமான அனைத்து கட்டிடங்களையும் வர்ணமடித்து அலங்கரிப்பது துரித கதியில் நடந்தது. இந்த நூற்றாண்டு கொண்டாட்டத்தைத் தவிர, வேறொரு செய்தியும் அரசல் புரசலாய் தேயிலை தோட்டங்களில் மற்றும் கல்வி நிறுவனங்களில் பேசப்பட்டு வந்தன. அதாவது பல்லாண்டு பாரம்பரியம் மிக்க சென்னப்பா டிரேடிங் கம்பெனியின் வாரிசு வழியில் ஒரு இளைய தலைமுறை டீ எஸ்டேட்டுக்கும் கல்வி அறக்கட்டளைக்கும் பொறுப்பேற்கவிருக்கிறதாம். அந்த நபர் வெளிநாட்டில் படித்தவராம். வணிக சம்பந்தமான படிப்பில் பல்கலைகழக அளவில் கோல்ட் மெடல் வாங்கியவராம்.

சென்னை தலைமை அலுவலக மட்டத்தில் அந்த இளைஞனின் புத்தி கூர்மை பற்றியெல்லாம் பேசப்பட்டு அது காற்று வாக்கில் நீலகிரி எஸ்டேட் வரை எட்டிவிட்டது. ஆகவே, வருபவனின் குணாம்சம் எப்படியிருக்குமோ? நிர்வாகத்தில் என்னென்ன மாற்றங்கள் கொண்டுவரப் போகிறானோ? மேல்மட்ட அதிகாரிகள், கல்லூரி மற்றும் பள்ளி முதல்வர்கள் கொஞ்சம் பீதியில் தான் தங்களுக்குள் குசுகுசுவெனப் பேசித் திரிந்தனர்.

ரகுவரனின் அப்பா வேலை செய்யும் தேயிலை தோட்டத்தில் சூபர்வசைர்கள், தொழிலாளர்கள் மத்தியிலும் இதுபற்றி பேசிக்கொண்டனர். அவனும் தமிழ்ச்செல்வியும் படிக்கும் கல்லூரியில் பேயறைந்த மாதிரி கிலி பிடித்து அலையும் பிரின்சி மற்றும் பேராசிரியர்கள் குறித்து மாணவர்கள் தமக்குள் கேலி பேசிச் சிரித்தனர்.

அதிலும், திமிர் பிடித்த சில வாத்திகளைப் பக்ருதீன், “தனியார் கல்லூரி தானேன்னு நிர்வாகத்துக்கு லஞ்சம் கொடுத்துட்டுப் பட்டம் வாங்குனதா பொய் சர்ட்டிபிகேட் ஃபிராடு வாத்திங்க செமையா மாட்டுச்சுங்க” என்று அநியாயத்துக்கு நக்கலடித்தான்.

ரகுவரன்கூட அவனை, “டேய் சும்மார்றா... புரபொசர் யார் காதுலயாவது வுழுந்துடப் போவுது” என்று கண்டித்தான்.

அதற்கு அவன், “மச்சான் எதுக்குப் பயப்படுறே? அப்படியே நடந்தாலும் வாத்திங்க நம்பள பத்தி நிர்வாகத்துக் கிட்ட போட்டுக் குடுக்க மாட்டானுங்க. ரெண்டு தரப்பும் ஸ்டூடன்ட் வரைக்கும் உண்மை தெரிஞ்சுடுச்சேன்னு திருடனுக்குத் தேள் கொட்டுன மாதிரி முழிப்பானுங்க” என்றான்.

ரகுவரன் அவன் சொன்னதை ஆமோதிப்பதுபோல், “அதுவும் சரிதான்” என்று கூறி தலையசைத்தான்.

பிறகு அவனே, “புதுசா நிர்வாகம் பண்ண வர்ற மொதலாளி இன்னும் எப்படிப்பட்டவன்னே தெர்ல. அதுக்குள்ள நம்ம வாத்திங்க எதையெதையோ நெனைச்சு கூத்துப் பண்ணுதுங்க” என்று கூறினான்.

பதிலுக்குப் பக்ருதீன், “ஒருவேளை நல்லவனா வந்து வாச்சுட்டா?” வினா எழுப்பினான்.

அதற்கு ரகுவரன், “இவனுங்களவுட பெரிய மொள்ளமாரியாவும் வில்லனாவும் வரலாம்ல” என்று கிடுக்கிப் பிடி போட்டான்.

“அப்ப திருட்டுப் பசங்களுக்குள்ற சண்ட வரப்போவுதா?”

“அவனுங்களுக்கு மத்தியல சண்டயோ? சமாதானமோ? எது வந்தா நமக்கென்ன?”

பக்ருதீன் இதற்குப் பதில் சொல்லத் தெரியாமல் அமைதி காத்தான்.

பிறகு நினைவுக்கு வந்தவனாய் ரகுவரனிடம், “ஏன் குரு... தமிழ்ச்செல்வி இன்னிக்கி காலேஜீக்கு வரல?” என்று கேட்டான்.

சட்டெனத் தவறு செய்ததை உணர்ந்து ரகுவரன் தன் பின்னந்தலையில் வழக்கம்போல் அடித்துக் கொண்டான். அடுத்த நொடி, “ஒங்கூட பேசிக்கிட்டே அவள மறந்துட்டம் பாரு” என்று கூறிக்கொண்டே தன் செல்போனை எடுத்துத் தமிழ்ச்செல்வியின் எண்ணை அழுத்தினான்.

எதிர்முனையில் யாரும் எடுக்கவில்லை ஃபோன் கடைசி ரிங் வரை போய் கட்டானது.

தமிழ்ச்செல்வி தற்போது என்ன செய்து கொண்டிருக்கிறாள்? ஏன் ஃபோனை எடுக்கவில்லை? என்று குழப்பமானான் ரகுவரன். ஒருவேளை காலையில் வீட்டிலிருந்து புறப்பட லேட்டாகிவிட்டதோ? தன் இருசக்கர வாகனத்தில் கல்லூரி நோக்கி வந்து கொண்டிருக்கிறாளோ? அந்தச் சத்தத்தில் ஃபோன் ஒலிப்பது கேட்கவில்லையோ? எனப் பலவாறு யோசித்தான். பிறகு, எப்படியிருந்தாலும் காலேஜீக்கு வந்துதானே தீர வேண்டும் என நினைத்துக்கொண்டு பக்ருதீனுடன் வகுப்பு நோக்கி நடந்தான்.

அந்த நேரம் பரந்த கல்லூரி மைதானத்தில் சில தொழிலாளர்கள் பிரமாண்டமாய் மேடை அமைப்பு பணியில் ஈடுபட்டிருந்தார்கள். அதைக் கண்ணுற்றவாறே இருவரும் நடையை எட்டிப் போட்டார்கள்.

தமிழ்ச்செல்வி தன் வீட்டில் இன்னும் படுக்கையைவிட்டு எழாமல்தான் கிடந்தாள். உடம்பெல்லாம் சோர்வாக இருந்தது. காலையில் வழக்கமாய் எழும் நேரத்தில் அவளால் கண் விழிக்க இயலவில்லை. அடித்துப் போட்டதுபோல் அப்படியொரு அசதி. அம்மா பலமுறை உசுப்பிப் பார்த்துவிட்டு 'எப்படியோ போ' என முணுமுணுத்துவிட்டு தன் ஸ்கூலுக்கு கிளம்பி விட்டார்கள்.

சாரதாவுக்கு என்னதான் தன் மகள் ரகுவரனுக்குத்தான் என்று இரு குடும்பத்தாராலும் இஸ்மாயில் பாய் மற்றும் அவர் மனைவி முன்னிலையில் முடிவு செய்திருந்தாலும், இளம் ஜோடி அளவுக்கு அதிகமாய் ஊர் சுற்றுகின்றன என ஒரு சின்ன கோபம் இருக்கத்தான் செய்தது.

திருமணத்துக்கு முன்பே இப்படிச் செய்யலாமா? பார்ப்பவர்கள் என்ன நினைப்பார்கள்? என்று ஒரு வயசுப் பெண்ணைப் பெற்ற தாய்க்கே உண்டான மன நெருக்கடியும் அவருக்கு இருந்தது. எனவே தான் இன்று மகளிடம் கொஞ்சம் விட்டேத்தியாய் நடந்துகொண்டார்.

மற்ற சமயமாக இருந்திருந்தால் உடம்பு கிடம்பு சரியில்லையா? எனக் கவலையாகத் தமிழ்ச்செல்வியை மடியில் வைத்து கொஞ்சியிருப்பார்.

இதெல்லாம் தெரியாமல் இல்லை? ஆனால், என்னவென்றே தெரியவில்லை. அன்று அந்தத் தேயிலை தோட்டத்தில் ரகுவரன் மடியில் கிடந்த நேரத்தில் அவள் பாதத்தில் கடித்த அட்டைப் பூச்சியின் நினைவு அடிக்கடி தூக்கத்தில் கனவாய் வந்து தொல்லை கொடுத்தது. முதல் நாள் நள்ளிரவில் படுக்கையில் கிடந்தவளுக்குப் பாதத்தில் ஏதோ சுருக்கென்று கடித்ததைப்போல் தோன்ற, அனிச்சையாய் சொறிந்துவிட்டாள். கையில் ஏதோ ஈரப் பதமாய் பட்டதுபோல் ஒரு உணர்வு. அது ரத்தமாக இருக்கலாம் என்று நினைவில் வர, சட்டென எழுந்து லைட்டைப் போட்டாள்.

படபடப்புடன் தன் வலது கால் பாதத்தைக் குனிந்து பார்த்தாள். அங்கே ஒரு அறிகுறியும் தோன்றவில்லை.

தேயிலை தோட்டத்தில் அட்டைப் பூச்சி கடித்த அதே இடத்தில்தான் தற்போது மீண்டும் ஏதோ கடித்த மாதிரி தோற்றம். கொசுவாக இருக்குமோ? என்று யோசித்தாள். அம்மாவும் அவளும் வழக்கமாகத் தூங்கும் அந்த அறையில் கொசு இருப்பதாகத் தெரியவில்லை. எதற்கும் இருக்கட்டும் என்று கொசு விரட்டும் ஊதுபத்தியை ஏற்றி வைத்தாள். இனி, பிரச்னையில்லை என நினைத்துப்படுத்துத் தூங்கிவிட்டாள்.

ஆனால், இதே போன்றதொரு உணர்வு அவளுக்கு விடிகாலை நேரத்தில் ஏற்பட்டது.

மறுபடியும் எழுந்து அறை விளக்கைப் போட்டுப் பார்ப்பதும், ஒரு அறிகுறியும் தோன்றாமல் ச்சே என்று படுப்பதுமாய் அந்த இரவு கொடுமையாய் கழிந்தது.

காலையில் யோசித்துப் பார்த்தபோது சில்லித்தனமாய் தோன்றியது. எனவே, மறுபடியும் அதை நினைப்பதை விடுத்து பிறகு, தன் வழக்கமான வேலைகளைப் பார்க்க தொடங்கிவிட்டாள்.

என்றாலும், தொடர்ந்து சில நாட்களாய் இரவில் உறங்கி கிடந்தபோது தன்னை அட்டைப் பூச்சி கடிப்பது போலவும், கால்பாதத்தில் ரத்தம் வருவது போலவும் கனவாய் வந்து அந்த உணர்வு இம்சை செய்தது.

எனவே, அவளுக்கு மனம் நிலைகொள்ளாமல் தவித்தது. ரகுவரனிடமோ பக்ருதீனிடமோ இதைச் சொன்னால் கேலி செய்யக்கூடும் என விட்டுவிட்டாள்.

நேற்றிரவு இந்தத் தொல்லை அதிகமாகிவிட்டது. குறைந்தது ஓரிரு மணிநேரத்துக்குக் குறையாமல் தன் காலில் ஏதோ கடித்து ரத்தத்தை உறிஞ்சுவதுபோல தோன்றுவதும் அவள் பதறி விழிப்பதுமாய் தூக்கம் சுத்தமாய் கெட்டுப் போனது. அதனால்தான் அவளால் காலையில் கல்லூரிக்குப் போக சீக்கிரம் எழ முடியவில்லை.

உறக்கம் கலைந்த போது காலை பத்து மணிக்கு மேலாகி விட்டது. நன்றாக விடிந்த பின்னர்தான் ஒரு நல்ல தூக்கம் பிடித்திருக்கிறது. எனவேதான், படுக்கையைவிட்டு எழுவதற்குத் தாமதம். அம்மா இந்தப் பெண்ணுக்குக் கொஞ்சம்கூட பொறுப்பில்லை எனத் திட்டிக்கொண்டே தன் பணி புரியும் பள்ளிக்கு ரொம்ப நேரத்துக்கு முன்பே கிளம்பியிருப்பார்கள் என முடிவுக்கு வந்தவள், அனிச்சையாய் தன் செல்போனையெடுத்துப் பார்த்தாள். அவள் நினைத்தது போலவே ரகுவரன் ஓரிரு முறை ஃபோன் செய்திருந்தான். பதிலுக்கு ஃபோன் செய்யலாமா? என்று நினைத்தாள்.

வேண்டாம், வகுப்பில் இருப்பான். தான் நாளைக் காலை கல்லூரிக்கு வருவதாக ஒரு குறுந்தகவலை மட்டும் தட்டிவிட்டாள். மெல்ல எழுந்தாள். விடிந்த பிறகு தூங்குவது வழக்கமில்லாத ஒன்று. எனவே, பிரஷர் அதிகமானதுபோல தள்ளியது. சமாளித்துப் படுக்கையைச் சுருட்டி வைத்தாள். பாத்ரூம் போய் பல் துலக்கிவிட்டு அடுப்பங்கரையில் அம்மா என்ன காலை டிபன் செய்து வைத்துவிட்டுப் போயிருக்கிறார்கள் எனப் பார்த்தாள்.

தோசை சுட்டு வெள்ளை சட்னி அரைத்து வைத்துவிட்டுப் போயிருந்தார்கள். பசித்தது. எனவே, குளியலைப் பிறகு பார்த்துக்கொள்ளலாம் என்று முடிவு செய்தாள்.

ஒரு தட்டில் இரண்டு தோசையை எடுத்துவைத்து கொஞ்சம் சட்னி ஊற்றிக்கொண்டு டி.வி. முன்னால் உட்கார்ந்து ரிமோட்டை அழுத்தினாள். ஏதோ தொலைக்காட்சி நிகழ்ச்சியை மனம் ஒட்டாமல் பார்த்து முடித்துவிட்டுச் சாப்பிட்டு எழுந்தாள். இன்னும் சோர்வு மிச்சமிருந்தது. டி.வி.யை ஆஃப் செய்துவிட்டு படுக்கையை விரித்துப் படுத்தாள். ஆனால், சற்றும் உறக்கம் வரவில்லை. ஒரே யோசனையாய் இருந்தது.

கடந்த சில நாட்களாய் வரும் கனவுக்கு என்ன பொருள்? எனச் சிந்தித்தாள். வெகுநேர யோசனைக்குப் பின்னர் ஒன்றும்

நெட்டுப்படவில்லை. கனவுக்குப் பலன் சொல்லும் யாரிடமாவது இது பற்றி விசாரிக்கலாமா? அப்படித் தனக்குத் தெரிந்து எவரும் இல்லையே என்ன செய்ய? அவளுக்குப் பொதுவாகவே இந்த மாதிரி காரியங்களில் பெரிதாக நம்பிக்கையில்லை. இங்கு வருவதற்கு முன்பு, கோவையில் மாமா வீட்டிலிருந்துகொண்டு கல்லூரியில் படித்த, சற்று முந்தைய காலத்தில் சக மாணவிகள் தங்களுக்குத் தோன்றும் கனவுகள் குறித்துப்பேசுவார்கள். அதிலெல்லாம் அவள் ஆர்வம் காட்டியதில்லை. கண்டும் காணாமல் நகர்ந்து போய் விடுவாள்.

மாமா நிறைய சம்பிரதாயங்கள் பார்ப்பார். அடிக்கடி ஜோதிடர்களை வீட்டுக்கே வரச் சொல்லி ஜாதகப் பலன்கள் பார்ப்பார். அவர்கள் ஏதாவது பரிகாரம் செய்வதுகுறித்து கூறிவிட்டால், மிகுந்த பயபக்தியுடன் அதைச் செய்துவிட்டுதான் மறுவேலை பார்ப்பார். அம்மாவுக்கும் அந்தப் பைத்தியம் உண்டு. தொட்டதெற்கெல்லாம் நேரம், நாள், கிழமை மேலும் சந்திராஷ்டமம் என்று ஏதேதோ கடைபிடிப்பாள். தமிழ்ச்செல்விக்குத் தான் அதிலெல்லாம் ஆர்வம் கிடையாது. அட்டைப் பூச்சி கனவை அம்மாவிடம் சொல்லத் தயக்கம் வந்ததற்கு இதுவும் ஒரு காரணம். தேவையில்லாமல் அவரை எதற்குப் பீதிகிளப்பிப் பார்க்க வேண்டும்.

கொஞ்ச நேரம் புரண்டு புரண்டு படுத்தாள். எந்த விதத்திலும் மனக்கவலை தீர்ந்தபாடு இல்லை. எழுந்து உட்கார்ந்து வேறென்ன செய்யலாம் என்று யோசித்தாள்.

ரகுவரன் தன்னுடன் இருந்திருந்தால் அவனிடம் சற்று நேரம் பேசிக் கொண்டிருக்கலாம். சற்று ஆறுதலாயிருக்கும். ஃபோன் செய்து கல்லூரிக்குக் கட் செய்துவிட்டு வாவென்று கூப்பிடலாமா? என்று நினைத்தாள். வேண்டாம்! வேண்டாம்!! காதலிக்க ஆரம்பித்த பின்னால் நிறைய ஊர்சுற்றி இருவருக்குமே படிப்பு கெட்டுவிட்டது. இறுதியாண்டு முடியும் இந்தத் தருவாயில் அவனாவது பொறுப்பாய் படிக்கட்டும். அதிலும், அவன் நன்றாகப் படிக்கக் கூடியவன். அதை நினைக்க அவளுக்குப் பெருமையாக இருந்தது.

அவனை நினைத்து இன்னும்கூட கர்வம்கொள்ள நிறைய இருந்தது. எல்லோரிடமும் அன்பாகப் பழகும் தன்மை, வெகுளித்தனம் மிக்க பேச்சு. பெரியவர்களிடம் மரியாதை.

கெட்ட பழக்க வழக்கங்கள் இல்லாதது. இவற்றை விடவும் தன்மேல் அவன் வைத்துள்ள காதல் அப்பப்பா!! நினைத்துப் பார்க்க உடம்பு சிலிர்த்தது. கொஞ்ச நேரம் இனிமையான தருணங்களை அசை போட்டாள்.

அப்போது அவளுக்குத் திடீரென ரகுவரன் சிறு வயதிலிருந்து தன்னை நினைத்துக் கொண்டிருக்கக் காரணமான நீலக் குறிஞ்சி மலர்களைப் பார்க்க வேண்டும் போலிருந்தது.

அதற்கு வெங்கலமேட்டுக்கு அல்லவா போக வேண்டும். பாறைமடுவுக்குப் பக்கத்தில் எங்காவது நீலக் குறிஞ்சி பூத்திருக்கிறதா? என்று பார்க்கலாமா எனத் தோன்றியது. சட்டென அந்த நினைப்பை அவள் மாற்றிக்கொண்டாள்.

வெங்கலமேட்டுக்குப் போய்வந்தால் தான் என்ன? அந்த இடத்தில் பூத்துக் குலுங்கும் நீலக் குறிஞ்சிதானே தன்னை ரகுவுடன் சேர்த்து வைத்தது. அங்கே போவோம். இந்தப் பாழாய் போன அட்டைப் பூச்சி கனவை மறப்போம் என முடிவுக்கு வந்தாள். மறுகணமே மளமளவென உடையை மாற்றிக்கொண்டாள். மறக்காமல் தன் செல்போனை எடுத்துக் கொண்டாள். பூட்டைத் தேடியெடுத்தாள். டூவீலர் கீயையும் விடாமல் எடுத்துக்கொண்டு கதவைச் சாத்திப் பூட்டினாள்.

அம்மாவுக்குத் தெரியும் இடத்தில் சாவியை வைத்துவிட்டு சடுதியில் ஸ்கூட்டரைக் கிளப்பிக்கொண்டு வெங்கலமேடு நோக்கி விரைந்து சென்றாள்.

*

13

வெங்கலமேட்டில் அந்த மரமறைவில் அமர்ந்து நீலக் குறிஞ்சி மலர் கொத்தை நெஞ்சோடு அணைத்துக்கொண்டு ரகுவரனின் மார்பில் சாய்ந்து வெகுநேரம் தன்னை மறந்திருந்தாள் தமிழ்ச்செல்வி. மனம் லேசாகி அந்த மலை சிகரத்திலிருந்து எங்கோ றெக்கை கட்டிப் பறப்பது போன்ற உணர்வு. வானத்தின் நீல அகலத்தைக் கண்டுபிடித்துவிட முடியுமா? அதற்கு எந்த அளவுகோலைப் பயன்படுத்துவது? அப்படியொன்று இருந்தால் எந்தக் கடையில் விற்கிறது? இஞ்ச் டேப் போல தன்னுடன் பறக்கும் ரகுவரனை ஒருமுனையில் பிடிக்கச் சொல்லி, இன்னொரு முனையைத் தான் பிடித்துக்கொண்டு அளக்க வேண்டும். இப்படியொரு யோசனை வந்ததும் தன் அசட்டுத்தனத்தை நினைத்துத் தானே சிரித்துக்கொண்டாள்.

அவள் வாய்விட்டு சிரிக்கவில்லையென்றாலும் உடல் குலுங்குவதைப் பார்த்துவிட்டு, தமிழ்ச்செல்வியின் கழுத்தில் முகம் புதைத்திருந்த ரகுவரன், "எதுக்குச் சிரிக்கிறே?" என்று மெல்ல கேட்டான். அவள் சில கணங்கள் பதில் சொல்லாமல் அமைதியாக இருந்தாள். பிறகு, சன்னமான குரலில், "ஒன்னோட சேர்ந்திருந்தாலே ஏதேதோ கற்பனை வருதுப்பா. அது சில சமயம் யதார்த்தமா இருக்குது. வேறொரு தடவ சில்லியா தோணுது. அதை நினைச்சுத் தான் சிரிச்சேன்" என்று சொன்னாள்.

ரகுவரன், "அத வுடு. இன்னிக்கி வகுப்புக்கு வராம வெங்கலமேட்டுக்கு வந்ததுக்கு என்ன காரணம்?" என்று பத்தாவது முறையாகக் கேட்டான்.

நேரம் மதியத்தைத் தாண்டியிருந்தது. தன் வீட்டிலிருந்து புறப்பட்ட தமிழ்ச்செல்வி இங்கு வந்து சேர்ந்ததும் அவன் தனக்கு மீண்டும் ஃபோன் செய்வானென்று எதிர்பார்க்கவில்லை. தன் ஸ்கூட்டரைச் சாலையோரம் நிறுத்திவிட்டு நீலக் குறிஞ்சி செடி புதரை நோக்கி நடக்கும் போதுதான் அவன் ஃபோனில் கூப்பிட்டான்.

எடுக்கலாமா? வேண்டாமா? ஒருகணம் யோசித்தாள். கொஞ்ச நேரம் இந்த இடத்திலேயே அமைதியாக இருந்துவிட்டால் தான் என்ன? என நினைத்தவள், ஃபோனையெடுத்து கட் செய்தாள். ஆனால், அவன் விடவில்லை. மீண்டும் மீண்டும் டயல் செய்து கொண்டேயிருந்தான். ஒரு கட்டத்தில், திரும்ப திரும்ப எடுக்காமல் இருந்தால் ரகுவரன் ஏதேனும் விபரீதமாய் நினைக்கக் கூடும். எனவே, தன் செல்போனை ஆன் செய்தாள். அவனிடம் தனக்கு மனசு சரியில்லையென்றும் நாளை கல்லூரிக்கு வருவதாகவும் சொன்னாள். அவன் அவள் எங்கிருக்கிறாள்? என விடாமல் கேட்டான். மறைக்க விரும்பாமல் வெங்கலமேட்டில் நீலக் குறிஞ்சியைப் பார்க்க வந்திருப்பதாகக் கூறிவிட்டாள். அப்புறமென்ன, கல்லூரியைக் கட்டடித்துவிட்டு தனது வண்டியில் வந்து சேர்ந்தான்.

வந்ததிலிருந்து, மனசு சரியில்லை என்று ஃபோனில் சொன்னாயே, என்னவாயிற்று? எனத் திரும்ப திரும்ப கேட்டுக் கொண்டுதான் இருந்தான். அவள் வாயிலிருந்துதான் இன்னும் பதில் வரவில்லை. சட்டென அவன் ஒருகாரியம் செய்தான்.

தன் இரு கைகளாலும் அவள் முகத்தை ஏந்திக்கொண்டான். தன் விழிகளால் அவள் விழிகளை ஊடுருவிப் பார்த்தான். அதில், ஏதோ கலக்கம் தெரிந்தது. அதனால், சரியாக உறங்காமில்லாமல் இருந்திருக்கிறாள். கண்கள் நன்றாகச் சிவந்து அவனிடம் காட்டிக் கொடுத்துவிட்டன. சிறிது நேரம் அவள் முகத்தையே பார்த்தவன், 'என்ன பிரச்னை இவளுக்கு?' என்று குழம்பினான். பிறகு, அவளது மென் உடலைக் குழந்தைப்போல் தன் தோள் மீது சாய்த்துக்கொண்டான். மெல்ல ஆதரவாய் அவள் முதுகைத் தடவிவிட்டான். அவன் செய்கை பாகாய் உருக வைத்தது. உள்ளுக்குள் மெழுகுவர்த்திபோல் கரைந்தாள் தமிழ்ச்செல்வி.

இனியும், அவனிடம் மறைக்க முயல்வது முடியாத காரியம் என உறுதியாக நினைத்தாள். மெல்ல தன் கனவில் வந்து அச்சுறுத்தும் அந்த அட்டைப் பூச்சி பற்றி சொன்னாள்.

அதனால் தூக்கம் இழந்து தான் படும் அவதியை விவரித்தாள். அவனுக்கு அவளது பேச்சு முதலில் குழந்தைத்தனமாகவே பட்டது. ஆனால், அதிலிருந்த இனம் புரியாத கவலை சற்றே சிந்திக்க வைத்தது. பரிதாபமாய் முதலில் பார்த்தவன், “வெறும் கனவுக்கா இப்புடிப் பயப்பபடுறே?” என்று கேட்டான். பிறகு, என்ன நினைத்தானோ? அன்று தேயிலை தோட்டத்தில் அட்டை கடித்த அவள் பாதத்தைப் பார்த்தான். தன்னை நோக்கி திரும்பி உட்காரச் சொல்லி அவள் காலை மெல்ல எடுத்துத் தன் மடி மீது போட்டுக்கொண்டான். அன்று ரத்தம் வந்த இடத்தைத் தன் விரல்களால் நீவிப் பார்த்தான். எந்த நெருடலும் அவனுக்குத் தோன்றவில்லை.

அவளுக்குத்தான் கூச்சமாய் இருந்தது. தன் காலை இழுத்துக் கொண்டாள். பிறகு, என்ன சொல்லப் போகிறானென்று அவன் முகத்தையே ஆர்வத்துடன் பார்த்தாள். அவன் மென்மையாகச் சிரித்தான். அவளுக்கு மெல்ல கோபம் வந்தது. “என்ன ரகு, என்ன பாத்தா கேலியா இருக்கா?” என்று கேட்டாள். அவனுக்கு அவள் மனநிலை உணராமல் சிரித்துவிட்டோமோ? என யோசனை வந்தது. தன் பின்னந்தலையில் அடித்துக்கொண்டான்.

இப்போது அவன் செய்கையைப் பார்த்து அவளுக்குச் சிரிப்பு வந்துவிட்டது. அடக்க மாட்டாமல் சட்டென வாய்விட்டுக் கலகலவெனச் சிரித்து வைத்தாள். அவன் தான் இந்த இடத்துக்கு வந்ததிலிருந்து அவள் இப்போதுதான் சிரிக்கிறாள் என்று தோன்றியது. அவளுடன் சேர்ந்து தானும் மெய் மறந்து நகைத்தான். சிறிது நேரம் சுற்றுப்புற அமைதியைக் குலைத்து அந்தச் சிரிப்பு நீடித்தது. திடுமென அவளை நெருக்கமாய் தன் பக்கம் இழுத்து உதடுகளில் அழுத்த முத்தம் பதித்தான் ரகுவரன். அந்தக் கிறக்கத்தில் கண்ணை மூடி அனுபவித்தாள் தமிழ்ச்செல்வி. அப்போது, சரசரவென ஓணான் ஒன்று அந்த இடத்துக்கு வந்தது. சற்றே நிதானித்துத் தன் தலையைச் சொட்டான் போட்டுத் திருப்பி திருப்பிப் பார்த்தது. பிறகு, ஏதோ பேச வருவதுபோல் தன் தொண்டை பகுதியை அசைத்தது. அந்த நேரம் அவனும் அவளும் ஏதோ உள்ளுணர்வு தோன்ற சட்டென விலகினார்கள்.

ஓணான் தங்களைக் கவனிப்பதை இருவரும் ஒரே நேரத்தில் பார்த்தார்கள். சற்று நாணம் மேலிட சிரித்தார்கள். ரகுவரன் ஒரு சின்ன கல்லையெடுத்து 'உஸ்... உஸ்...' என ஒலியெழுப்பியபடி ஓணானை விரட்டினான். அது அச்சத்துடன் வெகு வேகமா ஒரு புதரில் போய் பதுங்கிக்கொண்டது. அப்போது ஒரு பலமான காற்று வீசி இருவரையும் கலைத்தது. சட்டென முகத்தை மூடிக்கொண்டார்கள். சில விநாடிகளில் காற்று தணிய கண்களைத் திறந்தார்கள். அவன் அவளைப் பார்த்தான். கலைந்திருந்த கேசத்தை அன்பாகச் சரிசெய்தான்.

நெகிழ்ந்துபோய் அவன் கையைப் பிடித்துக்கொண்ட அவள், "என்ன ரகு, எங்கவலைய ஒங்கிட்ட சொன்னேன். நீயெதுவும் பதிலே பேச மாட்டேங்குறியே?" என்று கேட்டாள்.

அவன், "இதிலெல்லாம் எனக்கு நம்பிக்கை கெடையாது தமிழ்ச்செல்வி. நீ வீணா மனசைப் போட்டுக் கொழப்பிக்க வேண்டாம்" என்று சொன்னான்.

அதற்குத் தமிழ்ச்செல்வி, "எனக்கும்கூட கனவு பத்தின மூடத்தனம் கெடையாதுதான். ஆனா, ஏதோ ஒரு கெடுதல் நம்ப காதலுக்கு வரப் போவுதுன்னு தோணுது ரகு" என்றாள்.

சற்று யோசித்த அவன், "அப்படியென்ன வந்துடப் போவுது? நமக்குத்தான் பெரியவுங்க பச்சை கொடி காட்டிட்டாங்களே... பொதுவா காதலுக்குச் சாதி, மதம் காசுப் பணம் அப்புறம், பெத்தவுங்க இந்த வகையிலதான் எதிர்ப்பு வரும். நம்ப விஷயத்துல அப்புடி எதுவுமே இல்லாதப்ப எதுக்கு வீணா கவலைப்படுறே?" என்று வினவினான்.

பிறகு, சற்று நிறுத்தி "அப்புறம், ஒனக்கு ஒரு தகவல் தெரியுமா? ரெண்டு நாளைக்கு முன்னாடி எங்க வூட்ல ஒன் ஜாதகத்தையும் என் ஜாதகத்தையும் எடுத்துக் கிட்டுப் போயி ஜோசியரைப் பார்த்திருக்குறாங்க. எல்லா பொருத்தமும் சரியா இருக்குதான்" எனத் தொடர்ந்தான்.

அதைக் கேட்ட அவள், "ஒங்க பேரண்ட்ஸ்கூட எங்கம்மாவும் தான் ஜாதகம் பார்க்கப் போயிருக்குறாங்க. அங்க நடந்தத எங்கிட்ட வந்து சொன்னாங்க" என்றாள்.

உடனே ரகுவரன், "பின்னென்ன, எல்லா ரூட்டும் கிளியராத் தானே இருக்கும். இத்தனைக்கும் அப்புறமா நம்ப காதலுக்குக்

குறுக்க எது வந்துடும்?" என்றவன், "தொடர்ந்து அடுத்தடுத்த நாட்கள்ல இந்த மாதிரி கனவு வந்து ஒனக்குத் தொந்தரவு குடுக்குதுன்னா சொல்லு. நல்ல சைக்கியாரிஸ்டை நாம்ப போயி பாப்போம்" என முடித்தான்.

அவளுக்கு அது சரியெனப் பட்டது. இது குறித்து தத்தமது பெற்றோரிடம் கூறலாமா? என இருவரும் ஆலோசித்தார்கள். பிறகு, அவர்களை எதற்குத் தேவையில்லாமல் பீதிக்குள்ளாக்க வேண்டும்? என நினைத்தார்கள். ஆகவே, அவர்களிடம் இந்த விஷயத்தை மறைப்பதே சரியென முடிவெடுத்தார்கள்.

மறுநாளே, ஊட்டி டவுனில் இருந்த ஒரு மனநல மருத்துவரிடம் இருவரும் சென்றார்கள். அவர் வயதான அனுபவமிக்க டாக்டர். தலை நரைத்து அறிவுக் கூர்மையுடன் இருவரையும் பார்த்தார். தமிழ்ச்செல்வி அவளது பிரச்னையை அவரிடம் தெளிவாக எடுத்துச் சொன்னாள்.

கவனமாக் கேட்டுக்கொண்ட டாக்டர், "இது அட்டைப் பூச்சி கடித்ததால் ஏற்பட்ட அச்சவுணர்வு தானே தவிர, வேறொன்றுமில்லை" எனத் தைரியம் சொன்னார்.

பிறகு, கனவுகள் குறித்து ஒரு நீண்ட விளக்கமும் கொடுத்தார். மூளை சரியாக உறங்காததால் அறைகுறை தூக்கத்தில் ஏதேதோ பிம்பங்கள் தோன்றுகின்றன. அவை ஒரு பயத்தை நம்மிடம் ஏற்படுத்தித் தொல்லை கொடுக்கின்றன. ஒரு காலத்தில் ஆதி மனிதனின் மிகப் பெரிய பிரச்னையே கனவுதான். இதில், அச்சம் கொண்டுதான் அவன் தன்னை மீறிய சக்தி ஏதோவொன்று உள்ளதாக நம்பி கடவுளைக் கண்டுபிடித்தான் என்றெல்லாம் பேசினார்.

டாக்டர் சொன்னதைக் கேட்டதும் தமிழ்ச்செல்விக்குச் சற்று ஆறுதலாய் இருந்தது. வீணாக ஒன்றுமில்லாத அற்ப விஷயத்துக்குத் தானும் பயந்து ரகுவரனையும் கலவரப்படுத்துகிறோமோ? என்று நினைத்தாள். எனவே, டாக்டருக்கு நன்றி சொன்னாள்.

அவர் சில மாத்திரைகளை அவளுக்கு எழுதிக் கொடுத்தார். அவை எல்லாமே தூக்கத்தை வரவழைப்பவை என்பதால், இரவில் உட்கொள்ளுமாறு அறிவுறுத்தினார். அவர் கொடுத்த மருந்து சீட்டை வாங்கிக்கொண்டு இருவரும் வெளியே வந்தனர்.

அவர்கள் போனதும் அந்த வயதான டாக்டர் இவ்வாறு யோசித்தார் 'கனவுகளுக்கு ஜோதிடர்கள் கூறும் பலன்கள் இல்லாமல் போகலாம். ஆனால், முன்னுணர்தல் என்பது மூட நம்பிக்கையல்ல. சில மனக்குழப்பங்கள் மனிதர் தம் வாழ்க்கையில் எதிர்காலத்தில் வரப்போகும் துன்பத்தை அறிவிக்கின்றவாகவே இருக்கின்றன. சற்றுமுன் தன் காதலனுடன் வந்துபோன கல்லூரி மாணவிக்குக்கூட இந்த அனுபவம் தான் நேர்ந்திருக்கிறது. இதை அவர் அவளிடம் வெளிப்படையாக சொல்லியிருந்தால், மேலும் கலவரப்படுத்தக் கூடும். எனவே, வெறும் மாத்திரைகள் மட்டும் எழுதிக் கொடுத்து அனுப்பிவிட்டார். எனினும், தமிழ்ச்செல்வியின் தகப்பன் வயதிலிருந்த அந்த மருத்துவர் அவளுக்கு எந்தத் துன்பமும் நேரக்கூடாது. தன் காதலனை மணந்துகொண்டு மகிழ்ச்சியாக இருக்க வேண்டுமென மனதார நினைத்தார்.

ஆனால், மனிதர்கள் நினைப்பதெல்லாம் அப்படியே நடந்து விடுகிறதா? என்ன...

அடுத்த சில தினங்களில், சென்னப்பா டிரேடிங் கம்பெனியின் நீலகிரி எஸ்டேட் நிர்வாகத்துக்கும் அது நடத்தும் கல்வி நிறுவனங்களுக்கும் சேர்மனாய் பொறுப்பேற்றிருக்கும் கிஷோர் என்ற அந்த இளைய முதலாளியை வரவேற்கும் நிகழ்ச்சி ஒரு மாலை நேரத்தில் தொடங்கியது. அதுவும் அந்த நிகழ்வு ரகுவரனும் தமிழ்ச்செல்வியும் படிக்கும் கல்லூரி ஆடிட்டோரியத்தில் நடந்தது.

கிஷோர் வெள்ளை வெளேரென்று ஆறடி உயரம் இருந்தான். நுனி நாக்கு ஆங்கிலத்தில் அவனது வெளிநாட்டுப் படிப்பின் ஏராளமான வாசனை வீசியது. சென்னையிலிருந்து அன்று காலை தனி விமானத்தில் கோவை வந்திறங்கி அங்கிருந்து ஹெலிகாப்டர் மூலமாகக் குந்தா வந்தடைந்தான். அங்குள்ள தலைமை அலுவலகத்தில் தன் பொறுப்புகளை ஏற்றுக்கொண்டு, எஸ்டேட் நிர்வாகம் மற்றும் கல்வி நிறுவனங்கள் சம்பந்தப்பட்ட முக்கியஸ்தர்களை சந்தித்தான். அவனது அலைபாயும் கண்கள் இன்னும் திருமணமாகாதவன் என்பதைக் காட்டியது.

ஸ்டைலாகக் கால்மேல் கால் போட்டுக்கொண்டு வெளிநாட்டு சிகரெட் பிடித்தான்.

பொறுப்பேற்பு சம்பிரதாயங்கள் முடிந்த பிறகு, மதிய நேரத்தில் எஸ்டேட்டைப் பார்வையிட்டு தொழிலாளர்களைச்

சந்தித்தான். அவனது கார் ஜெர்மனியிலிருந்து இறக்குமதி செய்யப் பட்டது என்று பேசிக் கொண்டார்கள். எஸ்டேட் சம்பந்தமான வேலைகள் முடிந்த பிறகு, லஞ்ச் முடித்துவிட்டு அவனது முன்னோர்கள் கட்டிய தனி பங்களாவில் ஓய்வெடுத்தான்.

ஜமீன்தார் கல்லூரி அந்த மாலை நேரத்தில் அவனை வரவேற்க தடபுடலாய் காத்திருந்தது. கல்லூரி முகப்பு பல வண்ண மலர்களால் அலங்கரிக்கப்பட்டு வண்ண விளக்குகளின் ஒளியால் கண்ணைப் பறித்தது. அவனை வரவேற்க யானை துதிக்கையில் மாலையுடன் நின்றிருந்தது. பட்டாம்பூச்சிகளாய் மாணவிகள் முன் வரிசையில் நிறுத்தப்பட்டிருந்தார்கள். அவர்களில், தமிழ்ச்செல்வியும் ஒருத்தி. மாணவர்களுக்குப் பின்னால், மாணவர்கள் வழக்கம்போல் கேலியும் கிண்டலுமாய் சளசளவெனப் பேசிக் கொண்டிருந்தனர்.

மாலை மயங்கும் நேரத்தில் அந்தப் படகுபோன்ற காரில் கம்பீரமாய் கல்லூரி வளாகத்தினுள் வந்திறங்கினான் கிஷோர். பேண்டு வாத்தியங்கள், செண்டை மேளம் எனக் கலவையாக இசை முழங்கியது. யானை தனக்கு மாலையிட்டதை அவன் ரசித்தான்.

கல்லூரி நிர்வாகத்தினர் ரத்தினக் கம்பளத்தில் அவனை ஆடிட்டோரியத்துக்கு உள்ளே அழைத்துச் சென்றனர். அப்போது அவசர அவசரமாகத் தமிழ்ச்செல்வி அங்கிருந்த நிரந்தர மேடையில் ஏறினாள். அவள்தான் அன்றைய நிகழ்ச்சியில் வர்ணனையாளர். அழகான ஆங்கில உச்சரிப்புக்காகவே அவள் கிஷோரை வரவேற்கவும் அடுத்தடுத்து நடக்கவிருக்கும் கலை நிகழ்ச்சிகளை மேடையில் அறிவிக்கவும் தேர்ந்தெடுக்கப்பட்டிருந்தாள்.

கிஷோர் மிடுக்காக மேடையின் பக்கவாட்டிலிருந்த படிகளில் கால் வைத்து ஸ்டைலாக ஏறி வந்தான். சிம்மாசனம் போலிருந்த இருக்கையில் அமர்ந்தான். அவனை வரவேற்கும் விதமாகத் தமிழ்ச்செல்வி அவளது ஆங்கிலப் பேராசிரியர் எழுதிக் கொடுத்த உரையை வாசித்தாள். அவளது ஸ்டைலான ஆங்கில மொழி உச்சரிப்பு கிஷோரைத் தமிழ்ச்செல்வியின் பக்கம் திரும்பி பார்க்க வைத்தது.

"சென்னப்பா டீ எஸ்டேட் மற்றும் ஜமீன்தார் கல்லூரியின் புதிய சேர்மேனாகப் பொறுப்பேற்றிருக்கும் மிஸ்டர் கிஷோர் அவர்களை நிர்வாகம் சார்பாகவும் கல்லூரி முதல்வர்,

ஆசிரியர்கள் மற்றும் மாணவர்கள் சார்பாகவும் வருகவென வரவேற்கிறோம்" என்று அவள் ஆங்கிலத்தில் சொல்லி நிறுத்திய போது மாணவர்கள் மத்தியிலிருந்து பலத்த கை தட்டல் எழுந்தது.

ரகுவரன் விசிலடித்தான். அவனுக்குத் தமிழ்ச்செல்வி அந்த நிகழ்ச்சியின் வர்ணனையாளரானதில் மிகுந்த மகிழ்ச்சி. பக்கத்திலிருந்த பக்ருதீன் தன் நண்பனுக்கு விசிலடிக்கத் தெரியும் என்று அன்று தான் அறிந்துகொண்டான்.

அவள் தன் உரையைத் தொடர்ந்தாள். ஆனால், பேராசிரியர் அதற்கு மேல் எழுதிக் கொடுத்திருந்தது சொதப்பலாகத் தோன்றியது. நன்றாக ஆங்கிலம் கற்ற கிஷோர் இதை தான் படிக்க கேட்டால், உண்மையாகவே நொந்து விடுவான். எனவே, அவளே சொந்தமாகக் கற்பனை செய்து பேசினாள்.

"நீலமலையில் குறிஞ்சிப் பூ பூத்திருக்கும் இந்த அபூர்வ தருணத்தில், நீங்கள் இந்த மேற்குத் தொடர்ச்சி மலையில் காலெடுத்து வைத்திருக்கிறீர்கள். தமிழர் ஐந்திணையில் முதன்மையானது குறிஞ்சி நிலம். மனிதன் குறிஞ்சியில் இருந்துதான் மலையைவிட்டு கீழிறங்கி முல்லை, மருதம், பாலை, நெய்தல் எனப் பரவினான் என வரலாறு கூறுகிறது. மேற்கண்ட ஐந்திணைகளும் பல நூற்றாண்டுகளாகச் செழித்திருக்க முதன்மைக் காரணம் மனித உழைப்பு. உழைப்பினால் மனிதன் இயற்கையைச் செப்பனிட்டான். அதை மேலும், மேலும் அழகுபடுத்தினான். ஒருவகையில் மானுடமும் இயற்கையும் வேறு வேறு அல்ல. ஆனால், பூமி செழிக்க காரணமான உழைப்பாளியை இடையில் வந்த செல்வந்தர்கள் மதிப்பதில்லை. உங்கள் நிறுவனங்களின் தூண்களான உழைப்பாளிகளை மதித்து அவர்கள் நலனில் அக்கறை கொள்ள வாழ்த்துகிறேன்"

அவள் பேசி முடிக்க, மீண்டும் பலத்த கை தட்டல் எழுந்தது. கிஷோர் முதலில் தமிழ்ச்செல்வியின் ஆங்கிலப் பேச்சை ரசித்தான். பிறகு, அவளையே ரசிக்க ஆரம்பித்தான்.

*

14

மறுநாள் கல்லூரி முழுக்கவே தமிழ்ச்செல்வியைப் பற்றிய பேச்சாய் இருந்தது. நேற்று சேர்மன் கிஷோரின் வரவேற்பு நிகழ்வில் அவள் நிகழ்த்திய உரைதான் அதற்குக் காரணம். அவளைக் கல்லூரி மாணவ மாணவியர் ஒன்றாகச் சேர்ந்து பாராட்டிவிட காலையிலேயே ஆவலுடன் எதிர்பார்த்திருந்தனர். கல்லூரிப் பேருந்தில் அவள் பாறைமடுவில் ஏறுவாள் என்று காத்திருந்தனர். ஆனால், அப்படி நடக்கவில்லை. சரி, தன் இருசக்கர வாகனத்தில் வருவாள் என அனைவரும் எதிர்பார்த்துக் காத்திருந்தனர். ரகுவரனுக்குத் தமிழ்ச்செல்வியை நினைத்து பெருமை தாங்கவில்லை. பக்ருதீன், “மச்சான் நீ ரொமப அதிர்ஷ்டக்காரன் டா” எனப் பேருந்திலேயே கை குலுக்கிப் பாராட்டிவிட்டான். அதேபோல் மற்ற சில மாணவ மாணவியரும் ‘ஒன் ஆளு நேத்து செமையாப் பேசுனாப்பா. வாழ்த்துக்கள்!’ என மனம் திறந்தார்கள்.

நேற்றைய வரவேற்பு நிகழ்வு முடிய இரவு எட்டு மணியாகிவிட்டது. அதற்குக் காரணம், கலை நிகழ்ச்சிகள் சற்றே நீண்டுவிட்டன. எனவே, ஃபங்க்ஷன் முடிந்ததும் மாணவர்கள் கல்லூரி நிர்வாகம் ஏற்பாடு செய்திருந்த டின்னரை முடித்துக்கொண்டு அவசர அவசரமாகப் புறப்பட்டுவிட்டனர். இரவு நேரத்தில், மலை பகுதியில் எப்போதும் நிலவும் குளிரைவிடவும் நேற்று சற்று அதிகமாகவே நடுக்கியது. அதனால், அவரவர் பேசிக்கொள்ளக்கூட நேரமில்லாமல் கல்லூரியின் பேருந்தில் ஏறிவிட்டனர்.

ரகுவரனுக்கு இதே நிலைமைதான். சரி, தமிழ்ச்செல்வி எங்கே போகப் போகிறாள், காலையில் பேசிக்கொள்வோம் என்று விட்டுவிட்டான். வீட்டுக்குப் போனதும் ஃபோன் செய்து அவளிடம் பேசியிருக்கலாம் தான். ஆனால், தூக்கம் அதற்குத் தடையாய் அமைந்துவிட்டது.

தமிழ்ச்செல்வி வகுப்பு தொடங்குவதற்கு முன்பாகவே தன் வண்டியில் கல்லூரிக்கு வந்துவிட்டாள்.

வயலட் கலர் சுடிதாரில் பார்க்க அம்சமாக இருந்தாள். அதைப் பார்த்ததும், ரகுவரன் அவள் வந்ததும் தான் முதலில் பேச நினைத்து மறந்து போய் நின்றுவிட்டான். அந்த இடைவெளியில் மற்ற மாணவர்கள் உள்ளே புகுந்துவிட்டார்கள். அவள் உரையையும் ஆங்கில உச்சரிப்பையும் ஆளாளுக்குச் சிலாகித்தார்கள்.

அதில், சக கல்லூரி மாணவியொருத்தி சட்டென, "ஏய், தமிழ்ச்செல்வி நீயென்ன கம்யூனிஸ்டா?" என்று கேட்டாள்.

அதற்கு அவள், "அதெல்லாம் இல்லடீ. எங்கப்பா இங்க டீ எஸ்டேட்ல சூபர்வசைரா இருந்தப்ப படிச்ச சில புத்தகங்களை நானும் அம்மாவும் அவுரு இறந்தப்ப, ஞாபகார்த்தமா இருக்கட்டும்னு கோவைக்கு எடுத்துக்கிட்டு போனோம். எனக்கு அப்பா நெனப்பு வரும் போதெல்லாம் எடுத்துப் படிப்பேன். அதெல்லாம் கம்யூனிஸ்ட் புத்தகம் தான். அந்தப் பாதிப்புக்கூட நேத்து எம் பேச்சுல இருந்திருக்கலாம்" என்று விளக்கம் சொன்னாள்.

இன்னொருத்தி, "இவ்வளவு ஃப்ளூயண்டா எப்புடீ இங்கிலீஷ் பேசக் கத்துக்கிட்ட?" எனக் கேட்டாள்.

"எல்லாம் ஆர்வம்தான் காரணம்" என்று சொல்லவும், இடையில் குறுக்கிட்ட பக்ருதீன், "அது என்னமோ, எங்களுக்குத் தமிழ்ச்செல்வியா இருந்த நீ நேத்து நிகழ்ச்சி நடந்தப்ப ஆங்கிலச் செல்வியா தெரிஞ்சே" என்று கூறினான்.

எல்லோரும் அவன் பாராட்டை ரசித்து சிரித்தனர்.

ரகுவரன் பெருமிதம் பொங்க சற்று எட்ட நின்று அவளுக்குக் கிடைத்த பாராட்டைக் காது குளிரக் கேட்டு மகிழ்ந்தான். எப்படியும் இன்று தனிமையில் சந்திக்கும் சந்தர்ப்பம் கிடைக்கும் போது அவள் உதட்டில் மென்மையாக முத்தமிட்டு தன் அன்பையும் வாழ்த்தையும் சொல்லிக் கொள்ளலாம் என்று நினைத்தான்.

அதற்குள் கல்லூரி துவங்கும் நேரம் வந்துவிட்டது. அனைவரும் கும்பல் கும்பலாய் அவரவர் வகுப்புக்குள் நுழைந்தார்கள்.

தமிழ்ச்செல்வியின் வகுப்பைச் சேர்ந்த மாணவர்கள் தங்களுக்குள் உரையாடிக்கொண்டே தத்தமது இருக்கையில் அமரவும் ஆங்கிலப் பேராசிரியர் உள்ளே வரவும் சரியாக இருந்தது. சட்டென அமைதியானது வகுப்பறை. மாணவர்கள் வருகை பதிவு முடிந்த பின்னால், அவர் புன்னகையுடன் தமிழ்ச்செல்வியை எழுந்து நிற்க சொன்னார். அவளும் எழ, "நேத்து சேர்மன் வரவேற்பு நிகழ்ச்சியில நா எழுதிக் குடுத்தத வுட நீயா கற்பனை பண்ணிப் பேசுனது ரொம்ப நல்லாயிருந்ததும்மா" என்று மனதாரப் பாராட்டினார்.

அதற்கு நன்றி சொன்ன அவள், "இருக்கட்டும் சார். ஒருவகையில நீங்க குடுத்த பேப்பர் எனக்கு இன்பிரேஷனா இருந்தது. அதனாலதான் என்னால சரளமா பேச முடிஞ்சுது" என்றாள்.

அப்போது சட்டென மாணவிகள் மத்தியிலிருந்து, "ஏய், பொய் சொல்லாதடீ..." என்று கமெண்ட் வந்தது. அடுத்த கணம் கொல்லென்ற சிரிப்புச் சத்தம் வகுப்பை அதிர வைத்தது.

வழக்கமாக இதுபோன்ற கமெண்ட்டுக்கு கோபப்படும் அந்தப் பேராசிரியர் தற்போது அடக்க முடியாமல் தானும் சேர்ந்து மாணவர்களுடன் சிரித்தார்.

அப்போது தமிழ்ச்செல்வி, "நீ எதுக்குச் சொந்தமா மேடைல பேசுனன்னு நீங்க திட்டுவீங்களோன்னு எனக்குக் கொஞ்சம் பயமாக்கூட இருந்தது, சார்" என்று நன்றி கலந்த மென்சிரிப்புடன் சொன்னாள்.

அதற்கு அவர், "அப்புடியில்லம்மா... நீ என் ஸ்டூடண்டுன்னு நெனைக்க எனக்குப் பெருமையாத்தான் இருக்குது" என்று சொன்னார்.

வழக்கமாக அந்த ஆங்கிலப் பேராசிரியர் சற்று கடுகடுத்த ஆள் தான். அதனாலேயே பழைய வில்லன் நடிகர் ஒருவரது பெயரை மாணவர்கள் அவருக்கு வைத்திருந்தார்கள்.

பாடம் நடத்துவதைச் சற்று ஒத்தி வைத்துவிட்டு அவர் இன்னும் கொஞ்சம் தமிழ்ச்செல்வியைப் பாராட்டுவதில் நேரம் செலவிட்டார்.

அப்போது கல்லூரி அட்டெண்டர் வகுப்பினுள் நுழைந்தார். அவரை என்ன? என்பதுபோல் பார்க்க, அட்டெண்டர் பேராசிரியருக்கு மட்டும் கேட்கும்படி ஏதோ சன்னமாக சொன்னார். சரியெனத் தலையசைத்துவிட்டு அவரை அனுப்பி வைத்தார் பேராசிரியர். அவர் பார்வை மீண்டும் தமிழ்ச்செல்வியின் பக்கமே திரும்பியது. தனது பாராட்டைத் தொடரப் போகிறார் என்று அனைவரும் நினைத்தனர். ஆனால், அவர் சொல்ல வந்த விஷயம் வேறாகயிருந்தது.

"தமிழ்ச்செல்வி ஒன்ன காலேஜ் சேர்மன் பாக்கணும்னு சொன்னாராம். நீ அவரோட ரூம் வரைக்கும் போயிட்டு வந்துடும்மா". அவர் இதைச் சொன்னதும் தன்னையே நம்ப முடியாமல் ஆனந்தம் பொங்க நின்றிருந்தாள். பேராசிரியர் அதைப் பார்த்ததும் போ என்பதுபோல் தலையசைத்துச் சைகை செய்தார்.

அவள் பெருமையாக ஒருமுறை சக மாணவ மாணவியரைத் திரும்பிப் பார்த்தாள். அடுத்த கணம் அவளை வழியனுப்புவதுபோல் அவர்களிடமிருந்து கரவொலி எழுந்தது. தமிழ்ச்செல்விக்கு மாணவர்களின் அன்பை நினைத்து உடல் சிலிர்த்தது. மிகுந்த மகிழ்ச்சியுடன் மெல்ல வகுப்பைவிட்டு வெளியேற காலடியெடுத்து வைத்தாள். சட்டென அவளையறியாமல் ரகுவரனை மட்டும் தலையைத் திருப்பிப் பார்த்தாள். அவனுடைய முகத்தில் ஏனோ உற்சாகம் இல்லை. இருண்டு தெரிந்தது. அப்போதே அவள் மனதில் ஏதோ கருக்கென்றது.

ஒருவேளை தனக்குக் கிடைத்த பாராட்டையும் அங்கீகாரத்தையும் பொறாமையாக எடுத்துக் கொள்கிறானோ? இல்லையே... காலையில் அவன் முகம் முழுக்க ஆனந்தம் கொப்பளிக்க மாணவர்கள் மத்தியில் தெரிந்தானே. இப்போது என்னவாயிற்று அவனுக்கு? அவள் யோசித்தபடி நடக்க சேர்மன் அறை வந்துவிட்டது. கதவிலேயே அழகு தெரிந்தது. கிஷோர் ரசனை மிக்கவனாய் இருக்க வேண்டும். அவனது மனநிலைக்கு ஏற்ப அந்த முன் கதவு அலங்கரிக்கப்பட்டிருக்க வேண்டும் என்று நினைத்தாள். ஏனெனில், அது புதிதாக தெரிந்தது.

மெல்ல அந்த அலங்காரக் கதவைத் தட்டி, "மே ஐ கம்மின் சார்" என்று குரல் கொடுத்தாள்.

உள்ளிருந்து, "ப்ளீஸ் வாங்க தமிழ்ச்செல்வி" என்று கிஷோரின் குரல் கேட்டது.

அவள் தன்னைப் பார்க்காமலேயே எப்படிக் கண்டுபிடித்தான். ஒருவேளை சிசிடிவி கேமரா பொருத்தப்பட்டிருக்கிறதோ? என அறை வாசலை நிமிர்ந்து பார்த்தாள். அப்படியெதுவும் தெரியவில்லை. யோசனையுடன் அறைக்குள் நுழைய அவள் இதுவரை நுகர்ந்தறியாத வெளிநாட்டு பர்ஃப்யூம் வாசனை வரவேற்றது.

அந்த நறுமணம் கிஷோரின் உடையில் இருந்துதான் வருகிறதெனக் கண்டுபிடிக்கத் தமிழ்ச்செல்விக்கு ரொம்ப நேரம் ஆகவில்லை.

ஆள் தன் இருக்கையிலிருந்து எழுந்து நின்று கொண்டிருந்தான். வெளிநாட்டு துணியில் தைத்த கோட்டு சூட்டில், இளம் தாடியுடன் வசீகரமான தோற்றத்திலிருந்தான். தனது கழுத்தில் கட்டியிருந்த டையில் தங்கப்பின் சொருகியிருந்தான். அதில், விலையுர்ந்த வைரக் கல்லொன்று மின்னியது. அறையில், தேவையான இடத்தில் புகழ் பெற்ற வெளிநாட்டு ஓவியர்கள் வரைந்த வண்ண ஓவியங்கள் மாட்டப்பட்டிருந்தன. தரையில் சிகப்பு கார்பெட் விரிக்கப்பட்டு ரத்தினக் கம்பளம்போல் பூ வேலைப்பாட்டுடன் மின்னியது. பார்க்க பார்க்க தமிழ்ச்செல்விக்குப் பிரமிப்பாய் தோன்றியது. மொத்தத்தில், அவள் தன் வாழ்நாளில் அத்தகைய அலங்காரமான அலுவலக அறையைப் பார்த்ததில்லை. தன் கண்களை அகல விரித்துக்கொண்டு நின்றிருந்தாள். என்றாலும், அந்தப் பகட்டு சற்றே ஒவ்வாமையை அவளுக்கு ஏற்படுத்த தவறவில்லை.

அவளை ஓரக் கண்ணால் ரசித்த கிஷோர், "என்ன தமிழ்ச்செல்வி அப்படியே சிலை மாதிரி நின்னுட்டீங்க? வாங்க வந்து ஒக்காருங்க?" என்று சொல்லிக் கலைத்தான்.

ஆனால், அவள் ஏனோ அவன் காட்டிய இருக்கையில் அமரவில்லை. "இருக்கட்டும் சார். கிளாஸ் நடந்துக்கிட்டு இருக்குது. நா சீக்கிரம் போனா நல்லது" என்று தயவாகக் கூறினாள்.

அவன் விடவில்லை, "தோ... ரெண்டு நிமிசத்துல அனுப்பிடறேன்" என்று சொன்னவன், சட்டென இண்டர்காமை எடுத்துச் சன்னமான குரலில் இரண்டு காபி கொண்டுவரச் சொன்னான். வேறு வழியில்லாமல் தமிழ்ச்செல்விக்கு அமர வேண்டியதாயிற்று. அவள் இருக்கையின் நுனியில் உட்கார்ந்துகொண்டு, "நீங்க என்ன வரச் சொன்னதா புரொபசர் சொன்னாரு சார்..." என்று இழுத்தபடி கேட்டாள்.

இரா. பாரதிநாதன் | 115

அவன் ஆமாம் என்று தலையசைத்துவிட்டு தன் மேஜை மேலிருந்த தங்கக்கலர் பெட்டியிலிருந்து ஒரு நீளமான சிகரெட்டை உருவினான். உதட்டில் பொருத்திக்கொண்டு, குட்டி சைஸ் ஸ்போர்ட்ஸ் சூ மாதிரி, வித்தியாசமாய் காணப்பட்ட அந்த லைட்டரைத் தட்டிச் சிகரெட் முனைக்கு நெருப்பைக் காட்டினான்.

மெல்ல புகையை இழுத்து விட்டவாறே அவளை நிமிர்ந்து பார்த்தான். பிறகு, “நேத்து நீங்க கல்லூரி நிகழ்ச்சியில் செஞ்ச வர்ணனை பிரமாதம்” என்று ஆங்கிலத்தில் சொன்னான். அவள் அதைக் கேட்டு மகிழ்ந்து, “தேங்க்ஸ்” என்றாள்.

அடுத்து அவன், “நீங்க இப்பத்தான் கொஞ்ச நாளைக்கு முன்னாடி நம்ப காலேஜ்ல ஜாயின் பண்ணியிருக்குறதா சொன்னாங்க. இதுக்கு முன்னால நீங்க எங்க படிச்சீங்க?” என்று விசாரித்தான்.

அவள் தான் கோவையில் படித்ததைச் சொன்னாள். பிறகு, “சின்னவயசுல இந்த மலைப் பகுதியில தான் சார். நா என் பேரண்ட்சோட இருந்தேன். எங்கப்பா கூட ஒங்க எஸ்டேட் ஓர்க்கர்தான்” என்று விரிவாகச் சொன்னாள். அவன் அதைக் கேட்டுவிட்டு தணிந்த குரலில், “அவர யானை மிதிச்சுக் கொன்னுடுச்சுல்ல” என்று அனுதாபமாய் பார்த்தான். தமிழ்ச்செல்வி துயரம் மேலிட ஆமாம் என்பதுபோல் தலையாட்டினாள்.

அந்த நேரம் அவளுக்குத் தன் அப்பாவை நினைத்து அவளறியாமல் கண்ணீர் வந்தது. சட்டெனச் சுயமரியாதை எட்டிப் பார்த்தது. அந்நியன் முன்னால் எதற்கு அழ வேண்டும்? எனத் தன்னைக் கட்டுப்படுத்திக்கொள்ள முயன்றாள். எனினும், முடியவில்லை. சின்ன விம்மலாய் துக்கம் வெளிப்பட்டது.

அதைப் பார்த்த கிஷோர், “சாரி தமிழ்ச்செல்வி” எனத் தனக்குள் ஏற்பட்ட குற்றவுணர்வை வார்த்தையில் சொன்னான்.

அந்த நேரம் ஒரு அட்டெண்டர் இரண்டு கோப்பைகளில் காபி கொண்டுவந்து மேஜை மீது வைத்தார். கிஷோர் தானொன்றை எடுத்துக்கொண்டு அவள் முன்னால் ஒரு கோப்பையை நகர்த்தினான். நாசூக்காக எடுத்துக்கொண்ட அவள் காபியை உறிஞ்சினாள். மனதில் எழுந்த சோகத்துக்கு ஆறுதலாய் இருந்தது.

கிஷோர், "ஒங்கள பாராட்டுறதுக்குத் தான் நா இப்ப வரச் சொன்னேன். அதுக்குக் காரணம் ஃபாரின்ல பெரிய ஸ்காலர்கூட இப்புடி இங்கிலீஷ் பேச மாட்டாங்க. ஒங்க கிட்ட ஒரு பர்பெக்‌ஷன் தெரியுது. அது என்ன மாதிரி பிஸினஸ்மேனுக்கு ரொம்ப புடிக்கும்" என்று சொன்னான். அதற்குப் பதிலேதும் சொல்லாமல் சின்ன புன்சிரிப்பொன்றை மட்டுமே காட்டினாள் தமிழ்ச்செல்வி.

தொடர்ந்து கிஷோர், "அப்புறம், ஒங்கம்மாவ நா கேட்டதாகச் சொல்லுங்க. அப்புறம், அந்தக் காலத்துல ஒங்கப்பா வேலை சமயத்துல இறந்ததுக்காக எங்க எஸ்டேட் சார்புல குடுத்த இழப்பீடு ரொம்ப கம்மி" என்று சொன்னான். பிறகு, தன் மேஜை மேலிருந்த ஒரு ஃபைலில் நீட்டிக் கொண்டிருந்த வங்கி செக் லீப் ஒன்றை உருவியெடுத்து அவளிடம் நீட்டினான்.

தமிழ்ச்செல்வி அதைப் பார்த்தாள். ஐந்து லட்ச ரூபாய் எழுதியிருந்தது. சற்று அதிர்ச்சியாய் இருந்தது.

உடனே, "எதுக்கு சார் இதெல்லாம்?" என்று கேட்டாள்.

"இது ஒங்க குடும்பத்துக்கு என்னோட உதவி"

அவன் அப்படிச் சொன்னதும் அவளுக்குக் குழப்பம் ஏற்பட்டது. உண்மையில், கிஷோர் சேர்மனாக இருக்கும் இந்த எஸ்டேட் நியாயமான பணஉதவி எதுவும் அவள் குடும்பத்துக்குச் செய்யவில்லைதான். அப்பா இறந்த சமயத்தில் கொடுத்தது சொற்பத் தொகையே. அம்மாகூட இன்னமும் எஸ்டேட்காரர்கள் ஏமாற்றிவிட்டதாகச் சமயம் கிடைக்கும் போதெல்லாம் புலம்பிக் கொண்டுதான் இருக்கிறார்கள். என்றாலும், இத்தனை வருடங்கள் கழித்து அவன் தரும் இந்தச் செக்கை வாங்கலாமா? வேண்டாமா? என யோசித்துத் தயக்கத்துடன் தன் கையைச் செக்கை வாங்க நீட்டாமல் இருந்தாள் தமிழ்ச்செல்வி.

அவன் விடவில்லை. "என்ன ஏன் இப்புடித் தயங்குறீங்க? நா ஒன்னும் சும்மா தரல. வாங்கிக்குங்க. ப்ளீஸ்" என்று வற்புறுத்தி னான். அவளுக்குக் கணநேரத்தில் தன் குடும்பம் இருக்கும் தற்போதைய வறுமை நிலைமை கண்முன் வந்து போனது. சட்டென எதுவும் பேசாமல் அந்தச் செக்கை வாங்கிக் கொண்டாள்.

கிஷோர் முகம் மலர்ந்தான். "வெரிகுட். நீங்க நல்லா படிக்கிற ஸ்டூடன்ட் அப்புடின்னு கேள்விப்பட்டேன். ஒங்க எதிர்காலத்துக்கு இந்தப் பணம் உதவும்" என்று சொன்னான்.

பிறகு, "அப்புறம், வேற எந்த உதவி வேணுன்னாலும் தயங்காம கேளுங்க" என்று மேலும் கூறினான்.

அவள் தலையசைத்தாள். எழுந்து நின்று, "வரேன் சார். ரொம்ப தாங்க்ஸ்" என்று விடை பெற்றாள்.

திரும்பி நடந்தாள். அந்த நேரம், குறுகுறுவெனக் கிஷோரின் பார்வை அவளைப் பின் தொடர்ந்தது.

தன் வகுப்புக்கு அவள் வரும்போது பேராசிரியர் தன் நேரத்தை முடித்துக்கொண்டு வெளியேறி இருந்தார். அடுத்த பீரியட் இன்னும் தொடங்கவில்லை. எனவே, மாணவர்கள் தங்களுக்குள் பேசியவாறு இருந்தவர்கள் தங்கள் கவனத்தை அவள் பக்கம் திருப்பினார்கள். ஆளாளுக்குப் புதிய சேர்மன் என்ன சொன்னார்? எனப் படபடத்தார்கள்.

அவள் செக் விஷயத்தை மட்டும் சொல்லாமல் தவிர்த்து விட்டாள். அது தனது தனிப்பட்ட குடும்ப சம்பந்தமானது. சேர்மன் பணம் கொடுத்தது வெளியே தெரிந்தால் தேவையில்லாத விமர்சனங்கள் வரக் கூடும்.

மற்றபடி, கிஷோர் தன்னைப் பாராட்டியதை மட்டும் வரிவிடாமல் ஒப்பித்தாள். எல்லோரும் கேட்டுக் கொண்டார்கள். அங்கே வேறெதுவும் வில்லங்கமாக இல்லை என்று புரிந்து கொண்டவன்போல் ரகுவரன் கூட மாணவர்களின் ஆர்வத்தில் பங்கு கொண்டான்.

ஆனால், தமிழ்ச்செல்விக்கு மட்டும் தனக்கு ஏதோ விபரீதம் வரப் போகிறது என்றே தோன்றியது. அதற்கு அறிகுறியாகவோ என்னவோ அன்றிரவு, அடிக்கடி பயமுறுத்தும் அந்த அட்டைப் பூச்சி கனவு வந்து தொந்தரவு கொடுத்தது.

*

15

அம்மாவிடம் இரவில் பேச முடியவில்லை. டியூஷன் மற்றும் சமையல் என்று பிஸியாக இருந்தார். எனவே, மறுநாள் காலையில், தன்னிடம் கிஷோர் கொடுத்த செக்கைக் காட்டியதும் அவர் காட்டிய பெரிய மகிழ்ச்சி, தமிழ்ச்செல்வி சமீப காலமாய் கண்டிராதது. கோவையில், மாமா வீட்டில் பணத்துக்குப் பஞ்சமில்லை. அவர் கேட்காமலேயே தன் அக்காவுக்கும் அவரது மகளுக்கும் கணக்குப் பார்க்காமல் தருபவர்தான். அவரது தொடர்பைத் துண்டித்துக்கொண்டு இந்த மலைப் பிரதேசத்திற்கு வந்த பிறகு, வீட்டு வாடகை, அன்றாட வீட்டுச் செலவுகள் என்று கொஞ்சம் கஷ்டமாகத்தான் இருந்து வருகிறது. அவற்றைச் சமாளிக்கத்தான் அம்மா மாலை நேரத்தில் அக்கம் பக்கத்து குழந்தைகளுக்கு டியூஷன் சொல்லித் தருகிறார். என்றாலும், இதுவரையில் பட்டினியை இருவருமே கண்டதில்லை.

ஆனாலும், அம்மாவுக்குப் பணத்தைக் கண்டதும் வந்த உற்சாகம் மனதுக்கு நிறைவாக இருந்தது. அவர் அவள் கையிலிருந்த செக்கைத் தான் வாங்கிக்கொண்டு கண்கள் அகல விரியப் பார்த்தார். பிறகு, அவளுக்குப் பணம் கிடைத்த விவரத்தை விசாரித்தார். அவரிடம் எஸ்டேட் நிர்வாகத்திற்குப் புதிதாகச் சேர்மனாகப் பொறுப்பேற்றிருக்கும் கிஷோர் பற்றியும் அவன் நூற்றாண்டு விழாவில் தனது அழகான ஆங்கிலப் பேச்சில் கவரப்பட்டுத் தன்னைப் பற்றி விசாரித்து தெரிந்து கொண்டதையும்

பிறகு, தன்னை அழைத்து காசோலை கொடுத்தது பற்றியும் விலாவாரியாகச் சொன்னாள்.

அதைக் கேட்டு அங்கிருந்த சாமி படத்துக்கு முன்னால், காசோலையை வைத்த சாரதா, "ஒங்கப்பாவோட உழைப்புக்கு இன்னிக்குத்தான் ஓரளவுக்கு நட்ட ஈடு கெடச்சுருக்கும்மா. அந்தப் புது சேர்மன் நல்லாயிருக்கட்டும்" என்றார். பிறகு, "இதுக்கு ஒரு வகையில ஒம் மாமாவும் காரணம். அதுக்கு நீ அவுருக்கு நன்றி சொல்லணும்" என்று சொன்னார். சட்டென எரிச்சலான தமிழ்ச்செல்வி, "இப்ப எதுக்கு அவர இங்க இழுக்குற?" என்று கத்தினாள்.

சாரதா பதிலுக்கு, "ஏன் டீ இந்தக் கத்து கத்துறே? எங்கண்ணன் ஒன்ன கான்வெண்ட்ல படிக்க வெச்சதுனால தானே ஒன்னால சரளமா இங்கிலீஷ் பேச முடிஞ்சுது" என்று இரைந்தார்.

அந்தக் காலை நேரத்தை அம்மாவோடு சண்டைப் போட்டு மனநிலையைக் கெடுத்துக்கொள்ள விரும்பாத தமிழ்ச்செல்வி, "நா வேணா இப்பவே கோயமுத்தூர் போயி இந்தச் செக்கை ஒன்னோட பாசமலர் அண்ணன் கிட்ட குடுத்து கால்ல வுழுந்து ஆசீர்வாதம் வாங்கிகிட்டு வந்துடறேன். போதுமா?" என்று முற்றுப்புள்ளி வைத்தாள்.

சாரதாவும் பதிலேதும் சொல்லாமல் சாமி படத்து முன்னிருந்த செக்கைக் கையில் எடுத்தார்.

அப்போது மெல்ல அவரைக் கட்டிக்கொண்டு அவள், "இந்தப் பணத்த வெச்சுக்கிட்டு நீ என்னம்மா செய்யப் போறே?" என்று செல்லமாக கேட்டாள்.

அம்மா தயங்காமல் தன் மனதிலிருப்பதை அவளிடம் பதிலாகக் கூறினார். "ஒடனே இப்ப நாம்ப இருக்குறத வுட கொஞ்சம் பெரிய வூடாப் பாக்கலாம்மா. அப்புடியே துணிமணிகள், நகைகள் எடுப்போம்" என்றார்கள்.

அவள் சட்டென அவரிடமிருந்து விலகிக்கொண்டு தன் இடுப்பில் கை வைத்தபடி,

அதை கண்டித்தாள் "எதுக்கும்மா ஒனக்கு நம்ப சக்திக்கு மீறுன ஆசைகள்லாம் வருது. இந்த வூட்டுக்கு என்ன

கொறைச்சல்? இருக்குற துணிமணிகள், நகைகள் போட்டா போதும். இந்தப் பணத்த பத்திரமா பேங்க்ல போட்டு வெப்போம். அத்தியாவசிய செலவுகள் வந்தா மட்டும் அத எடுப்போம்" என அதை கண்டித்தாள். பிறகு, என்ன நினைத்தாளோ கொடுத்த செக்கைத் திரும்ப தானே வாங்கிக் கொண்டாள் அவள்.

அம்மாவின் முகம் வாடிவிட்டது. அதைப் பார்த்துவிட்டுத் தமிழ்ச்செல்வி மீண்டும் சத்தம் போட்டாள்.

"இன்னும் ஒன்னோட பணக்கார அண்ணன் வூட்லயே இருக்குறதா நெனப்பாம்மா. இப்ப நாம நம்ப சொந்தக் கால்ல நிக்கிறோம்னு மறந்துடாத. வருமானத்துக்குத் தக்க மாதிரிதான் வாழ்க்கைய அமைச்சுக்கணும். புரிஞ்சுதா...?"

சாரதா, "அதில்லம்மா... நாமும் நாலு பேரு மாதிரி இருக்க வேணாமா?" என்று முனகினார்.

உடனே அவள், "அந்த நாலு பேரு ஒங்கண்ணனாட்டம் பணக்காரனா இருக்க வேணாம். எங்கப்பாவாட்டம் ஏழையாவே இருக்கட்டும்" எனக் கடிந்துகொண்டாள்.

கொஞ்சம் பெருமூச்சு விட்டுக்கொண்ட சாரதா, "நீயும் அவர் எப்புடி இருப்பாரோ, அப்படியே இரு" என்று சினந்தார்.

தமிழ்ச்செல்வி அம்மாவைச் சமாதானம் செய்யும் விதமாய் அவர் முகத்தைத் தன் இரு கைகளாலும் தாங்கிக் கொண்டாள். பிறகு, சொன்னாள். "அப்பா இப்ப உயிரோட இருந்திருந்தா நீ என்ன செய்யப் போறே? அவரோட சம்பளத்துலதானே குடும்பம் நடத்தியாகணும். அதே மாதிரி நீ ஏம்மா நெனைக்க மாட்டேங்கிறே?" என்று கேட்டாள்.

"எல்லாம் ஒங்க தாத்தாவால வந்த வெனை. எனக்கு எங்கண்ணன் அந்தக் காலத்துல வசதியான மாப்பிள்ளையில்ல பாத்து வெச்சிருந்தாரு. ஒன் தாத்தன் அதக் கெடுத்துக் கம்மி சம்பளம் வாங்குற எஸ்டேட் சூபர்வைசருக்குக் கட்டி வெச்சுட்டாரு"

சாரதா இதைப் பலமுறை கூறியிருந்தாலும் இந்தச் சமயத்தில் தமிழ்ச்செல்விக்கு ஏனோ கோபம் வந்துவிட்டது.

"போதும்மா... அப்பா ஒன்ன அன்பாதானே வெச்சிருந்தாரு? அப்புறம், எதுக்கு இந்தச் சளுப்பு?"

இப்படிச் சொல்லி அம்மாவுக்கும் தனக்கும் நடந்த விவாதத்திற்கு முற்றுப்புள்ளி வைத்தாள் அவள். சாரதாவும் அதை ஏற்றுக் கொண்டதைப்போல அமைதி காத்தார்.

தன் அம்மா எப்போதுமே இரண்டு விதமான மனப்போக்குடன் இருப்பதை எண்ணி அவளுக்கு உள்ளூற வருத்தம் உண்டு. அப்பாவைப் பற்றி அவர் சொல்லும் ஒரே குறை அவரால் தனக்கு வசதியான வாழ்க்கை கிட்டவில்லை என்பது மட்டுமே. மற்றபடி அவர் தனக்குக் காட்டிய பிரியத்தை அம்மா எப்போதும் மறந்ததில்லை. அடிக்கடி தன் கணவனை நினைத்து அழுவார். என்றாலும், மாமா காட்டிய வசதியான வாழ்க்கை மீது அலாதி ஈர்ப்பு உண்டு. கோவையில் இருந்து பகட்டைப் புறந்தள்ளி அவரை இந்த மலைப் பிரதேசத்துக்கு இழுத்து வர அவள் பட்டபாடு கொஞ்ச நஞ்சமல்ல.

தான் கல்லூரிக்குப் புறப்படும் போது மறக்காமல் கிஷோர் கொடுத்த காசோலையை எடுத்துக் கொண்டாள். நல்லவேளை, அவன் பெயரில் தான் பேரர் செக்காக எழுதிக் கொடுத்திருந்தான். பாறைமடுவில் ஒரு அரசு வங்கி இருக்கிறது. அதில், ஏற்கனவே கணக்கும் தொடங்கி வைத்திருந்தாள் தமிழ்ச்செல்வி. எனவே, தன் இருசக்கர வாகனத்தையெடுத்துக் கொண்டு தன் பெயரில் பேங்க்குக்குப் போய் செக்கைப் போட்டாள்.

இந்த நேரத்தில் கல்லூரி பேருந்து பாறைமடுவு வந்து போய்விட்டது. எனவே, தன் இரு சக்கர வாகனத்தில் தான் வகுப்புக்கு வந்து சேர்ந்தாள்.

அன்று நாள் முழுக்க பாடத்தைக் கவனிக்க வேண்டிய தாயிற்று. சீக்கிரமே இறுதியாண்டு தேர்வு வரவிருக்கிறது. தன்னால் தேர்வில் வெற்றி பெற்றுவிட முடியும் என்ற நம்பிக்கை அவளுக்கு இருந்தது. ஆயினும், ஓரளவுக்கு நல்ல மதிப்பெண்கள் எடுக்க வேண்டும் என்று ஆசைப்பட்டாள்.

மதிய நேரத்தில், சாப்பிடும் இடத்தில் ரகுவரனும் கூட பாட சம்பந்தமாய் அவளிடம் பேசினானே தவிர, வேறு ரொமான்ஸ் பேச்சுக்கள் எதையும் வைத்துக் கொள்ளவில்லை.

அன்று மாலையில், வகுப்பு முடிந்தது. நிறுத்தும் இடத்திலிருந்து தன் இரு சக்கர வாகனத்தை எடுத்துக்கொண்டு அவனிடம் வந்தாள்.

ரகுவரன் 'என்ன?' என்பதுபோல் ஏறிட்டுப் பார்த்தான். "ஒங்கிட்ட கொஞ்சம் தனியா பேசணும்" என்றாள் தமிழ்ச்செல்வி. அப்போது அவனுடன் கல்லூரி பேருந்துக்காகக் காத்திருந்த பக்ருதீன் பார்த்தான். பிறகு, "கல்யாணத்துக்கு முன்னாடியே எல்லா ரொமான்ஸையும் கொட்டித் தீர்த்துடாதீங்க. கொஞ்சம் மிச்சம் வைங்க" என்று சொன்னான்.

அவனுக்கு ரகுவரன் பதில் சொல்ல வாயெடுக்கும் முன், தமிழ்ச்செல்வி முந்திக்கொண்டாள். "ஏய், எங்களப் பாத்து இவ்வளவு பொறாமைப்படுறியே... நீயெல்லாம் கடைசி வரைக்கும் சிங்கிள் தான்" என்று பகடி செய்தாள்.

அதற்குப் பக்ருதீன் கொஞ்சம் பயந்துதான் விட்டான். "ஒரு அண்ணனுக்குச் சாபம் வுடுறியே... ஒரு நல்ல தங்கச்சி செய்ற வேலையா இது?" என்று புலம்பினான்.

தமிழ்ச்செல்வி சிரித்தாள். "ரொமான்ஸ் என்பது சுனைநீர் மாதிரி பக்ருதீன் பாய். எவ்வளவு பெரிய பாத்திரத்துல எத்தனை தரம் மொண்டாலும் வத்தாது பாத்துக்கோ" என்று சொன்னவள், "இதைக்கூட புரிஞ்சுக்காம இருக்கியே மரமண்டை. நாளைக்கி ஒம் பொண்டாட்டி கிட்ட ரேஷன் வச்சுத்தான் லவ் பண்ணுவியா?" எனச் சிரிப்பு மாறாமல் வினவினாள்.

இதைக் கேட்டு வாயடைத்துப் போன பக்ருதீன், ரகுவரன் பக்கம் திரும்பினான், "மச்சான் ஒன்ன நெனைச்சாத்தான் டா பாவமா இருக்குது" என்று கூறினான்.

அதற்கு அவன், "எதனாலடா சொல்றே?" என்று கேட்டான்.

"இந்தப் பேச்சு மெஷின்கூட எப்புடித்தான் குடும்பம் நடத்தப் போறியோ?"

"அதெல்லாம் பொண்ணுங்க வாயை அடைக்க ஒரு மந்திரம் இருக்குடா மச்சான். அத மட்டும் செஞ்சுட்டா போதும். கப்சிப்னு அடங்கிடுவாங்க"

"அது என்னடா மாமா மந்திரம்?"

"இதுகூடவா டா புரியல. அப்ப நீ கடைசி வரைக்கும் சிங்கிள் தான் டா" என்று அவனைச் சுத்தலில்விட்ட ரகுவரன், தமிழ்ச்செல்வியின் வண்டியில் ஏறிக்கொண்டு டாடா காட்டிவிட்டுப் போனான்.

பக்ருதீன் ‘நே…’ என்று விழித்துக்கொண்டு நின்றான். அதைத் தனது வண்டியின் சைடு மிர்ரரில் பார்த்துவிட்டு வாய்விட்டுச் சிரித்தாள் தமிழ்ச்செல்வி.

மாலை கவிந்து வந்தது. அந்தச் சாலையில் கலவையான மக்கள் நடமாட்டமிருந்தது. தேயிலை தோட்ட வேலைக்குச் சென்ற தொழிலாளிகள் அவரவர் வீடு திரும்பிக் கொண்டிருந்தனர். கல்லூரியில், பள்ளியில் படிக்கும் பிள்ளைகள் தங்கள் கல்வி நிறுவன வாகனங்களுக்காகக் காத்திருந்து சற்றே சலிப்பாய் அங்குமிங்கும் திரிந்தனர். நகருக்கு ஏதோ மளிகைப் பொருட்கள் வாங்க வந்த சம்சாரி ஒருவர் தன் இரு சக்கர வாகனத்தில் வீட்டை நோக்கி விரைந்துப் போனார். யாரோ கல்லூரி காதலர்கள் ஒரு மின்கம்பத்தில் சாய்ந்தபடி சுவாரஸ்யமாகப் பேசிக் கொண்டிருந்தனர். இதைப் பார்த்த டீன் ஏஜ் பெண்கள் அடங்கிய சிறு கும்பலொன்று வாயைப் பொத்திச் சிரித்தபடி அந்த இடத்தைக் கடந்தார்கள். மலை பிரதேசமே இரவும் பகலும் அழகுதான் என்றாலும், மாலை நேரத்துக்கென அதற்கு இனம் புரியாத தனி சோபை வந்து விடுகிறது.

எல்லாவற்றையும் ரசித்தவாறு ரகுவரன் பின்னால் அமர்ந்திருக்க தன் வாகனத்தை வெங்கலமேடு நோக்கிச் செலுத்திக் கொண்டிருந்தாள் தமிழ்ச்செல்வி. தலையில் ஹெல்மெட் போட்டிருந்தாள். ஆனால், அதையும் மீறி சில நீண்ட முடிகள் வெளியில் வந்து காற்றில் நடனமாடின. அவ்வளவு முடி அடர்த்தி அவளுக்கு. கேரளப் பெண்களுக்குத் தான் இந்த மாதிரி இருக்கும். இவளுக்கும் அப்படியே வாய்த்திருக்கிறதே என வியந்தான்.

அப்போது வண்டியோட்டிக் கொண்டே தமிழ்ச்செல்வி, “ஏன் ரகு, அதென்ன பெண்களை வாயடைக்க வெக்கிற மந்திரம்?” என்று கேட்டாள். அவன் பதில் சொல்லாமல் யோசித்தான். சற்று முன் பக்ருதீனிடம் சொன்ன வார்த்தைகள் சட்டென அவன் நினைவுக்கு வரவில்லை.

அவள் சத்தமாக, “நா கேக்குறது காதுல விழலையா?” என்று கேட்டாள்.

அவன் சட்டென நினைவுக்கு வந்தவனாக, “அதுவா… வெங்கலமேட்டுக்குப் போனப்புறம் சொல்றேன்” என்று கூறினான்.

"ஏன் இப்ப நேரம் நல்லாயில்லையா?"

"அதெல்லாம் ஒண்ணுமில்ல. நாம்ப இப்ப இருக்குற பொசிஷன் அந்த ரகசியத்தை வெளிக்காட்டிக்க தோதாயில்ல"

அவள் குழம்பினாள். அவன் அவளுக்குத் தெரியாமல் நமட்டுச் சிரிப்புச் சிரித்தான்.

கொஞ்ச நேரத்தில் வெங்கலமேடு வந்துவிட்டது. அவர்கள் இருவரையும் வரவேற்பதுபோல் நீலக் குறிஞ்சி பூக்கள் தலையசைத்துச் சிரித்தன. வண்டியைத் தோதான இடத்தில் நிறுத்திவிட்டு, நீலக் குறிஞ்சி பூக்களை நோக்கிச் சென்றாள். பின் தொடர்ந்த அவன் எதிர்பாராத தருணத்தில் பின்னாலிருந்து கட்டிப் பிடித்தான். சட்டென உதறிய அவள், "ஏய், என்னது. ரொம்ப மூடா இருக்கப்போல?" என்று கேட்டாள்.

அவன், "நீதானே பொண்ணுங்க வாயடைக்கிற மந்திரம் என்னன்னு கேட்டே? அதான் கட்டிப் புடிச்சேன்" என்று சொன்னான்.

அவள், "அதைக் கட்டிக்கிட்டுத் தான் சொல்லணுமா?" என்று புரியாமல் கேட்டாள்.

அவன், "அது மட்டுமில்ல, ஒதட்டோட ஒதடு வெச்சுதான் செஞ்சிக் காட்டணும்" என்றான்.

அவள் யோசிக்கும் முன்னே அழுத்தமாய் முத்தமிட்டான். தன் வாயை அவன் தன் உதடுகளால் அடைத்த பின்னால்தான் ரகுவரன், பக்ருதீனிடம் சொன்ன அந்த மந்திர ரகசியம் தமிழ்ச்செல்விக்குப் புரிந்தது.

அவனை நெட்டித் தள்ளி நாணத்தில் சிரித்த அவள், "ஒன்ன என்னமோ நெனைச்சேன் ரகு. பெரிய காதல் மன்னனா இருப்ப போலிருக்குதே" என்று சிரித்தாள்.

தமிழ்ச்செல்விக்கு வேண்டுமளவு நீலக் குறிஞ்சி மலர்களைக் கொய்து கொடுத்தான் அவன்.

பிறகு, இருவரும் வழக்கமாக அமரும் அந்த மரத்தடிக்கு வந்தார்கள். கொஞ்சம் ஆசுவாசப்படுத்திக் கொண்ட பின்னால், ரகுவரன், "சொல்லு தமிழு... என்ன விஷயமா தனியா பேசணும்னு சொன்னே?" என்று கேட்டான்.

அவள் நேற்று தன்னைச் சந்தித்த சேர்மன் கிஷோர் ஐந்து லட்ச ரூபாய் செக் கொடுத்ததை அவனிடம் சொன்னாள்.

அதைக் கேட்டு மகிழ்ந்த அவன், "பரவால்லியே எப்பவோ நடந்த ஓங்கப்பாவோட சாவுக்கு இப்ப நட்ட ஈடு கெடச்சுருக்கே. அந்தக் கிஷோர் நல்லவானா தெரியறானே!! நா கூட நேத்து அவன் ஒன்னக் கூப்பிடுறதா தகவல் வந்தப்ப என்னவாயிருக்கும்னு தேவையில்லாம மனசப் போட்டுக் கொளப்பிக்கிட்டேன்" என்று தன்னிலை விளக்கம் சொன்னான்.

அவன் தான் பணம் வாங்கியதைத் தவறாகப் பார்க்கவில்லை என்று தெரிந்ததும் மனதுக்குள் நிம்மதி பெருமூச்சுவிட்டாள்.

பிறகு, "எதுக்கும் ஓங்கப்பா கிட்டே இந்த விஷயத்தைச் சொல்லிச் சரியா தப்பான்னு அபிப்ராயம் கேக்கலாமா? ரகு" என்று அவளே சொன்னாள். அதற்கு அவன், "எதுக்கு அவுரு கிட்ட நீ கருத்து கேட்கணும்? ஒனக்கும் அம்மாவுக்கும் நியாயமா கெடைக்க வேண்டிய பணம்தானே" என்று சொன்னான்.

தமிழ்ச்செல்வி, "இல்லப்பா ஓங்கப்பா யூனியன்ல இருக்காருல்ல. ஒரு தகவலா சொல்லலாம்ல" எனச் சொல்ல, அவன் சற்று யோசித்துவிட்டு, "சரி, நா அவுரு கிட்ட சொல்லிடுறேன்" என்று தலையசைத்தான்.

சற்று நேரம் அமைதியாக நேரம் போனது. அவள் திடுதிப்பெனத் தன் மனதிலிருப்பதை அவனிடம், "எனக்கென்னவோ அந்தச் செக்கைச் சேர்மன் கிட்ட இருந்து வாங்குனதுலயிருந்து என்னமோ மாதிரி உள்ளுக்குள்ள தோணுது ரகு" என்று சொன்னாள்.

அவன் சிரித்தான். "நீ தேவையில்லாம கொளப்பிக்கிறே?" என ஆறுதல் சொன்னான்.

அப்போது அவள், "இல்ல ரகு. நேத்து ராத்திரி அந்த அட்டைப் பூச்சி கனவு மறுபடியும் எனக்கு வந்துச்சு" என்றாள்.

அதற்கு அவன், "ஏம்பா... எந்தக் காரணமும் இல்லாம எதிர்கால வாழ்க்கையை நெனச்சு அச்சப்படுறே? அதுதான் இந்தக் கனவு கிஷோர் கூப்பிட்டு குடுத்த பணத்தைப் பத்தின கவலையெல்லாம் ஒனக்கு வருது" என்று சொன்னான்.

அந்த வார்த்தைகள் மனதுக்குத் தெம்பாக இருந்தது. மெல்ல அவன் தோளில் சாய்ந்து கொண்டாள். ரகு சொன்னதுபோல தனக்கு ஏற்பட்டுள்ள அதிக சந்தோசமே அது கெட்டுவிடக் கூடாதேயென்ற அவசியமில்லாத கவலைகளைத் தருகிறதோ? என நினைத்தாள். கண்மூடி அவள் கெட்ட நினைவை மறக்க முயன்றாள்.

அந்த நேரத்தில் வெங்கலமேட்டிலிருந்து பாறைமடுவு செல்லும் அந்தச் சாலை வழியே சென்ற பகட்டான கார் ஒன்று சட்டெனப் பிரேக் போட்டு நின்றது. அதன் முன்பக்கக் கண்ணாடிக் கதவு இறங்க, ஓட்டுனர் இருக்கையிலிருந்த கிஷோர் தம்மை மறந்து மரத்தடியில் அமர்ந்திருந்த ரகுவரனையும் தமிழ்ச்செல்வியையும் பார்த்தான். அவன் முகம் சட்டென மாறியது.

*

16

தமிழ்ச்செல்விக்குக் கல்லூரி தேர்வையொட்டிப் பத்து நாட்கள் 'ஸ்டடி லீவ்' விட்டிருந்தார்கள். நல்ல மார்க் வாங்கிவிட வேண்டும் என்ற தீர்மானத்தில் கவனத்தைக் குவித்துப் படித்தாள். சில நாட்களில், இரவு உறங்க நெடுநேரம்கூட ஆகிவிடுகிறது. அம்மா வழக்கம்போல டியூஷன் முடித்து, டிபன் செய்து தான் முதலில் சாப்பிட்டு சீக்கிரம் தூங்கி விடுவார்கள். இன்று இவ்வளவு படித்து முடிக்க வேண்டும் என்ற இலக்கை எட்டாமல் அவள் எவ்வளவு நேரமானாலும் தூங்குவதில்லை.

இயல்பாகவே இரவில், மலைப் பிரதேசத்தில் குளிருக்குப் பயந்து மக்கள் சீக்கிரம் உறக்கத்துக்குப் போய் விடுவார்கள். இப்போது தொலைக்காட்சி நெடுந்தொடர்கள் வந்த பின்னால், வீட்டை உட்புறம் சாத்திக்கொண்டு பத்து மணிவரை நாடகம் பார்க்கிறார்கள். எப்படியும், இரவானதும் தெருக் களில் மக்கள் நடமாட்டம் குறைந்து போய் விடுகிறது. குளிர் அதிகமாக இருந்தால் சுத்தமாகவேகூட திரிபவர்கள் அற்று போய் விடுகிறார்கள்.

அந்த ஊரில் இன்னொரு பிரச்னையிருக்கிறது. அடிக்கடி வனவிலங்குகள் பொழுது மங்கியதும் வீதிக்கு வந்து விடுகின்றன. சில சமயங்களில் கரடி, யானை போன்றவை பகல் நேரத்திலேயே உலா வருகின்றன.

அப்படி நேற்றுகூட ஒரு பெண் கரடி தன் குட்டிகளுடன் பாறைமடுவு பேருந்து நிறுத்தம்

வரை வந்துவிட்டது. மக்கள் ஒளிந்துக்கொண்டு வேடிக்கைப் பார்த்தார்கள். வியாபாரிகள் கடைகளை அடைத்துவிட்டார்கள். வந்த வாகனங்கள் சாலைகளிலேயே அப்படி அப்படியே நின்றுவிட்டன. கரடிகளைப் பொதுமக்கள் 'உஸ் உஸ்...' எனச் சத்தமெழுப்பி விரட்டப் பார்த்தார்கள். கடைப் பக்கம் போன தமிழ்ச்செல்விக்கு இந்த அனுபவம் புதிது என்பதால், சற்று த்ரிலிங்காக இருந்தது. வேடிக்கைப் பார்த்தாள்.

பெரும்பாலும் இரவுகளில் நாய்கள் உரத்து குரலெழுப்பினாலே ஏதேனும் ஒன்றோ இரண்டோ விலங்குகள் ஊருக்குள் வந்திருக்கிறன்றன என்றே அர்த்தம். காலையில் பார்த்தால்தான் தெரியும் நாய்கள் செத்துக் கிடக்கும். சிறுத்தை கொன்றிருக்கிறதெனப் பேசிக் கொள்வார்கள். எனவே, தமிழ்ச்செல்வியின் காதுகளில் கோரஸாக நாய்கள் குரைக்கும் சத்தம் கேட்டாலே அம்மாவை இறுக்க கட்டிப் பிடித்துக்கொண்டு இழுத்துப் போர்த்திவாறு படுக்கையில் கிடப்பாள்.

இரவு பதினொரு மணியிருக்கும். மின் விளக்கு வெளிச்சத்தில் படித்துக் கொண்டிருந்தவள் ஏதோ சத்தம் கேட்பதுபோல தோன்ற செவிகளைக் கூர்மையாக்கிக்கொண்டு வெளியே என்ன நடக்கிறது? என அறிய முற்பட்டாள். ஆனால், பெரிதாய் எந்தவொரு ஒலியும் கேட்கவில்லை. சுவர் பூச்சிகள் தான் 'கரக் கரக்' என்று இடைவிடாமல் கத்திக் கொண்டிருந்தன. வெகு தூரத்தில் நாயின் ஊளையிடுதல் துல்லியமாகக் கேட்டது.

கல்லூரி விடுமுறையில், நேற்று ஒருநாள் தான் முழுமையாகக் கழிந்திருக்கிறது. இன்று இரண்டாவது நாள். இன்னும் சிலமணி நேரத்தில் முடியப் போகிறது. இந்த இரண்டு தினங்களையே ரகுவரனைப் பார்க்காமல் அவளால் இருக்க முடியவில்லை. என்னதான் பகலில் இருவரும் ஃபோன் செய்து பேசிக் கொண்டாலும் நேரில் பார்த்துப் பேசியது போலிருக்காது அல்லவா? மாலையில், தனக்கு அவன் ஃபோன் செய்த போது இதைச் சொன்னாள். அதற்கு அவன் ஒரு ஐடியா செய்தான். குரூப் ஸ்டடி என்ற பெயரில், நாளை காலையில் வெங்கலமேட்டில் ரகுவரன் வீட்டில் வைத்துச் சந்தித்துக் கொள்ளலாம் என முடிவு. ஆனால், விஷயத்தைக் கேள்விப் பட்டுப் பக்ருதீன் நந்தி மாதிரி குரூப் ஸ்டடிக்கு நானும் வருகிறேன் என்று குறுக்கே வந்தான். வேறு வழியில்லை, அவனைச் சேர்த்துக் கொள்ளத்தான் வேண்டும். ஏற்கனவே, ரகுவரன்,

தமிழ்ச்செல்வி இருவர் வீடுகளிலும் கல்லூரி தேர்வு முடியும் வரையில், தனிமையில் சந்திக்கக் கூடாது எனக் கட்டுப்பாடு போட்டிருந்தார்கள்.

பக்ருதீன் கூட இருப்பதனால்தான் ஒன்றாகச் சேர்ந்து படிக்க அனுமதி கிட்டியது. எனவே, எப்போதடா பொழுது விடியும்? வெங்கலமேட்டுக்குப் போய் தன் காதலனைச் சந்திப்போம் எனக் காத்திருந்தாள் தமிழ்ச்செல்வி.

படித்துக் கொண்டிருந்த புத்தகத்தை மூடி வைத்தாள். தூக்கம் கண்களைச் சுழற்றியது. மெல்ல அம்மாவைத் திரும்பிப் பார்த்தாள். தலையில் குல்லா போட்டுக்கொண்டு, அதையும் மீறி காதுவரை இழுத்துப் போர்த்தியபடி ஆழ்ந்த உறக்கத்திலிருந்தார்கள். எழுந்து போய் அடுப்பு மேலிருந்த பாத்திரத்திலிருந்து டம்ளரில் சுடுநீர் மொண்டு குடித்தாள். பிறகு, பாத்ரூம் போய்விட்டு வந்து கட்டிலில் அம்மாவுக்குப் பக்கத்தில் கிடக்கையைப் போட முனைந்தாள். விளக்கு எரிந்துகொண்டிருந்தது நினைவுக்கு வந்தது. அணைத்துவிட்டு வந்து படுத்தாள்.

சில நொடிகளில் கண்கள் சொருகிக்கொண்டது. அப்போது திடுதிப்பென அவள் செல்போனில் வாட்சப் மெஸேஜ் வந்தது. அதற்கான ஒலி சன்னமாய் காதில் விழுந்தது. நெட்டை ஆஃப் செய்யவில்லை என்பது நெருடியது. யாராக இருக்கும்? ரகுவரன் ஏதேனும் அனுப்பியிருப்பானோ? என்று அரைகுறை தூக்கத்தில் அனிச்சையாய் செல்போனைக் கையில் எடுத்துப் பார்த்தாள். ஏதோ புதிய எண்ணிலிருந்து வீடியோ வந்திருந்தது. என்னவென்று பார்க்க முனைந்தாள்.

வீடியோவை ஓடவிட்டாள். அதில், சிலநாட்களுக்கு முன் அவள் கல்லூரி நிகழ்ச்சியில் சேர்மன் கிஷோருக்காக வரவேற்புரை நிகழ்த்தியது ஒளிபரப்பானது. நல்ல தெளிவான காட்சி. பிசிறில்லாமல் தெளிவாக அவள் குரலும் ஒலித்தது.

இந்த நேரத்தில் யார் இதை அனுப்பிருப்பார்கள்? சக மாணவர்கள் தான் அகால பொழுதில் விளையாடுகிறார்களோ? என்று மனதில் சினந்தாள். ஆனால், எந்த எண்ணிலிருந்து அனுப்பப்பட்டதோ அது அவளுக்குப் பரிச்சயமில்லாதது.

பொதுவாகக் கல்லூரி சார்பில்தான் ஒளிப்பதிவாளரை ஏற்பாடு செய்து அரங்க நிகழ்ச்சிகளைப் பதிவு செய்வார்கள்.

செல்போனில் மாணவர்கள் எடுக்கத் தடை விதித்து விடுவார்கள். இது அவளுக்குத் தெரியும். மீறி மாணவர்கள் யாராவது ரகசியமாய் எடுத்து அவளுக்கு அனுப்பியிருக்கிறார்களோ? சரி, அதை இப்படி நள்ளிரவில் அனுப்ப வேண்டிய அவசியம் என்ன? யார் செய்யும் வேலையிது? ஏனோ, தமிழ்ச்செல்விக்கு விபரீதமாய் தோன்றியது. ஏதோ திக்கென மனதுக்குள் தோன்றி அந்தக் குளிரிலும் சன்னமாக வியர்த்தது. வீடியோவில் ஒலிக்கும் அவளது குரலைக் கேட்டு அம்மா விழித்துக் கொள்வார்களோ? என அச்சப்பட்டாள்.

இந்த நேரத்தில், என்ன செய்கிறாய்? என்று கேள்வி மேல் கேள்வியாகக் கேட்டு நிச்சயம் கோபப்படுவார்கள். எனவே, செல்போனில் பேச்சொலியைக் குறைத்தாள். இந்த எண் யாருடையது? தனது கல்லூரி தோழிகள் எவராது தனக்குக் கொடுத்த நம்பரைப் பதியாமல்விட்டு விட்டோமோ? எதுவாகயிருந்தாலும் இந்த நேரத்தில் இந்த விளையாட்டு எதற்கு?

வீடியோவை நிறுத்திவிட்டு வாட்சப்பிலேயே 'யார் நீ?' என ஆங்கிலத்தில் குறுஞ்செய்தி அனுப்பினாள்.

அதற்கு முதலில் சில விநாடிகள் பதில் இல்லை. சற்று காத்திருந்துவிட்டு செல்போனை அணைக்கப் போனாள். அப்போது ஒரு வெள்ளைக் கரடி பொம்மை நடனமாடிக்கொண்டு திரையில் வந்தது. அதை உற்றுப் பார்த்தாள். சட்டென அந்தப் பொம்மை மனிதக் குரலில் 'ஐ லவ் யூ' என்று சொன்னது. அதுவும் கம்பீரமான ஆண்குரல். ஆனால், அவளுக்கு அந்தக் குரலை எங்கோ கேட்டதுபோலத் தோன்றியது.

மீண்டும் 'யார் நீ?' என்ற ஆங்கில குறுஞ்செய்தியைத் தட்டிவிட்டாள்.

இப்போது கரடி பொம்மை போய் 'பயப்படாதே தமிழ்ச்செல்வி. நான் உன்னை விரும்புகிறேன்' என ஆங்கில குறுஞ்செய்தி வந்தது.

அவளுக்குக் கோபம் வந்து பற்களைக் கடித்தாள். காதலை நேரில் வந்து சொல்லத் தைரியம் இல்லாமல் அயோக்கியன் எவனோ அவள் எண்ணைத் தெரிந்து வைத்துக்கொண்டு வாட்சப்பில் விளையாடுகிறான். யார் இவன்? நிச்சயம் அவளைப் பற்றி நன்றாகத் தெரிந்தவன்தான். இந்தக் குரல் ரகுவரனுடையதோ பக்ருதீனுடையதோ அல்ல. முன்னவனது

இரா. பாரதிநாதன் | 131

மென்மையாக இருக்கும். இரண்டாமவனது கீச்சுக் குரல். இருவரது பேச்சும் குரலும் அடிக்கடி கேட்டவை என்பதால், அவளால் எளிதில் அடையாளம் காண முடியும். ஆனால், தற்போது ஃபோன் வாட்சப்பில் ஒலிக்கும் ஆண்குரல் அவ்வளவு பரிச்சயம் இல்லாதது.

அவள் குழம்பினாள். சட்டென அவளுக்கு ஒரு யோசனை தோன்றியது. தனக்குக் காணொளி அனுப்பியவனின் வாட்சப் நெம்பரைப் பிளாக் செய்துவிட்டால் பிரச்னை முடிந்தது. எனவே, அந்த எண்ணைத் தான் நினைத்தவாறு செய்ய பிளாக் ஆப்சனைத் தேடினாள். அதற்குள் அந்த வெள்ளை கரடி பொம்மை அவளை நோக்கி ஃபிளையிங் கிஸ் கொடுத்தது. எரிச்சலுடன் பிளாக் பட்டனை அழுத்தினாள்.

ச்சே தூங்கப் போகும் நேரத்தில் இதென்ன தொந்தரவு? தனக்கு இந்த அகால நேரத்தில் தொல்லை கொடுப்பது யார்? எனத் திரும்ப திரும்ப அறிமுகமான ஆண்களிலிருந்து அந்தக் குரலைத் தேடினாள். ஒன்றும் நினைவில் வரவில்லை. யோசித்தபடியே தன்னையறியாமல் தூங்கிவிட்டாள். ஆனால், அந்தத் தூக்கம் விடியும் வரையில் தொடரவில்லை. கொஞ்ச நேரத்திலேயே வழக்கமாக வரும் அட்டைப் பூச்சிக் கனவு வந்து உறக்கத்தைக் கெடுத்தது.

குபீரென எழுந்து உட்கார்ந்தாள். இருட்டில் மலங்க மலங்க அட்டைப் பூச்சியைத் தேடினாள். காலில் அவள் விரல்கள் தேடலுடன் பாதம் வரை அலைந்தது. எதுவும் தட்டுப்படவில்லை. என்ன சோதனை இது? தனக்கு எதனால் இப்படி நேர்கிறது? சட்டெனக் கண்ணீர் துளிகள் எட்டிப் பார்த்தன. மெல்ல எழுந்து தண்ணீர் குடிக்க நினைத்தாள். உடம்பு வலுவிழந்ததுபோல் தோன்றியது.

கீழே விழுந்து விடுவோமோ என்ற பயத்தில் தன் முயற்சியைக் கை விட்டுவிட்டு மீண்டும் படுத்துத் தலையணையில் சாய்ந்தாள். ஆதரவாக அம்மாவின் கையைப் பிடித்துக்கொண்டாள். வெகுநேரத்திற்கு பிறகு தூங்கிப் போனாள்.

காலையில் சற்று தாமதாகத்தான் அவளால் எழ முடிந்தது. தலையைக் கடுமையா வலித்தது. அம்மா ஃபிளாஸ்கில் டீ போட்டு வைத்திருந்தார். எங்கே அவர்? என்று தேடினாள். பாத்ரூமில் தண்ணீர் ஊற்றும் சத்தம் கேட்டது.

மெல்ல எழுந்து மேஜை டிராயரிலிருந்த சின்ன டப்பாவை எடுத்தாள். தலைவலி மாத்திரை தேடியெடுத்துப் போட்டுக்கொண்டு டீயைக் குடித்தாள். இந்நேரம் அம்மா பார்த்திருந்தால், வெறும் வயிற்றில் மாத்திரை போட்டதற்குத் திட்டியிருப்பார்கள். காலியான டீ டம்ளரைக் கீழே வைத்ததுமே மீண்டும் கொஞ்ச நேரம் தூங்க வேண்டும் போலிருந்தது. அப்படியே படுக்கையில் சாய்ந்துவிட்டாள்.

குளித்துவிட்டு வந்த சாரதா வெறும் டம்ளரைப் பார்த்து விட்டு தேநீர் அருந்திவிட்டு மகள் திரும்பவும் உறங்குவதைப் பார்த்து மனதுக்குள் கோபப்பட்டார். ஆனாலும், எழுப்பத் தோன்றவில்லை. தேர்வுக்குப் படிக்கிறாள். இரவு எப்போது தூங்கினாளோ எனக் கண்டுகொள்ளாமல் விட்டுவிட்டார்.

கொஞ்ச நேரத்தில், அவர் காலை டிபன் செய்து வைத்துவிட்டு, மகள் குரூப் ஸ்டடிக்கு வெங்கலமேடு போவதால், தனக்கு மட்டும் மதியத்துக்கு லெமன் சாதம் செய்து எடுத்துக்கொண்டு தன் ஸ்கூலுக்குப் புறப்பட்டார்.

தமிழ்ச்செல்வி இன்னும் தூங்கி எழவில்லை. சரி, விழிப்பு வரும் போது எழட்டும் என வீட்டுக் கதவைச் சாத்திவிட்டுத் தன் குடையை எடுத்துக்கொண்டு வீதியில் இறங்கி தான் பணிபுரியும் பள்ளியை நோக்கி நடந்தார். இரவு மழை பெய்திருக்கிறது. தரையெல்லாம் சொதசொதவென்றிருந்தது. கவனமாய் அடியெடுத்து வைத்தார்.

வீட்டில் இரண்டு மூன்று முறை செல்போன் ஒலித்தது. தமிழ்ச்செல்வியின் அயர்ந்த தூக்கத்தை அதுதான் கலைத்தது.

ரகுவரன் தான் ஃபோன் செய்திருந்தான். குரூப் ஸ்டடிக்கு வருவதாகச் சொன்னவளை இன்னும் காணோமே என்று அக்கறையாகப் ஃபோனில் கூப்பிட்டிருக்கிறான். சட்டென இந்த நினைப்பு அவ்வளவு உண்மையில்லை என்று தோன்றியது. படிப்பதைவிட அவளைப் பார்த்து இரண்டு நாட்கள் முழுதுமாக ஓடிவிட்டதே!! அந்த அக்கறை அல்லவா நிஜம்? தன்னையறியாமல் சிரித்துக்கொண்டாள். 'இதோ புறப்பட்டுவிட்டேன்' என்றொரு குறுந்தகவலை அவனுக்குத் தட்டிவிட்டாள்.

பிறகு, அவசர அவசரமாய் குளித்தாள். நல்லவேளை, அம்மா ஹீட்டரைப் போட்டு வைத்துவிட்டு போயிருந்தார்கள். சுருக்கென்று சுடுநீர் உடம்புக்கு இதமாய் இருந்தது.

காலை டிபன் ஒன்றும் பெரிதாய் இல்லை. உப்புமா விறைத்துப் போயிருந்தது. சாப்பிட மனம் வரவில்லை. மதியம் எப்படியும் ரகுவரனின் வீட்டில் அவன் அம்மா சூடாக உணவு சமைத்துத் தருவார்கள். யார் கண்டது? அசைவமாகக்கூட இருக்கலாம். அவளுக்கு இப்போதே நாக்கில் எச்சில் ஊறியது.

உடை மாற்றிக்கொண்டு வண்டி சாவியை எடுத்தாள். கதவைப் பூட்டிக்கொண்டு வெளியே வந்தாள். மழை ஈரம் தெரிந்தது. நல்லவேளை, பாலிதீன் கவரால் இரு சக்கர வாகனத்தை மூடியிருந்தாள். மழை நீர் சொட்ட சொட்ட கவரை எடுத்து மடித்து வைத்துவிட்டு வண்டியை ஸ்டார்ட் செய்தாள். மனம் முழுவதும் ரகுவரனை எப்போதடா பார்ப்போம்? என்றிருந்தது. வேகமாய் வீதியில் இறங்கிக் கண்ணிமைக்கும் நேரத்தில் பாறைமடுவு ஜங்ஷனுக்கு வந்துவிட்டாள். அங்கே, அவள் நிச்சயம் அந்தப் பக்கம் வருவாள் என யூகித்து இரண்டு கண்கள் காத்திருந்தன.

அதையறியாத தமிழ்ச்செல்வி தனது வண்டியை வெங்கலமேடு செல்லும் அந்த நெடிய சாலையில் செலுத்தினாள். எப்போது அந்த வழியாக அவள் வந்தாலும் வேகமாகச் செல்ல மாட்டாள். மிதமாய் தான் தன் இருசக்கர வாகனத்தைச் செலுத்துவது. ஏனெனில், சுற்றிலும் பசேலெனப் பரந்து விரிந்த மலைச் சரிவுகளில் காணப்படும் தேயிலை தோட்டங்கள். அவற்றை ரசித்தபடியே தான் பயணிப்பது. வயிற்றில் பசியிருந்தாலும் கண்ணுக்கு அழகான இடங்களைப் பார்த்ததால் அது தற்போது மட்டுப்பட்டிருந்தது.

தேயிலை பறித்துக்கொண்டிருந்த பெண்கள் சாலைக்கு அருகாமையில் இருந்ததால் அவர்களுக்குள் பேசிக்கொள்வது காதில் விழுந்தது. என்ன பேசிக்கொள்வார்கள் என வண்டியை நிறுத்திக் காது கொடுத்துக் கேட்கலாமா? என நினைத்தாள். ஆனால், அப்படி ஒட்டுக் கேட்க கூச்சமாயிருந்தது.

எனவே, சிரித்துக்கொண்டே வண்டியைச் சீராகச் செலுத்தினாள். அப்போது தற்செயலாகத் தன் வாகனத்தின் சைடு மிர்ரர் வழியாகப் பார்த்தாள். அவளுக்குப் பின்னால், படகு போன்ற பெரிய கார் வந்துகொண்டிருந்தது. அதன் பளபளப்பு வெயிலில் கண்களைப் பறித்தது. வெள்ளை நிறம் வேறு. யாருடைய காராக இருக்கும்? என்று யோசித்தாள். அந்தச் சமயத்தில், சட்டென நினைவுக்கு வந்தது. இந்தக்

கார் நம் கல்லூரி சேர்மன் கிஷோருடையது தானே. அவன் கல்லூரியில் நடந்த வரவேற்பு நிகழ்ச்சிக்கு இந்தக் காரில்தான் வந்ததாக ஞாபகம்.

காரின் முன் கண்ணாடியில் உருவம் தெரிகிறதா? என லாவகமாய் திரும்பிப் பார்த்தாள். அப்படியொன்றும் ஆள் புலப்படவில்லை. இந்தப் பக்கம் அவனுக்கு என்ன வேலை? என யோசித்தாள். சுற்றியுள்ளது எல்லாம் சென்னப்பா டிரேடிங் கம்பெனியின் இடங்கள் தான். ஆனாலும், அந்தக் கம்பெனி ஆட்கள் யாரும் இந்தப் பக்கம் வருவதில்லை. குந்தாவில் உள்ள நிர்வாக அலுவலகத்துக்கு இந்தப் பாதை சுற்று. நேர்வழி பாறைமடுவிலிருந்து இடதுபுறம் திரும்புகிறது.

ஊட்டியிலிருந்து வரும் அதிகாரிகள் அந்தப் பாதையைத்தான் தேர்ந்தெடுப்பார்கள். அவள் குழப்பமாய் யோசித்தாள். அப்போதுதான் ஒரு விஷயம் தெரிந்தது. தன் இருசக்கர வாகனத்தைக் கண்ணிமைக்கும் நேரத்தில் முந்திச் செல்ல வேண்டிய அந்தக் கார் தன்னைப் பின் தொடர்வதுபோலத் தோன்றியது. தமிழ்ச்செல்விக்குக் குழப்பம் அதிகமானது. காரிலிருப்பது கிஷோர்தான் என்றால், அவன் எதற்குத் தனக்குப் பின்னால் வருகிறான்?

ஒருவேளை அவனுக்கு நாம் சாலையில் வழிவிடாமல் சென்றுகொண்டு இருக்கிறோமோ? என நினைத்தாள். அப்படியிருந்தால், ஆரன் அடிக்க வேண்டியதுதானே... வேண்டுமென்றே மெதுவாக வருகிறானா? அவள் சட்டெனத் தன் வண்டியை முடிந்த வரையில் சாலையோரம் திருப்பினாள். சரேலென அவள் வாகனத்தைக் கடந்த கார் மின்னல் வேகத்தில் குறுக்கே புகுந்து பிரேக் போட்டு நின்றது.

அளவு கடந்த அச்சத்தில் தன் வண்டியை நிறுத்த முயற்சித்த தமிழ்ச்செல்வி காரில் மோதி கீழே விழுந்து விடுவோமோ? என நினைத்து அலறினாள். நல்லவேளை, காரில் இடிக்காமல் தொட்டுக்கொண்டு நின்றது அவள் வண்டி. அப்போது முன்பக்க கதவைத் திறந்து ஸ்டைலாக இறங்கினான் கிஷோர். அவனைப் பார்த்தும் இதயம் படபடவெனப் பயத்தில் துடிக்க, கடுப்பாகக் காலை ஊன்றிக்கொண்டு சாலையோரம் நின்றிருந்தாள் தமிழ்ச்செல்வி.

*

17

கறுப்புக் கண்ணாடியணிந்த கிஷோர் பதட்டப் படுபவன்போல அவளை நோக்கி வேகமாக வந்தான். ஆத்திரத்தில், திட்டத் தோன்றியது. எதற்காக அவன் காரைத் தன் வண்டியின் குறுக்கே நிறுத்தினான் என்பது தெரியாமல் கணநேர கோபத்துக்கு இரையாக கூடாதெனத் தன்னைக் கட்டுப்படுத்திக் கொண்டாள் தமிழ்ச்செல்வி. அவன் அதைப் புரிந்துகொண்டவன்போல், “ஓ... சாரி தமிழ்ச்செல்வி. ஒங்கள ரோட்ல பார்த்தவுடனே அந்தச் சந்தோசத்துல என்ன செய்றதுன்னு தெரியாம நா குறுக்க வந்துட்டேன். ஒண்ணும் தப்பா எடுத்துக்காதீங்க” என்று கெஞ்சும் பாவனையில் பேசினான்.

அதைக் கேட்டதும் அவள் சினம் தணிந்தது. என்ன இருந்தாலும், ஒரு பெரிய நிறுவனத்துக்குச் சொந்தக்காரன். அவள் படிக்கும் கல்லூரியின் சேர்மன். இதையெல்லாம் யோசித்துவிட்டு “பரவால்ல சார். நா அத பெரிசா எடுத்துக்கல” என்று பொய்யாய் அவனுக்குச் சமாதானம் சொன்னாள்.

பிறகு, தன் இருசக்கர வாகனத்திலிருந்து இறங்கி வண்டியை ஸ்டாண்ட் போட்டு நிறுத்தினாள். அவன் அவளையே இமை மூடாமல் பார்த்தபடி நின்றிருந்தான். அவன் பக்கம் திரும்பி நிமிர்ந்து பார்த்த தமிழ்ச்செல்விக்கு அவன் கூர்மையான பார்வை கூச்சத்தை ஏற்படுத்தியது. சட்டென அதிலிருந்து மீள, “நீங்க எங்க சார் இந்தப் பக்கம்?” எனத் தலை குனிந்தவாறு கேட்டாள்.

அவன் குறும்பாக, "ஹலோ மேடம். இதெல்லாம் என்னோட எஸ்டேட்தான். இப்ப நீங்க நிக்கிற இந்தத் தார் ரோடுகூட என் நிலத்துல போட்டதுதான். தெரியுமா?" என்று சொல்லிவிட்டுக் கடகடவெனச் சிரித்தான். தன் தவறை உணர்ந்தவள்போல் நாக்கைக் கடித்தாள் தமிழ்ச்செல்வி. பிறகு, "சாரி சார்... நா தெரியாம கேட்டுட்டேன். மன்னிச்சுடுங்க" என்றாள்.

உடனே கிஷோர் முகத்தை விறைப்பாய் வைத்துக்கொண்டு, "அதெல்லாம் ஒங்கள மன்னிக்க முடியாது" என்றான்.

அதைக் கேட்க அவளுக்கு அதிர்ச்சியாய் இருந்தது. சங்கடமாய் உணர்ந்தாள். அவளையறியாமல் தோளில் கிடந்த துப்பட்டா முனையைத் தன் வலது கை ஆள்காட்டி விரலால் சுருட்டினாள்.

அவளது நெர்வஸை கண்ட கிஷோர், "வேணும்னா ஒண்ணு செய்ங்க. பக்கத்துல இருக்குற காபி ஷாப்புக்கு வாங்க. எங்கூட காபி சாப்பிட்டுக்கிட்டே மன்னிப்புக் கேளுங்க. அப்ப என்னால மன்னிக்க முடியுதான்னு பாப்போம்" என்றான்.

அவள் என்ன பதில் சொல்வதென்று தெரியாமல் திகைத்துப்போய் அவனை ஏறிட்டுப் பார்த்தாள். அதைப் பார்த்து பாவப்பட்டவன்போல் மீண்டும் இரண்டாவது முறையாகச் சுற்றியுள்ள தேயிலை தோட்டங்கள் அதிரும்படி சத்தமாகச் சிரித்தான்.

அவள் அவன் சிரிப்புக்குப் பொருள் விளங்காமல் ஊன்றி பார்த்தாள். அவன் தன் கூலிங்கிளாஸ் கண்ணாடி குறும்பாய் பார்த்துவிட்டு "என்ன எங்கூட காபி சாப்பிட வர்றீங்கதானே?" என்று கேட்டான். அவள் வேறு வழியில்லாமல் தலையசைத்துச் சம்மதம் தெரிவித்தாள்.

அவன் "தேங்க்ஸ்..." என்று சொல்லிவிட்டு சட்டெனத் தன் காரில் ஏறிக்கொண்டு புறப்பட்டான். அவள் தன் இருசக்கர வாகனத்தை ஸ்டார்ட் செய்து அவனைப் பின் தொடர்ந்து போனாள். அவன் சொன்ன காபி ஷாப் அருகாமையில் தான் இருந்தது. அவள் இந்த வழியாகச் செல்லும் போதெல்லாம் அதைப் பார்த்திருக்கிறாள். மலை சரிவில் காண அழகாய் தோன்றும். அதில், ஒருநாள் ரகுவரனுடன் சேர்ந்து காபி அருந்த வேண்டும் என்றுகூட நினைத்திருந்தாள். ஆனால்,

இன்று கிஷோருடன் அது நடக்கும் எனக் கனவிலும் அவள் கருதவில்லை. ஏமாற்றமாய்தான் இருந்தது. ஆனால், கூப்பிடுபவன் தன் கல்லூரி சேர்மன் ஆயிற்றே, தவிர்க்க இயலாமல் போயிற்று.

பசுமையான புல்வெளியில் டேபிள் சேர் போட்டிருந்தார்கள். தன் காரைப் பார்க் செய்துவிட்டு கிஷோர் தமிழ்ச்செல்வியின் வருகைக்காகக் காத்திருந்தான். இருசக்கர வாகனத்தில் அவள் வந்ததும் காலியாகக் கிடந்த ஒரு டேபிளை நோக்கி நடந்தான். சேரில் போய் உட்கார்ந்துகொண்டு, “வாங்க தமிழ்ச்செல்வி, அப்படி ஒக்காருங்க” என்று தனக்கு எதிரேயிருந்த பிளாஸ்டிக் நாற்காலியைக் கை நீட்டி அவளிடம் காட்டினான்.

அவள் அமர்ந்ததும் சர்வர் வருகிறாரா? எனத் திரும்பிப் பார்த்தான். அப்படி யாரும் வரவில்லை. எனவே, காபி ஷாப் உள்ளே கேஷ் டேபிளில் அமர்ந்திருந்த ஒருவனிடம் கையசைத்தான். அவன் பதிலுக்கு ஆள் அனுப்புவதாகச் சைகை செய்தான். மெல்ல ஒரு சிகரெட்டையெடுத்து பற்ற வைத்த கிஷோர் பாக்கெட் மற்றும் லைட்டரைத் தன் முன்னாலிருந்த டேபிளின் மேல் வைத்துவிட்டு அவளைப் பார்த்துச் சிரித்தான்.

அவள் பதிலுக்கு ஏதோ மாதிரி புன்னகைத்து வைத்தாள். பிறகு, அவளிடம் கிஷோர் கேட்டான். “என்ன தமிழ்ச்செல்வி, இப்பத்தான் காலேஜ் கிடையாதே. இந்தப் பக்கம் எங்கே கிளம்பிட்டீங்க?” என்று விசாரித்தான். அவள், “என்கூட படிக்கிற ஸ்டூடன்ட் ஒருத்தர் வீட்டுக்குப் போறேன். அங்க இன்னிக்கி குரூப் ஸ்டடி இருக்கு” என்று சொன்னாள்.

அவன் அப்படியா? என்பதுபோல தலையசைத்தான். தன் கால்மேல் கால் போட்டுக்கொண்டு சேரில் சாய்ந்துகொண்டான். அப்போதுதான் அவள் கவனித்தாள், அவன் கேஷீவலாய் டிராயர், டீ சர்ட் அணிந்து தொடை தெரிய தன் முன்னால் அமர்ந்திருந்ததை. அதுவொன்றும் தவறில்லை தான். ஆனால், அவளுக்குக் கூச்சத்தை உருவாக்கியது.

திடீரெனக் கிஷோர், “நீங்க இப்ப பாக்கப் போற... அந்த ஸ்டூடன்ட் யாரு? ஆணா? பெண்ணா?” என்று கேட்டான். அவனிடமிருந்து இப்படிப்பட்ட கேள்வியை அவள் எதிர்பார்க்கவில்லை.

முகத்தை அதிருப்தியாய் வைத்துக்கொண்டாள். அதைக் கவனித்த அவன், “ஓ... சாரி. நா சும்மாதான் கேட்டேன்.

தப்பா எடுத்துக்காதீங்க" என லேசாய் பதட்டமானான். அவள் அதைக் கண்டுகொள்ளாமல் அமைதி காத்தாள். அந்த நேரம் சர்வர் வந்துவிட்டார். அவர் கையில் மெனுகார்ட் இருந்தது. அதை வாங்கி மெல்ல நோட்டமிட்ட கிஷோர், "என்ன சாப்பிடுறீங்க? தமிழ்ச்செல்வி. இங்க சூடா ஸ்நாக்ஸ்கூட இருக்கு. சமோசா மாதிரி ஏதாவது காரமா சாப்டுட்டு அப்புறம் காபி குடிக்கலாமா?" என்று கேட்டான்.

அவள், "எனக்கு எதுவும் வேண்டாம் சார், காபி மட்டும் போதும்" என்று அவனைப் பார்க்காமலேயே கூறினாள்.

கிஷோர் மெனுகாட்டை டேபிள் மேல் வைத்துவிட்டு, "ரெண்டு காபி மட்டும் போதும்" என்று சர்வரிடம் சொல்லி அனுப்பினான். பிறகு, அவள் மனதைப் படித்தவன்போல "என்னங்க, ஏன் ஒரு மாதிரியா இருக்குறீங்க. எங்கூட காபி ஷாப்புக்கு வந்தது பிடிக்கலையா?" என்று கேட்டான்.

அவள், "அதில்ல சார். நா போகப் போற எடத்துல ஃப்ரெண்ட்ஸ் எல்லாம் காத்திருப்பாங்க. அதான் அந்த யோசனைல இருக்குறேன்". அவன் உடனே, "தோ... ரெண்டே நிமிஷத்துல போயிடலாம்" என்றவன், தொடர்ந்து "ஓங்கள மாதிரி படிப்புல அக்கறையா இருக்குற பொண்ணுங்கள கண்டா எனக்கு ரொம்ப புடிக்கும்" எனக் கூறினான். அவள், "தேங்க்ஸ் சார்" என்றாள்.

அவன், "அப்புறம், நம்ப எஸ்டேட்ல ஓங்கப்பா இறந்ததுக்கு நா கொடுத்த பணத்தைப் பத்தி ஓங்கம்மா என்ன சொன்னாங்க?" என்று கேட்டான். அவள் பதில் சொல்லும் முன்பாக முந்திக்கொண்ட கிஷோர், "ஓங்க மதர் நம்ப எஜீகேஷன் ட்ரஸ்ட் நடத்துற ஸ்கூல்லதான் இப்ப டீச்சரா இருக்குறாங்கன்னு கேள்விப்பட்டேன்" எனத் தனக்குத் தெரிந்ததைச் சொன்னான்.

அவள், இதெல்லாம் இவன் தெரிந்து வைத்திருக்கிறானே!! என்று சற்று ஆச்சரியப்பட்டாள்.

அவளது முகபாவனையைக் கவனித்த கிஷோர், "ஒண்ணும் தப்பா நெனைக்காதீங்க. காலேஜ் ஃபங்கஷன்ல ஓங்க ஸ்பீச்ச கேட்டவுடனே ஓங்களப் பத்தின டீட்டெய்ல்ஸ் நா விசாரிச்சுட்டேன்" என்றான்.

அவள் எதற்காக? என்பதுபோல அவனைப் பார்த்தாள்.

அவன், “திறமையான ஆட்களைக் கண்டா எனக்கு ரொம்ப புடிக்கும் தமிழ்ச்செல்வி. அவுங்கள எம் பக்கத்துல வெச்சுக்கணும்னு நா எப்பவும் ஆசைப்படுவேன்” என்றான்.

அவள் ஒரு தொழிலதிபரின் மனநிலை போலும் இது என நினைத்தாள்.

அடுத்து அவன் “நீங்ககூட என்னோட இருக்கணும்னு நா ஆசைப்படறேன், தமிழ்ச்செல்வி” என்று தொடர்ந்து கூறினான்.

அவளுக்குத் தூக்கி வாரி போட்டது. ‘என்ன சொல்கிறான் இவன்?’ எனக் குழப்பமானாள்.

கிஷோர் அதைக் கவனித்துவிட்டு குறும்பாகச் சிரித்தான். பிறகு, “அதாவது ஒங்க காலேஜ் படிப்ப முடிச்சுட்டு என் கம்பெனியிலகூட நீங்க ஜாயின் பண்ணலாம். ஒங்களோட ஆங்கில அறிவு எனக்குத் தேவைப்படும்” என்று சொன்னான்.

அவள் திடீரென்று அப்படிக் கேட்டதும் என்ன பதில் சொல்வதெனத் தெரியாமல் விழித்தாள். இப்போதைக்கு ரகுவரனைத் திருமணம் செய்துகொள்வது மட்டுமே அவளது எதிர்கால கனவு. அவனை மணந்த பின்னால், வேலைக்குப் போவதா? வேண்டாமா? என்பதைப் பற்றியெல்லாம் அவளிடம் எந்தத் திட்டமும் இல்லை. எனவே, வெறுமனே, “தேங்க்ஸ்” என்று மட்டுமே சொல்லி வைத்தாள். அதைக் கேட்டு பலமாகச் சிரித்தான் கிஷோர். “இங்க வந்த பின்னாடி நீங்க எனக்கு ரெண்டாவது தடவையா தேங்க்ஸ் சொல்றீங்க. கொஞ்சம் மிச்சம் வெச்சுக்குங்க. போக போக நீங்க எனக்கு நெறைய தேங்க்ஸ் சொல்ல வேண்டியிருக்கும்”

அவன் கூறியதும் மீண்டும் குழப்பமானாள் தமிழ்ச்செல்வி.

அவள், “சார், நீங்க சொல்றது எனக்குப் புரியல?” என்று கேட்டாள். அந்த நேரம் பார்த்து ஆர்டர் செய்திருந்த காபி வரவே பேச்சுத் தடைபட்டது. கிஷோர் தான் ஒரு கோப்பையை எடுத்துக்கொண்டான். காபி கொண்டுவந்த சர்வரிடம், “அவுங்க கிட்ட ஒண்ணு குடுங்க” என்றான். தன் முன்னால் வைக்கப்பட்ட அழகான பீங்கான் கோப்பையில் இருந்த காபியை எடுத்து உறிஞ்சினாள் தமிழ்ச்செல்வி. அவன் அவள் அந்தக் குழப்பமான மனநிலையிலும் ரசித்துக் குடிப்பதை இமை கொட்டாமல் பார்த்தான்.

பிறகு, "காபி எப்படியிருக்கு தமிழ்ச்செல்வி?" என்று கேட்டான். அவள் தயங்காமல், "நல்லா இருக்குது சார்" என்று பதில் சொன்னாள். உடனே அவன், "அப்புடீன்னா இன்னொரு கப் சொல்லட்டுமா?" என்று கேட்டான். அவசரமாகத் தலையசைத்து மறுத்தாள் தமிழ்ச்செல்வி. பிறகு, "நேத்து ராத்திரி சரியான தூக்கம் இல்ல சார். காலைலயே தலைவலி. எழுந்துட்டு மாத்திரை போட்டுட்டு மறுபடியும் தூங்கிட்டேன். டிபன் சாப்பிடாமயே கிளம்பிட்டேனா, அதான் காபிய என்னையறியாம வேகமா உறிஞ்சிச் சாப்பிட்டுட்டேன்" என்று சொன்னாள்.

அவன் அவளை ஊடுருவி பார்த்தான். அப்புறம், "சரியான தூக்கம் இல்லன்னு சொன்னீங்களே, அது ஏன்னு தெரிஞ்சுக்கலாமா?" என்று கேட்டான்.

அவள் அதற்குப் பதில் சொல்ல விரும்பவில்லை. சட்டெனப் பேச்சைத் திசை திருப்பத் தன் வாட்சைப் பார்த்தாள். "சார், டைமாச்சு. நா கிளம்பறேன்" என்று தன் நாற்காலியைவிட்டு எழ முயன்றாள். அவன் அவசரமாகக் கை நீட்டித் தடுத்தான். "போலாம் தமிழ்ச்செல்வி. நானும் கிளம்ப வேண்டியதுதான்" என்று தன் பர்சை எடுத்தான். காபிக்கான பணத்தை டேபிள் மேல் வைத்துவிட்டு சர்வரை எதிர்பார்க்காமல் எழுந்து நடந்தான். அவள் பின் தொடர்ந்தாள்.

பிறகு, சற்றும் தாமதிக்காமல் தன் இருசக்கர வாகனத்தை நோக்கி நடந்தாள். வண்டியை ஸ்டார்ட் செய்து ஏறி அமர்ந்தாள்.

அப்போது சட்டென அவளைத் தடுத்த கிஷோர், "கொஞ்சம் இருங்க தமிழ்ச்செல்வி. நா கேட்ட ஒரு கேள்விக்கு நீங்க பதிலே சொல்லலையே" என்று வினவினான். அவள் புரியாமல் என்ன? என்பதுபோல பார்த்தாள்.

அவன், "நா கொடுத்த பணத்தைப் பத்தி ஒங்க மதர் என்ன சொன்னாங்கன்னு கேட்டேன். அதை நீங்க கண்டுக்கவே யில்லையே" எனக் குற்றம் சாட்டுவதுபோல் கேட்டான்.

அவளுக்குச் சட்டென ஆமாம் என்பதுபோல தோன்ற, வண்டியை ஆஃப் செய்தாள். இருசக்கர வாகனத்தைவிட்டு கீழிறங்கி நின்றாள். தன் தவறை உணர்ந்தவளாய், "சாரி சார்" என்றவள், தொடர்ந்து "அம்மாவுக்கு ரொம்ப சந்தோசம் சார். இந்த நேரத்துல நீங்க செஞ்ச உதவி அவசியமா இருந்துச்சு" என்று கூறினாள்.

அவன், "இது மட்டும்தான் ஓங்கம்மா சொன்னாங்களா?" என்று ஆழமாகப் பார்த்தபடி கேட்டான்.

அவள் நினைவுக்கு வந்தவளாய், "ஆங்... சொல்ல மறந்துட்டேன். அம்மா நீங்க நல்லாயிருக்கணும்னு வாழ்த்துனாங்க" என்று கூறினாள். இதைக் கேட்டதும் அவன் மிகுந்த உற்சாகமானான்.

"இத... இதைத்தான் கேட்டேன். அவுங்க நிச்சயம் என்ன ஆசிர்வாதம் பண்ணியிருப்பாங்கன்னு எனக்குத் தெரியும். அத ஓங்க வாயால கேக்கணும்னுதான், அம்மா என்ன சொன்னாங்கன்னு திரும்ப திரும்ப கேட்டேன்" என்று தன் மனநிலையை வார்த்தையில் வெளிப்படுத்தினான்.

அவனது குதூகலம் அவளுக்கு விந்தையாகத் தோன்றியது. ஒரு பெரும் பணக்காரன் தன் அம்மா வாழ்த்தியதற்காக இத்தனை மகிழ்கிறானே என நினைத்தாள்.பிறகு, "நான் கிளம்பறேன் சார்" என்று புறப்பட எத்தனித்தாள். இந்த முறை அவன் தடுக்கவில்லை. "தாரளமா போங்க தமிழ்ச்செல்வி. நீங்க எதிர்காலத்துல என் கூடத்தான் இருக்கப் போறீங்க" எனச் சொன்னான்.

அந்த வார்த்தையை அவன் சொன்ன விதம் அவளுக்கு ஏனோ பிடிக்கவில்லை. எனவே, சட்டெனத் தன் வண்டியை ஸ்டார்ட் செய்தாள். ஏறி அமர்ந்து, "நா வர்றேன் சார்" என நகர்த்தினாள். அவன் விடாமல், "அம்மாவ நா கேட்டதா மறக்காம சொல்லுங்க தமிழ்ச்செல்வி" என்று சற்று சத்தமாய் சொல்ல, அவள் தலையசைத்துவிட்டு தன் வாகனத்தை விரட்டினாள். கிஷோர் அவள் போவதையே பார்த்துவிட்டு ஒரு சிகரெட்டையெடுத்து பற்ற வைத்துக்கொண்டு காரின் மீது ஒரு காலை மடக்கி வைத்தபடி சாய்ந்து நின்றான்.

அந்தக் காபி ஷாப்பில் இருந்து வெங்கல மேடு இரண்டு கிலோ மீட்டர் தூரம் இருக்கும். சீக்கிரம் போய்விடலாம் என்று நினைக்கும்போது செல்போன் ஒலித்தது. வண்டியை நிறுத்தி எடுத்துப் பேசினாள். எதிர்முனையில் ரகுவரன்தான் இன்னும் ஏன் வீட்டுக்கு வரவில்லை என விசாரித்தான். சில நிமிடங்களில் வந்து விடுவேன் என்று சொல்லிவிட்டு வண்டியை விரட்டினாள்.

கொஞ்ச தூரம் போவதற்குள் அவளது போதாத நேரம் வாகனம் ஏனோ மக்கர் செய்தது. தானாக நின்றுவிட்டது.

சட்டெனக் கீழே குனிந்து என்னவென்று பார்த்தாள். அவள் கண்ணுக்கு ஒன்றும் தெரியவில்லை. மறுபடியும் ஸ்டார்ட் செய்தாள். நல்லவேளை கிளம்பிவிட்டது. அப்பாடா!! என நிம்மதி பெருமூச்சுவிட்டாள். நூறு மீட்டர் தூரம் போவதற்குள் சட்டெனக் கனமழை பிடித்துக்கொண்டது. ச்சே இதென்ன சோதனை மேல் சோதனை என எரிச்சலானாள். எப்படியாவது வெங்கலமேடு போய்விட வேண்டும் எனப் பதட்டப்பட்டாள். மழை விடவில்லை. ஒவ்வொரு துளியும் உடம்பில் ஊசியாய் இறங்கியது. அவளால் வண்டியைச் செலுத்த இயலவில்லை. அப்போது சட்டெனப் பின் தொடர்ந்து வந்த கிஷோர் தமிழ்ச்செல்விக்கு ஏற்பட்ட இந்தத் தடங்கலை எதிர்பார்த்தவன் அவளருகே காரை நிறுத்தினான். மழை இரைச்சலை மீறி, “கொஞ்ச நில்லுங்க தமிழ்ச்செல்வி. மழைல நனையாதீங்க” என்று கத்தினான். வண்டியும் ஆஃப்பாகி நின்றுவிட, அவள் வேறு வழியில்லாமல் தவித்தாள். அவன் தன் கார் கதவைத் திறந்துவிட்டு, “ஏறுங்க சீக்கிரம்” என்றான்.

அவள் அதற்குள் தெப்பலாக நனைந்துவிட்டாள். காரில் ஏறுவதைத் தவிர வேறு வழியில்லை. சட்டென யோசிக்க நேரமில்லாமல் கிஷோரின் காரில் ஏறி அமர்ந்தாள். அவன் கதவைச் சாத்தினான். பிறகு, “அடடா ரொம்ப நனஞ் சுட்டீங்களே...” என்று காரின் உள்ளே இருந்த சின்ன அறையைத் திறந்து ஒரு டவலையெடுத்து அவளிடம் கொடுத்தான்.

அவள் உடம்பெல்லாம் இறுக ஒட்டிய ஆடையைச் சரி செய்ய முயன்றாள். அவன் கொடுத்த டவலை வைத்துத் தன் தோளில் போட்டுப் போர்த்திக் கொண்டாள். தற்செயலாகத் தன் கண்முன்னே காரில் தொங்கும் சிறிய அலங்கார கயிற்றில் ஆடுவது என்னவென்று பார்த்தாள். அது கரடி பொம்மை. அதுவும் நேற்று இரவு கனவில் பார்த்த அதே கரடி பொம்மை. சட்டென மின்னலென அவளுக்கு அதிர்ச்சி தாக்கியது. பீதியில் உறைந்து உட்கார்ந்து இருந்தாள்.

*

18

கிஷோர் வெள்ளை கரடி பொம்மையைத் தமிழ்ச்செல்வி பார்த்துவிட்டதையும் அவள் கண்களில் தெரிந்த பீதியையும் கண்ணுற்றான். மெல்ல சிரித்தபடி அவளிடம், “என்ன அந்தக் கரடி பொம்மை ஒங்களுக்குப் பிடிச்சிருக்குதா?” என்று கேட்டான்.

அவள் பதிலேதும் சொல்லத் தோணாமல் வைத்த கண் வாங்காமல் அதையே பார்த்துக் கொண்டிருந்தாள்.

பிறகு, சட்டெனத் தன் சுட்டு விரலை நீட்டி “நேத்து இந்தப் பொம்மை என்னோட வாட்சப்ல வந்துச்சி” என்றாள்.

அவன் கலகலவெனச் சிரித்தான். அதில், ஒரு வில்லத்தனம் இருந்தது.

உடனே, “அத நாந்தான் ஒங்களுக்கு அனுப்பி வெச்சேன் தமிழ்ச்செல்வி” என்று சொன்னான்.

சட்டென நினைவுக்கு வந்தவளாய் அவள் கேட்டாள். “அப்போ ஐ லவ் யூன்னு வந்த ஜெண்ட்ஸ் வாய்ஸ்கூட ஒங்களுதுதானா?”

அவன், “ஆமாம், அதுல என்ன சந்தேகம்?” என்றான்.

அவள் அதிர்ச்சியின் உச்சிக்கே சென்றுவிட்டாள். “எதுக்கு அனுப்பினீங்க கிஷோர்? என்னோட வாட்சப் நெம்பர் எப்புடி ஒங்களுக்குத் தெரியும்? அவ்வளவா

அறிமுகம் ஆகாத ஒரு பொண்ணுக்கு இப்புடித்தான் ஐ லவ் யூ சொல்லிக் கரடி பொம்மை அனுப்புவீங்களா? ச்சே எவ்வளவு பெரிய அயோக்கியத்தனம்" என்று பொரிந்து தள்ளினாள். அவன் நிதானமாக, "அவசரப்படாதீங்க தமிழ்ச்செல்வி. ஒங்க செல்நம்பர் நம்ப காலேஜ் அட்மினிஸ்ட்ரேஷன்ல கேட்டு வாங்கினேன். நீங்க வாட்சப்புக்கும் அதே நெம்பர் தான் யூஸ் பண்றீங்கன்னு கண்டுபுடிக்கிறது கஷ்டமில்லையே. அதில்லாம நா ஒங்கள உண்மையாவே லவ் பண்றேன்" என்று சொன்னான்.

அவள் கோபமாக, "லவ் சொல்ற மொறை இதானா? அர்த்த ராத்திரியில என்ன ரொம்ப பயப்படுத்திட்டீங்க. ஒங்களால தூக்கம் கெட்டுப் போயி நா எவ்வளவு அவஸ்தைப்பட்டேன் தெரியுமா?" என்று சொன்னாள். அவன் அதற்கும் சிரித்தான். "சும்மா ஒரு ஃபன் அவ்வளவுதான். ஒரு படிச்ச பொண்ணு இதுக்கு ஏன் இவ்வளவு கோபப்படுறீங்க? தமிழ்ச்செல்வி. டேக் இட் ஈஸி" என்று கூறினான்.

அவள் அதற்கு மேல் ஒரு விநாடிகூட அவனுடன் காரில் இருக்க விரும்பவில்லை. எனவே, கதவைத் திறக்க முயன்றாள். ஆனால், முடியவில்லை. லாக் செய்து வைத்திருந்தான் கிஷோர்.

அவள், "லாக்கை ரிலீஸ் பண்ணுங்க மிஸ்டர். நா எறங்கணும்" எனக் கடுமையான குரலில் சொன்னாள்.

அவன் அதை அலட்சியப்படுத்தினான். "என்னாச்சி நா ஒண்ணும் ஒங்ககிட்ட தப்பா நடந்துக்கலியே. கொஞ்சம் பொறுங்க இன்னும் மழை விடல" என்றான்.

கொதித்துப் போன அவள், "ஓ... தப்பா வேற நடந்துக்கு வீங்களா? கிஷோர் ஒங்க பிஹேவியர் எனக்குப் பிடிக்கல. மொதல்ல கார் கதவ தொறந்து வுடுங்க" என்று கத்தினாள்.

அவளுக்கு இதயம் படபடவென அடித்துக்கொண்டது. தன் கல்லூரி சேர்மன் என்ற முறையில் இவனுடன் வந்தது எவ்வளவு தவறாகப் போய்விட்டது. தன்னைத் தானே நொந்துக்கொண்டாள் தமிழ்ச்செல்வி.

அவன் அதைக் கண்டுகொள்ளாமல், "ப்ளீஸ் என்னப் புரிஞ்சுக்குங்க. மொதல்ல ஒங்கள காலேஜ் ஃபங்ஷன்ல பாத்தவுடனே ஒங்ககிட்ட மனசைப் பறிகொடுத்துட்டேன். ஒங்களுக்கே தெரியும் எனக்குக் கிடைக்காத பொண்ணுங்க

இல்ல. பெரிய பெரிய மல்டி மில்லியனரெல்லாம் எம் மகளக் கட்டிக்கன்னு வரிசைல வந்து நிக்கிறான். எனக்கு அதிலெல்லாம் விருப்பமில்ல. தெரியுமா?" என்றான்.

அவளுக்கு அதீத பயத்தில் மூச்சு வாங்கியது. "இங்க பாருங்க மிஸ்டர். என்னால ஒங்கள லவ் பண்ண முடியாது. நா ஏற்கனவே ரகுவரன்னு எங்கூட படிக்கிற பையன கல்யாணம் செஞ்சுக்குறதா முடிவு பண்ணிட்டேன்" என்று சொன்னாள்.

அவன் அதைப் பொருட்படுத்தாமல், "நீங்களும் மிஸ்டர் ரகுவரனும் வெங்கலமேட்டுல ஒரு மரத்தோட மறப்புல ஒருத்தரை ஒருத்தர் மறந்து இருந்தத நா ஒருநாள் பார்த்தேன்" என்றான்.

"அப்புடிப் பாத்துமா எங்கிட்ட லவ் ப்ரொபோஸ் பண்றீங்க?"

"இதுல ஒண்ணும் தப்பில்ல. நீங்க அவனுக்குப் பொண்டாட்டி ஆயிடல. உண்மையிலயே எங் காதல நீங்க ஏத்துக்கிட்டா மகாராணி மாதிரி வாழலாம்"

"ச்சீ பணத்தாசை காட்றீங்களா? என்ன எவ்வளவு சீப்பா நெனைச்சுட்டீங்க கிஷோர்"

சட்டென உடைந்துபோய் அழ ஆரம்பித்துவிட்டாள் தமிழ்ச்செல்வி. அவன் அவள் அடங்கட்டும் என்று நினைத்தவனாய் ஒரு சிகரெட்டை எடுத்துப் பற்ற வைத்தான்.

அதே நேரம் வெங்கலமேடு லைன் வீட்டில் ரகுவரன் பலத்த யோசனையில் இருந்தான். ஏன் இன்னும் தமிழ்ச்செல்வி வரவில்லை? தான் ஃபோன் செய்த போது இதோ பக்கத்தில்தான் இருக்கிறேன். சில நிமிடங்களில் வந்து விடுகிறேன் என்று சொன்னவுடன் சரியெனத் தலையசைத்துதான் ஃபோனை வைத்தான். ஆனால், இப்போது அவளைக் காணாமல் இருப்புகொள்ளாமல் தவித்தான். திடுமெனப் பிடித்துக்கொண்ட மழையில் அவள் சிக்கிக் கொண்டிருப்பாளே எனக் கவலைப்பட்டான்.

தன் வீட்டு வாசல் வழியாக அவன் வெளியே பார்த்த சமயத்தில் கண்ணுக்கெட்டிய தூரம் வரை மழை வெளுத்து வாங்கிக் கொண்டிருந்தது. இவ்வளவு அடர்த்தியான நீர் சரட்டில் அவளால் வண்டியோட்டி வர முடியுமா? என யோசித்தான்.

ஒருவேளை, முடியாவிட்டால் எப்படி இங்கே வந்து சேர்வாள்? எதற்கும் அவளிடமே அங்கு சாலையில் என்ன

நிலைமை? என விசாரிக்க ஃபோன் செய்தான். ரிங் போனதே தவிர, அவள் எடுக்கவில்லை. ஏனோ, அவனுக்கு நிலை கொள்ளவில்லை. எனவே, தன்னுடன் பக்ருதீனை அழைத்துக் கொண்டு அவன் கையில் குடையொன்றைக் கொடுத்து பைக்கை ஸ்டார்ட் செய்தான். அவன் அம்மாவும் அப்பாவும் ஏற்கனவே தமிழ்ச்செல்வியைக் காணாமல் கவலையில்தான் இருந்தனர். நடுவில், கொஞ்ச நேரத்துக்கு முன்பு சாரதாவேறு மகள் வந்து சேர்ந்துவிட்டாளா? என ஃபோன் செய்து கேட்டிருந்தார்கள்.

அவளைத் தொடர்புகொள்ள முடியவில்லை எனத் தகவல் வேறு சொல்லியிருந்தார்கள். ஆகவே, ரகுவரனின் பெற்றோர் அவனும் பக்ருதீனும் தமிழ்ச்செல்வியைக் கொட்டும் மழையில் தேடிச் செல்வதைத் தடுக்கவில்லை. நண்பர்கள் இருவரும் தேயிலை தோட்ட தொழிலாளர்கள் வசித்த அந்த லைன் வீடுகளைப் பைக்கில் சடுதியில் கடந்துவிட்டனர். மழை கடல் அலைகள்போல இருவரது முகத்திலும் அறைந்தன. லைன் வீடுகளிலிருந்து மெயின் ரோட்டுக்குப் போய் வர எஸ்டேட் நிர்வாகம் இன்னும் தார்சாலை போட்டுத் தரவில்லை. மக்களிடம் தொட்டதெற்கெல்லாம் வரி வசூலிக்கும் ஊராட்சி மன்றமும் கண்டுகொள்ளவில்லை. மழை காலம் வந்துவிட்டால், போக்குவரத்துக்குக் கடும் அவதிதான்.

தன் வண்டியில் எப்படியோ சமாளித்து ரகுவரன் பாறைமடுவு செல்லும் சாலைக்கு வந்துவிட்டான். பக்ருதீன் அவனுக்கும் தனக்கும் தலைக்கு மேல் குடையை விரித்திருந்தாலும், காற்று விசிறியடித்தது. தாறுமாறாக விரியும் குடையைச் சமாளிப்பதே சிரமமாக இருந்தது. ரகுவரன் மனதில் தமிழ்ச்செல்வி இந்த மழையில் எங்கு மாட்டிக் கொண்டிருப்பாள் என்ற பதட்டமே மேலோங்கி இருந்தது.

ஆனால், அதற்கு அதிக நேரம் தேவைப்படாமல் தமிழ்ச்செல்வியின் இருசக்கர வாகனம் கண்ணில் பட்டது. சாலையில் அது ஒருபக்கமாய் சாய்ந்து கிடந்தது.

அதற்கப்புறம்தான் அவனும் பக்ருதீனும் சற்றுத் தள்ளி நிறுத்தப்பட்டிருந்த கிஷோரின் காரைக் கவனித்தார்கள். முதலில் அது அவனுடையதுதான் என்று அவர்களால் அடையாளம் காண முடியவில்லை என்றாலும், அதன் பணக்காரத்தனம் யாரோவொரு பெரிய ஆளுடையது என்பதைச் சொல்லாமல் சொல்லியது.

சட்டெனக் கீழே விழுந்து கிடந்த வண்டியின் அருகே ரகுவரன் தன் பைக்கை நிறுத்தினான். குடையை அவனிடம் கொடுத்துவிட்டு பின்னிருக்கையில் அமர்ந்திருந்த பக்ருதீன் வேகமாய் இறங்கித் தமிழ்ச்செல்வியின் வாகனத்தைத் தூக்கி நிறுத்தினான். மழையின் வேகத்தில் அதற்கே சிரமமாயிருந்தது.

ரகுவரன் சுற்றும் முற்றும் பார்த்துவிட்டு அவளை காணாமல் பதட்டத்தில் கத்தினான். "தமிழ்ச்செல்வி நீ எங்கயிருக்கே?" அவன் குரல் மழையின் பேரிச்சலில் அவனுக்கே சரியாகக் கேட்காமல் போனது. பக்ருதீன், "டேய் ரகு, ஒருவேள அந்தக் காருக்குள்ற அவ இருப்பாளோன்னு எனக்குத் தோணுது" என்றான்.

ரகுவரன், "அது யாரோடது தெரியுமா?" என்று சத்தமாகக் கேட்டான்.

பக்ருதீன், "நம்ப காலேஜ் சேர்மன் கிஷோருதுடா. அவன் இந்தக் கார்லதான் வருவான். நீ பாத்ததில்லியா?" என்றான்.

அவன் அப்படிச் சொன்னதும்தான் தாமதம். ரகுவரன் அவசரமாகக் குடையைப் பக்ருதீனிடம் கொடுத்துவிட்டு பைக்கை ஸ்டாண்ட் போட்டு நிறுத்தினான். மனதில், அன்று கிஷோர் தமிழ்ச்செல்விக்குக் கல்லூரியில் தனியாகக் கூப்பிட்டுச் செக் கொடுத்தது பற்றி நினைக்கத் தோன்றியது. ரகுவரன் பக்ருதீனிடம், "என்னோட வாடா" என்று கூப்பிட்டான். அந்த நேரத்தில் பலமாக அடித்த காற்று குடையைப் பறித்துக்கொண்டது.

இருவரும் மழையைப் பொருட்படுத்தாமல் காரை நோக்கி வேகமாகச் சென்றனர்.

அதனருகே சென்றதும் காரின் இடது பக்க கதவின் வழியாக உள்ளே பார்க்க முயன்றனர். முடியவில்லை. கருப்பு நிறக் கண்ணாடி என்பதால், உள்ளே இருப்பது எதையும் பார்க்க முடியவில்லை.

ரகுவரன் கார் கதவைப் பலமாகத் தட்டினான். "உள்ற ஆள் இருக்குறீங்களா?" எனக் கூச்சலிட்டான். ஆனால், பதில் வரவில்லை. மீண்டுமொரு முறை கத்திப் பார்த்தான். அதற்கும் பலனில்லை. அப்போது பக்ருதீன், "சீக்கிரம் அந்தக் கல்லையெடுத்துக் கண்ணாடிய ஒடடா" என்றான். உடனே, ரகுவரன் சாலையோரம் கிடந்த ஒரு பெரிய கல்லைத் தன் இரு கைகளாலும் தூக்கினான்.

தன் பலத்தைத் திரட்டிப் பக்கவாட்டுக் கண்ணாடியை அவன் நொறுக்க முயலும் முன், சட்டெனக் கதவு திறந்துகொண்டது. முதலில், தமிழ்ச்செல்வி தெரிந்தாள். அவள் உள்ளிருந்தவனுடன் கடுமையாய் வாக்குவாதம் செய்து கொண்டிருந்தாள். யார் அவன்? என்று ரகுவரன் பார்த்தான். உடனே அடையாளம் தெரிந்துகொண்டான். கல்லூரி சேர்மன் கிஷோர் தானே இவன். தமிழ்ச்செல்வியின் வலது கை மணிக்கட்டை அழுத்தமாய் கிஷோர் பிடித்திருந்தான். ரகுவரனையும் அவன் கையிலிருந்த கனத்த மலைப் பிஞ்சையும் கண்ட அவன் சட்டெனத் தன் பிடியை விட்டு விட்டான். கணநேரத்தில், தன் நனைந்திருந்த உடையுடன் காரிலிருந்து வெளியே ஓடி வந்த தமிழ்ச்செல்வி கிஷோர் கொடுத்த டவல் கீழே விழ, “ரகு...” என அவனைக் கட்டிக்கொண்டாள். அப்போது அவன் மனதில் அவளிருந்த சூழல் விபரீதமாய் தோன்ற, அந்தப் பாறையைக் கீழே போடாமல் காரை நோக்கி ஓங்கினான். அப்போது உள்ளேயிருந்த கிஷோர் கத்தினான். “யோவ் கார ஒடச்சுடாதே”. அடுத்த கணமே அவன் காரையெடுத்துக்கொண்டு தலை தெறிக்கும் வேகத்தில் மலைச் சாலையில் அகன்று சென்றான். அவன் பார்வை கார் கண்ணாடி வழியே கையில் கல்லுடன் நிற்கும் ரகுவரனை வன்மத்துடன் பார்த்தது.அவன் நகர்ந்ததும் தன் கையிலிருந்த கல்லைக் கீழே போட்டுவிட்டு இறுக அணைத்தபடி மழையில் நிற்கும் தமிழ்ச்செல்வியைத் தோளைத் தொட்டுத் தேற்றினான்.

மழை நீரும் அவள் கண்ணீரும் இரண்டற கலந்த அந்தக் காட்சி அவன் மனதை உருக்கியது.

ரகுவரன் அவள் தோளை உலுகியக்கிவாறு சினத்துடன், “என்ன நடந்துச்சி தமிழ்ச்செல்வி? அந்தக் கிஷோர் ஒன்ன என்ன பண்ணான்? அவங்கிட்ட நீ எப்புடி மாட்னே?” என்று வரிசையாக கேட்டான்.

அதைப் பார்த்த பக்ருதீன், “டேய் அவளே பயந்து போயிருக்குறா இப்ப போயி குறுக்கு வெசாரணை பண்ணிக்கிட்டு இருக்குறியே... மொதல்ல வூட்டுக்குப் போலாம். வா...” என்று அதட்டினான்.

ஆதரவாக அவளை அணைத்துக்கொண்டே அவன் தன் பைக்குக்கு வந்தான். மெல்ல ஏறி உட்கார்ந்தான். “வா தமிழ்ச்செல்வி ஏறிக்க. எதுவாயிருந்தாலும் நம்ப வூட்ல போயி நிதானமா பேசிக்கலாம்” என்றான்.

அவள் சரியெனப் பில்லியனில் அமர்ந்தாள்.

மழை ஓரளவுக்குக் குறைந்து வெறும் தூறலாய் சிணுங்கிக் கொண்டிருந்தது. ரகுவரன் வண்டியை ஸ்டார்ட் செய்தபடி பின்னால் திரும்பிப் பக்ருதீனிடம், “டேய் மச்சான். நீயும் ஏறிக்கடா. மூணு பேரும் சேர்ந்தே போயிடலாம்” என்றான்.

அதற்கு அவன், “இல்லடா நா தமிழ்ச்செல்வி வண்டில வந்துடறேன்” என்று மறுத்து சொன்னான்.

தமிழ்ச்செல்வி, “பக்ரு அந்தச் சனியன் ஸ்டார்ட் ஆகுல. அதனாலதான் கிஷோர் கிட்ட தனியா மாட்ட வேண்டியதாப் போச்சு. நீயும் வா போயிடலாம். அப்புறம் வந்து வண்டிய எடுத்துக்கலாம்” என்று கூப்பிட்டாள்.

பக்ரு தான் வரவில்லை என்பதுபோல தலையசைத்து அவர்களைக் கைச் சைகையால் போக சொன்னான். ரகுவரன் வண்டியைக் கிளப்ப அவன் முதுகோடு ஒட்டிக்கொண்டாள் அவள். மழையில் நனைந்த ஈரத்தால் குளிருக்கு இதமாய் இருந்தது.

அவன் நிதானமாய் பைக்கைச் செலுத்தினான். சற்று முன் கிஷோரிடம் பட்ட அவதிக்கு இதமாய் உணர்ந்தாள் தமிழ்ச்செல்வி.

வெகு சீக்கிரம் ரகுவரன் வீட்டுக்கு வந்துவிட்டார்கள் இருவரும். வண்டி சத்தம் கேட்டதும் கவலையுடன் இருந்த அவன் பெற்றோர் எட்டிப் பார்த்தனர். தமிழ்ச்செல்வியோடு மகன் வந்துவிட்டதில் மனதிலிருந்த பாரம் அகன்று நிம்மதி பிறந்தது.

இரண்டு பேரும் வீட்டுக்குள் நுழையும் முன்னே ஓடிப்போய் ஆளுக்கொரு துண்டாய் எடுத்து வந்தார் ரகுவரனின் தாயார்.

அதைப் பார்த்த மாரிமுத்து, “ஏம்மா புள்ளைத் தொப்பக் கட்டையா நனஞ்சுருக்கு. அதுக்குக் கட்டிக்க ஏதாவது வேற துணியெடுத்துக் குடு” என்றார்.

சரியெனத் தலையசைத்த அவர் மனைவி தான் எடுத்து வந்த துண்டுகளைக் கணவரிடம் கொடுத்து, “கொளந்தைங்க கிட்ட குடுங்க” என்று கூறிவிட்டு அதே வேகத்தில் வீட்டு பீரோவைத் திறந்து தனது நைட்டி ஒன்றை எடுத்து வந்தார்.

மாரிமுத்து, "தமிழு போடா கண்ணு போய் ஒடம்ப துவட்டிட்டு அத்த குடுக்குற துணியப் போடு" என்றார்.

அவள் சரியெனத் தலையசைத்துவிட்டு அவர் கையிலிருந்த துண்டையும் அவர் மனைவி கொடுத்த நைட்டியையும் வாங்கிக்கொண்டு மறைவிடம் சென்றாள்.

ரகுவரன் அப்பா கையிலிருந்த இன்னொரு டவலைத் தான் வாங்கித் தலை துவட்டினான். அப்போது மாரிமுத்து, "ஏம்பா ஒங்கூட வந்த பாய் பையன் எங்க?" என்று கேட்டார்.

அவன் பதில் சொல்ல வாயெடுக்கும் முன்பே பக்ருதீன் தமிழ்ச்செல்வியின் இருசக்கர வாகனத்தை ஓட்டிக்கொண்டு வீட்டு முன்னால் வந்து நின்றான். ரகுவரன் அவனிடம் ஆச்சரியமாய், "என்னடா வண்டி செரியாயிடுச்சா?" என்று கேட்டான்.

அதைக் கேட்டுப் பக்ருதீன், "அது ஒண்ணுமில்லடா. சின்ன ரிப்பேர். நானே சரி பண்ணிட்டேன்" என்றபடி ஈரமான உடையில் வீட்டில் நுழைந்தான்.

அவன் அப்படித்தான். சிறு வயதிலேயே எதையாவது நோண்டிக் கொண்டிருப்பான். அப்படித்தான் தன் அப்பாவின் வண்டியை நோண்டி நோண்டி ரிப்பேர் கற்றுக்கொண்டான். அவனை ஜி.டி நாயுடு என்று கூட அவன் தந்தை இப்பமாயில் பெருமையாய் கூப்பிடுவார்.

ரகுவரன் தன் கையிலிருந்த டவலை அவனிடம் கொடுத்துத் தலை துவட்டச் சொன்னான்.

அதற்குள் தமிழ்ச்செல்வி தனக்கு அவ்வளவாய் பொருத்தமில்லாத நைட்டியைப் போட்டுக்கொண்டு மறைவிடத்தில் இருந்து வெளியே வந்தாள்.

பிறகு, முகத்தில் சுரத்தேயில்லாமல் தரையில் உட்கார்ந்து மெல்ல அந்த வீட்டு ஹாலின் சுவற்றில் தலை சாய்த்துக் கொண்டாள். கிஷோரிடமிருந்து அவளை மீட்டுக் கொண்டுவந்த நேரத்தில், பைக்கில் வரும்போது ரகுவரன் தமிழ்ச்செல்வியிடம் எதுவும் பேசவில்லை. அவளும் உடல் நடுங்க அவனைக் கட்டிக்கொண்டு வந்தாளே தவிர வாயைத் திறந்து ஏதும் கூறவில்லை.

அந்தக் கிஷோரிடம் காரில் என்ன வாக்குவாதம் செய்தாள்? முதலில், அவனிடம் எப்படித் தனியாகச் சிக்கினாள்? அவன் அவளுக்குப் பாலியல் ரீதியாக என்ன தீங்கு செய்தான்? என்பதையெல்லாம் தெரிந்துகொள்ள ரகுவரன் நினைத்தாலும், அவளாக ஏதாவது சொல்லட்டும். மனதால் சோர்ந்து போயிருக்கிறாள். எனவே, நாமாகத் துருவிக் கேட்டுத் துன்புறுத்த வேண்டாம் என வாளாவிருந்தான். பக்ருதீன்கூட அதே மனநிலையில்தான் இருந்தான்.

எனவே, இருவரும் உடை மாற்றிக்கொண்டு வந்து சற்றுத்தள்ளி தரையில் தமிழ்ச்செல்வியைப் பார்த்தவாறு உட்கார்ந்தார்கள்.

*

19

ரகுவரனின் தாயார் அடுப்படியில் டீ போட்டுக் கொண்டிருந்தார். அப்போது அங்கே வந்த மாரிமுத்து, "ஏம்மா, நேரம் மதியத்தைத் தாண்டிடுச்சே. அப்புறம், எதுக்கு டீ போடுறே? பேசாம புள்ளைங்களுக்குச் சாப்பாடே போட வேண்டியது தானே?" என்று கேட்டார். அதைக் கேட்ட அவர் மனைவி கண் ஜாடை காட்டித் தன்னருகே வரும்படி அழைத்தார். மாரிமுத்து கிட்டேபோய், "என்ன?" என்று கேட்டார். அதற்கு அந்த அம்மாள், "தமிழ்ச்செல்வியைக் கவனிச்சீங்களா?" என்று புதிராக கேட்டார்.

மாரிமுத்து குழப்பமாக, "ஏன் அவளுக்கு என்ன?" என்று வினவினார். அவர் மனைவி தன் உதட்டின் மீது விரலை வைத்து, "உஸ்... மெதுவா பேசுங்க. வெளில இருக்குற அந்தப் புள்ள காதுல கீதுல வுழப் போவுது" என்று சன்னமான குரலில் எச்சரிக்கையாய் சொன்னார்.

மாரிமுத்து மேலும் குழம்பித் தன் மனைவி என்ன சொல்ல வருகிறாள்? எதற்கு இந்தப் பீடிகை? என யோசித்தார்.

அவர் மனைவி, "தமிழ்ச்செல்விக்கு என்னமோ ஆயிடுச்சு, அவ மொகத்த பாத்தீங்களா? பேயடிச்ச மாதிரி இருக்குறா... அவ கையில் வேற காயம் ஆயிருக்குது. யாரோ நகத்தால கீறி இருக்குறாங்க" என்று தொடர்ந்தார்.

அதிர்ச்சியடைந்த மாரிமுத்து, "என்ன புள்ள சொல்றே? நம்ப பையன்தானே அவளக் கூட்டிக்கிட்டு

வந்தான். அப்ப நீ சொல்றத பாத்தா ரெண்டு பேத்துக்கும் நடுவழில எதுனாச்சும் சண்டை நடந்துதா?” என்று கேட்டார்.

அவர் மனைவி, “இல்லியே அவுங்க நம்ப வூட்டுப் படியேறும் போது தகராறு பண்ணிக்கிட்ட சாயலே தெரியலையே. வேற என்னமோ நடந்திருக்குது” என்றார். உடனே மாரிமுத்து, “எதுக்கும் நம்ப பையன இங்க கூப்டு வெசாரிக்கலாமா?” என்று கேட்டார்.

அவர் மனைவி அதற்கு ஒத்துக்கொள்ளவில்லை. “அதெல்லாம் ஒண்ணும் வேணாம். ரெண்டு பேத்துல யாராவது ஒருத்தரு வாய் வுட்டு மறைக்காம சொல்றாங்களா பாப்போம்” என்று முற்றுபுள்ளி வைத்தார்.

இதற்குள் தேநீர் தயாராகிவிட்டது. சில டம்ளர்களில் தேநீரை ஊற்றித் தன் கணவனிடம், “இதக் கொண்டுபோயி புள்ளைங்க கிட்ட குடுங்க. நா சொன்னது ஞாபகம். நீங்களா எதுவும் கேக்காதீங்க” என்றார் மாரிமுத்துவின் மனைவி.

அவர் சொன்னதற்குத் தலையாட்டிய ரகுவரனின் தகப்பனார் ஒரு தட்டில் நான்கு டம்ளர்களை வைத்து எடுத்துக்கொண்டு ஹாலுக்குப் போனார். முதலில், அவர் தமிழ்ச்செல்வியிடம் தேநீர் டம்ளர்கள் அடங்கிய தட்டை முகத்து நேரே நீட்டி “கண்ணு டீ எடுத்துக்கம்மா” என்று சொன்னார். எங்கோ பார்த்துக்கொண்டு அமர்ந்திருந்த தமிழ்ச்செல்வி மெல்ல கவனம் கலைந்து, “எனக்கு வேணாம் மாமா. நீங்க மத்தவங்களுக்குக் குடுங்க” என்றாள்.

இருக்கும் மனநிலையில் எதையும் சாப்பிடும் மனநிலையில் அவள் இல்லை.

மாரிமுத்து விடவில்லை, “அட, டீ குடிம்மா. குளுருக்கு நல்லா இருக்கும்” என்று பரிவாய் சொன்னார்.

அவள் இப்போது மறுக்காமல் ஒரு டீ டம்ளரைக் கையில் எடுத்தாள். அப்போதுதான் அவர் தமிழ்ச்செல்வியை நன்றாகக் கவனித்தார். தன் மனைவி சொன்னது சரிதான். அவள் முகத்தில் மிகுந்த வாட்டம் தெரிகிறது. ஆனால், மனைவி பேச்சை மீறாமல் அந்த இடத்தைவிட்டு அகன்றார்.

பிறகு, டீ டம்ளர் தட்டை நடு ஹாலில் வைத்துவிட்டு, “டேய், பசங்களா... நீங்களும் ஆளுக்கொன்னா எடுத்துக்குங்க டா” என்று

பொதுவில் சொன்னார். அவர் சொன்னபடியே ரகுவரனும் பக்ருதீனும் தேநீர் டம்ளர்களை எடுத்துக்கொண்டார்கள்.

ரகுவரன் தாயாரும் அங்கே வந்து உட்கார்ந்துவிட சற்று நேரம் யாரும் எதுவும் பேசிக் கொள்ளவில்லை. அந்தத் தேவையில்லாத அமைதியைத் தவிர்க்கும் விதமாக, "டேய் ரகு மாடத்துல இருக்குற அந்த தேங்காண்ணைப் பாட்டில எந்திரிச்சு எடு" என்று முதலில் அவர் தான் பேசினார். அப்போதுதான் தேநீர் அருந்திவிட்டு டம்ளரைக் கீழே வைத்த அவன் அம்மா சொன்னது போலவே பாராசூட் பிளாஸ்டிக் பாட்டிலை எடுத்து அவர் கையில் கொடுத்தான்.

ரகுவரன் தாயார், "தமிழ்ச்செல்வி எங்கிட்ட வாடா கண்ணு" என்று அழைத்தார். அவளும் டீயைக் குடித்து முடித்திருந்தாள். அப்படியே தான் இருந்த இடத்திலிருந்து உட்கார்ந்த வாக்கிலேயே நகர்ந்து அவருகே வந்தாள் அவள். "வலது கையக் காட்டும்மா" என்றவர் சிறு துளி தேங்காய் எண்ணையைப் பாட்டிலைச் சரித்துத் தன் விரலில் வைத்துக்கொண்டார். தமிழ்ச்செல்வி புரியாமலேயே தன் கையை அவரிடம் காட்டினாள். அந்த அம்மாள் அவள் மணிக்கட்டின் பின்புறம் திருப்பித் தேங்காய் எண்ணையை ரத்தம் உறைந்திருந்த இடத்தில் வைத்தார்.

அவளுக்கு அப்போதுதான் தனக்குக் காயம்பட்டிருக்கிறது என்ற உணர்வே மண்டைக்கு உறைத்தது. தேங்காய் எண்ணை பட்ட இடத்தில் லேசாக எரிந்தது. கிஷோர் அவள் மணிக்கட்டை அந்தக் காரில் முரட்டுத்தனமாகப் பிடித்ததால், அவன் கை நகம் பட்டு ஏற்பட்ட காயம் அது.

ரகுவரன் தாயார் அந்தக் காயம் பற்றி அவளிடம் ஏதும் கேட்கவில்லை. ஆனால், அவரின் மடியில் படுத்துக்கொண்டு நேற்று இரவு முதல் சற்று முன் வரை தனக்குக் கிஷோர் கொடுத்த தொல்லையைக் கூறி கதறி அழ வேண்டும் எனத் தோன்றியது. ஆனால், காரில் கிஷோர் தன்னிடம் நடந்துகொண்ட சம்பவத்தை வைத்து அவர்கள் மனதில் ஏதேனும் தவறான எண்ணம் தன்னைப்பற்றி வந்துவிடுமோ? என ஒருகணம் நினைத்தாள். ஆயினும், அடுத்த கணமே அதை மாற்றிக்கொண்டாள்.

இந்த வெள்ளந்தி மனிதர்களிடம் கல்மிஷம் இருக்கும் என்ற நினைப்பே மிகவும் தவறானது என அவள் மனதில் நினைக்கத்

தோன்றியது. எனவே, ஒருநொடிகூட தாமதிக்கவில்லை. சட்டென ரகுவரனின் தாயார் மடியில் படுத்துக்கொண்டு தனக்கு நேற்றிரவு தன் கல்லூரி சேர்மன் கிஷோர் கரடி பொம்மையோடு அவளைக் காதலிப்பதாக ஆங்கிலத்தில் அனுப்பிய குரல் செய்தியையும் சொன்னாள். பிறகு, காலையில் அவன் தன் காரில் அவள் வண்டியில் வரும்போது பின் தொடர்ந்தது, குறுக்கே காரை நிறுத்தி பயமுறுத்தியது, காபி சாப்பிடக் கூப்பிட்டது, மழையில் மாட்டிக்கொண்டு வேறு வழியில்லாமல் அவன் காருக்குப் போனது, அவன் தன்னைக் காதலிக்கச் சொல்லி வற்புறுத்தியது, அவனிடமிருந்து தப்பிக்கப் போராடியது, கையில் காயம் பட்டது, ரகுவரன் வந்து மீட்டது என ஒன்று விடாமல் கூறினாள்.

அதைக் கேட்ட ரகுவரன் தாயார் தன் மகனிடம், "ஏன் டா இவ்வளவு நடந்திருக்கு. அந்த ராஸ்கோலை என்னடா பண்ணினே? சும்மா வுட்டுட்டா வந்தே" என்று சீறினார்.

அதற்குத் தமிழ்ச்செல்வி, "ரகு, எங்கைய அந்தக் கிஷோர் பிடிச்சிருந்தத கார்ல வெச்சுப் பார்த்தானே தவுத்து இவ்வளவு வெவரமெல்லாம் அவனுக்குத் தெரியாது அத்தே" என்று எடுத்துக் கூறினாள்.

அதற்கு அந்த அம்மாள், "நம்ப வூட்டு பொண்ணு கைய ஒருத்தன் புடிச்சிருந்தத பார்த்த வுடனே அந்த நாயை வெட்டியிருக்க வேணாமா, என்னடா புள்ள நீ" எனக் கடிந்து கொண்டார்.

உடனே ரகுவரன், "பெரிய கல்லையெடுத்து அவங்காரை ஒடைக்கப் பாத்தேன். அவனும் எங்கிட்ட வாங்கியிருப்பான். அதுக்குள்ற காரையெடுத்துக்கிட்டு ஓடிட்டான்" என்று அம்மாவுக்குச் சமாதானம் சொன்னான். எல்லோரும் தமிழ்ச்செல்வி சொன்னதைக் கேட்டு உள்ளுக்குள் கொதித்துப் போயிருந்தார்கள். அவர்களின் அமைதி அதை தமிழ்ச்செல்விக்கு உணர்த்தியது.

அப்போது தன் வருங்கால மாமியாரைப் பார்த்து கையெடுத்துக் கும்பிட்டபடி கண்ணில் நீர் சொரிய தமிழ்ச்செல்வி தளர்ந்த குரலில், "அத்தே... அந்த அயோக்கியன் கிஷோர் எங்கைய புடிச்சி இழுத்தது உண்மை. ஆனா, அந்தக் காருக்குள்ற வேறேந்த தப்பும் நடந்துடல. என்ன வெறுத்துடாதீங்க" என்று கூறினாள்.

இப்படிச் சொல்லும்போது அவள் முகமெல்லாம் கோணியிருந்தது. அதைப் பார்த்த ரகுவரனின் தாயார் சட்டெனத் தமிழ்ச்செல்வியை இறுக அணைத்துக்கொண்டார். விம்மலுடன் அவர் தோளில் அவளும் சாய்ந்துகொண்டாள். முதுகை ஆதரவாகத் தடவிக் கொடுத்த ரகுவரனின் தாயார் “இங்கப் பாருடா கண்ணு. அப்புடியே எது நடந்திருந்தாலும், தெருவுல போற சொறிநாய் ஒண்ணு ஒன்ன கடிச்சுடுச்சுன்னு நெனைச்சுக்குவமே தவுத்து எங்க குல தெய்வத்து மேல சத்தியமா வெறுத்துட மாட்டோம்” என்றார்.

அப்போது தமிழ்ச்செல்வி அதைக் கேட்டு உணர்ச்சி வயப்பட்டவளாகத் தன் வருங்கால மாமியாரின் கன்னத்தில் முத்தமிட்டாள். பதிலுக்கு ரகுவரனின் தாயாரும் அவளை நெத்தியில் முத்தமிட்டார். இதைப் பார்த்துக்கொண்டிருந்த ரகுவரன், பக்ருதீன், மாரிமுத்து என மூவருக்கும் கண்களில் நீர் கசிந்தது.

சற்று நேரம் யாரும் பேசிக் கொள்ளவில்லை. ஆனால், ரகுவரன் மட்டும் கிஷோர் மீது கனன்றுக் கொண்டிருந்தான். அவனைச் சும்மாவிடக் கூடாது. இதுபற்றி பக்ருதீனிடம் தனியாக ஆலோசிக்க வேண்டும் என்று நினைத்தான்.

ஆனால், அதற்கு அணை போடுவதுபோல மாரிமுத்து ஒரு காரியம் செய்தார். உடனே, பக்ருதீனின் தந்தை இஸ்மாயில் பாய்க்கு ஃபோன் செய்து அவரை உடனே வெங்கலமேட்டுக்கு வர சொன்னார். அதைப் பார்த்த அவர் மனைவி, “இப்ப எதுக்குங்க இஸ்மாயில் அண்ணனை இங்க வரச் சொல்றீங்க?” என்று விசாரித்தார்.

அதற்கு மாரிமுத்து, “நடந்தத அவர்கிட்டச் சொல்லி ஆலோசனை கேப்போம்” என்று சொன்னார்.

ரகுவரனுக்குக் கொஞ்சம் ஆச்சரியம்தான். தான் பக்ருதீனிடம் ஆலோசிக்க நினைக்க, தன் அப்பா அவன் அப்பாவிடம் ஆலோசிக்க முடிவெடுத்திருக்கிறாரே என்று.

அப்போது ரகுவரன் தாயார், “இதுல ஆலோசனை கேக்க என்ன இருக்குது. அந்த மொதலாளி ராஸ்கோலை ஏதாவது பண்ணணுங்க. இல்லேன்னா அவனுக்குக் குளுரு வுட்டுப் போவும். இன்னிக்கி தமிழ்ச்செல்வி மேல கை வெச்ச

மாதிரி நாளைக்கி மத்த பொண்ணுங்க மேலயும் கை வெக்க துணிஞ்சுடுவான்" என்று சொன்னார்.

அதற்கு மாரிமுத்து, "என்ன புள்ள, சாதாரணமா சொல்லிப்புட்டே. அவன் நாம்ப வேலை செய்ற எஸ்டேட் மொதலாளி மட்டுமில்ல. இந்த மலைல பாதிக்கு மேல அவனுக்குச் சொந்தம். திடுதிப்புன்னெல்லாம் எதையும் செஞ்சுட முடியாது. நல்லா ஓசனப் பண்ணித்தான் அடுத்த காரியத்துக்குப் போவோணும்" என்று சொன்னார்.

அவர் மனைவிக்குக் கோபம் வந்துவிட்டது. "அதுக்குன்னு நம்பளுக்குள்றயே இது போயிடட்டும்னு சொல்றீங்களா? அவன கண்டும் காணாம வுட்றலாமா?" என்று இறைந்தார்.

பதிலுக்கு மாரிமுத்து, "எடுத்தோம் கவுத்தோம்னு நாம்ப எதையாவது சடார்னு செய்யப் போயி அது கொளந்தைங்க எதிர்காலத்தப் பாதிச்சுறக் கூடாது புள்ள. எதுவாயிருந்தாலும் இஸ்மாயில் வரட்டும். அவர கலந்துக்கிட்டுப் பண்ணுவோம்" என்று பேச்சுக்கு முற்றுப்புள்ளி வைத்தார்.

அவர் மனைவி அரைகுறையாக ஒத்துக் கொண்டதைப்போல் தலையசைத்து வைத்தார்.

அப்போது மாரிமுத்து, "ஏம்புள்ள புள்ளைங்க பசியோட இருக்குதுங்களே, நீ பாட்டுக்குக் கண்டுக்காம இருக்கியே...?" என்று நினைவுப்படுத்தினார்.

தன் தவறை உணர்ந்த அவர் மனைவி தோள் மீது கிடந்த தமிழ்ச்செல்வியை மெல்ல நகர்த்தினார்.

அவர், "கண்ணு எந்திரி சாமி, போய் கைக் கழுவிக்கிட்டு வா சோறு திங்கலாம்" என்று அவளிடமும் மற்றவர்களிடமும் சொன்னார்.

அவ்வளவு நேரம் வரை ரகுவரன், பக்ருதீன், தமிழ்ச்செல்வி உள்ளிட்ட அனைவருக்கும் பசி மறந்து போயிருந்தது. மாரிமுத்துவும் அவர் மனைவியும் நினைவுப்படுத்தியதும் வயிறு கவ்கவ்வா என்று உணவு கேட்டது.

ரகுவரனின் தாயார் அடுப்படியில் போய் சோற்றையும் குழம்பையும் சமைத்த பாத்திரங்களிலிருந்து, பரிமாற வசதியாக வேறு வேறு பாத்திரங்களில் அளவாக மாற்றினார். அதைப்

பார்த்த தமிழ்ச்செல்வி இவ்வளவு நேரம் மனதிலிருந்த இறுக்கத்தைத் தளர்த்திக்கொண்டு அவருக்குக் கூடமாட ஒத்தாசை செய்தாள்.

அங்கிருந்த அனைவருக்கும் தேவையான எவர்சில்வர் தட்டுகள், குடிநீர் பாத்திரம், டம்ளர்கள் எனச் சமையல் கட்டிலிருந்து கூடத்துக்குக் கொண்டுவந்து சேர்த்தாள்.

மாரிமுத்து, ரகுவரன், பக்ருதீன் என மூவரும் போய் வெளியே பொடக்காலியில் இருந்த பிளாஸ்டிக் வாளியில் கைகளைக் கழுவினர். கடைசியாகத் தமிழ்ச்செல்வி தானும் சாப்பிட வசதியாகக் கையைச் சுத்தம் செய்ய வெளியே வந்தாள்.

மலைப்பகுதிக்கே உரித்தான பருவநிலை மாற்றம் நிகழ்ந்திருந்தது. வானம் பளிச்சென்று மேகங்கள் அற்று தெரிய, மஞ்சள் நிற வெயில் சுள்ளென்று அடித்தது. இருட்டிக் கொண்டு சுழற்றியடித்த கனமழை வந்த சுவடே தெரியாமல் போனதுபோல், தன் வாழ்வில் சற்று முன்னர் வந்த துன்பம்கூட துடைத்துக்கொண்டு போய்விட்டால் நல்லது என்று நினைத்தாள், பெரியவர்கள் என்ன முடிவெடுப்பார்கள்? என்று தெரியவில்லை. எதுவாகயிருந்தாலும் தீர யோசித்துதான் செய்வார்கள் எனச் சமாதானம் செய்துகொண்டாள். அவளுக்கு அந்த நேரம் அம்மாவின் நினைவு வந்தது. அவரிடம் இன்று நடந்தையெல்லாம் சொல்லலாமா? வேண்டாமா? என யோசித்தாள்.

தற்போதைக்கு எதுவும் அவருக்குத் தெரிய வேண்டாம். இந்த ஊர் நமக்குப் பாதுகாப்பாயில்லை. நாம் மறுபடியும் மாமா வீட்டுக்கே திரும்பிப் போய்விடலாம் என்று அவர் சொன்னால் ஆபத்தாகி விடும் என முடிவுக்கு வந்தாள். அப்போது அவளுக்குத் தன் செல்போனைப் பற்றிய ஞாபகம் வந்தது. நீண்ட நேரமாய் அம்மாவிடம் பேசவில்லை. அவர் என்னமோ ஏதோவென்று கருதி பயந்துவிடக் கூடாது. செல்போனை எங்கே வைத்தோம்?

காபி ஷாப்பில் கிஷோரிடம் பேசிவிட்டு கிளம்பிய நேரத்தில், மழை வந்த போது, இருசக்கர வாகனத்தின் உட்காரும் சீட்டுக்கு அடியிலுள்ள பெட்டியில் வைத்தது நினைவுக்கு வந்தது. ரகுவரன் வீட்டு வாசலில் பக்ருதீன் கொண்டுவந்து நிறுத்தியிருந்த தன் வாகனத்தைப் பார்த்தாள். வண்டியின் சாவி அதிலேயே இருந்தது. அதையெடுத்து செல்போன் வைத்திருந்த பெட்டியைத் திறந்தாள். அலைபேசி கடுமையான மழையில் நனையாமல்

பத்திரமாய் இருந்தது. எடுத்துப் பார்த்தாள். பேட்டரி சார்ஜ் தீர்ந்து போய் உயிரற்று இருந்தது.

வீட்டுக்குள் நுழைந்து பிளக்கில் மாட்டியிருந்த ரகுவரனின் சார்ஜர் பின்னில் தன் செல்போனைப் பொருத்திவிட்டு, அப்படியே அங்கேயே மேஜையில் கிடந்த அவனது அலைபேசியை எடுத்து அம்மாவிடம் பேசினாள். அவள் நினைத்ததுபோலவே வெகுநேரம் மகளிடமிருந்து ஃபோன் வராத காரணத்தால், சாரதா பயந்து போய்தான் இருந்தார். தான் ஏற்கனவே எடுத்த முடிவின்படி, தற்போது பத்திரமாக ரகுவரன் வீட்டில் இருப்பதாகவும் மாலையில் வீட்டுக்குச் சீக்கிரமே வந்து விடுவதாகவும் சொல்லி ஃபோனை கட் செய்தாள்.

அவளுக்காக எல்லோரும் சாப்பிடாமல் தரையில் உட்கார்ந்து காத்திருந்தார்கள். அவள் அவசரமாய் வந்து தனக்கு வைக்கப்பட்ட தட்டின் முன்னால் அமர்ந்தாள். ரகுவரன் தாயார் பரிமாறினார். சோறும் கருவாட்டுக் குழம்பும் அந்த அம்மாள் சமைத்திருந்தார்கள். அவளுக்கும் மற்ற எல்லோருக்கும் நல்ல பசி. ஒருவருக்கொருவர் பேசிக்கொள்ளாமல் சோற்றைக் கை நிறைய அள்ளிச் சாப்பிட்டார்கள்.

அவர்கள் அனைவரும் சாப்பிட்டு முடிக்கும் முன்னாலேயே இஸ்மாயில் பாய் தன் பைக்கில் ரகுவரன் வீட்டுக்கு வந்துவிட்டார். அவரை ரகுவரன் தாயார் சாப்பிடச் சொல்லி உபசரித்தார். ஆனால், அவர் மதிய உணவு முடித்துவிட்டு வந்துவிட்டதாகச் சொல்லி மறுத்துவிட்டார்.

மாரிமுத்து கையைக் கழுவிக்கொண்டு வந்து இஸ்மாயில் பாயிடம் இன்று தமிழ்ச்செல்விக்கு எஸ்டேட் முதலாளியும் கல்வி நிறுவன சேர்மனுமான கிஷோரால் நேர்ந்த அவமானத்தைப் பாலியல் அத்துமீறலை விரிவாக எடுத்துச் சொன்னார்.

அதைக் கேட்ட அவர் கொதித்துப் போனார். அவர் “ராஸ்கோல். எல்லாம் பணத்திமிரு. இந்த எளவுக்குத்தான் அவன் வெளிநாடெல்லாம் போயி படிச்சானா? பொம்பள பொறுக்கி” என்று கொஞ்ச நேரம் திட்டித் தீர்த்தார்.

மாரிமுத்து, “இதுக்கு நாம்ப என்ன செய்லாம் பாய்? எஸ்டேட் லேபர் யூனியனுக்குக் கொண்டுபோலாமா?” என்று கேட்டார்.

அப்போது குறுக்கிட்ட ரகுவரன், "வேணாம்பா எங்க காலேஜ் ஸ்டூடன்ட்ஸ்கிட்ட சொன்னாலே அந்தக் கிஷோரோட எலும்ப எண்ணிடுவாங்க" என்று ஆவேசமாகச் சொன்னான். அதைப் பக்ருதீன் ஆமோதித்தான். கொஞ்ச நேரம் அங்கே சிறிய விவாதமும் வாக்குவாதமும் நடந்தது. தமிழ்ச்செல்வி முடிவெடுக்கும் பொறுப்பை அவர்களிடமே விட்டுவிட்டு தான் ஒதுங்கி நின்று வேடிக்கை பார்த்தாள். கடைசியாக இஸ்மாயில் பாய் கல்லூரி இறுதியாண்டு தேர்வை வைத்துக்கொண்டு சேர்மனுடன் சண்டை செய்வது புத்திசாலித்தனம் அல்ல. படிப்பு விஷயத்தில் அவன் பிள்ளைகளுக்கு ஏதாவது பாதகம் செய்ய வாய்ப்புண்டு. லேபர் யூனியனுக்குக் கொண்டுசெல்ல உடனே அவசரம் காட்ட வேண்டாம். மறுபடியும் அந்தக் கிஷோர் நம் பெண்ணிடம் வாலாட்டினால் அப்போது போவோம் என்று சொன்னார். பலவாறு யோசித்துவிட்டு அனைவரும் சரியென ஒருமனதாக ஏற்றுக் கொண்டார்கள்.

*

20

பாறைமடுவில் அந்த மாலை நேரம் களைக் கட்டியிருந்தது. கடைவீதியில் உள்ள பல்வேறு விதமான அங்காடிகளில் மக்கள் தங்கள் வீடுகளுக்கு வேண்டிய பொருட்கள் வாங்குவதில் மும்முரமாக இருந்தனர். அவர்களில், பெரும்பாலோனோர் தேயிலை தோட்டத் தொழிலாளர்கள். அங்கே, எஸ்டேட் வேலையைத் தவிர வருமானத்துக்குப் பெரிதாய் வேறு தொழில் இல்லை. கடைக் கண்ணி வைத்திருப்பவர்கள் தோட்டத் தொழிலாளர்களை நம்பித்தான் இருக்கிறார்கள். தங்கள் பணியை முடித்துவிட்டு வீடுகளுக்குத் திரும்புவோர் பாறைமடுவுக்கு இடையில் வராமல் போக மாட்டார்கள். குழந்தைகளுக்குத் தீனி வாங்ககூட அங்குதான் வருவார்கள்.

அது மட்டுமல்லாமல் அந்த ஊரில் உள்ள முருகன் கோயில் சுற்று வட்டார மக்களிடையே பிரபலம். உள்ளூர்காரர்கள் மட்டுமல்ல, வெளியூர் ஆட்களும் குடும்பத்துடன் அங்கே வருவார்கள். அளவில் சிறியதென்றாலும் பக்தர்களுக்கு அந்தக் கோவிலின் மேல் நாட்டத்திற்கு குறைவில்லை.

தமிழ்ச்செல்வியின் தாயார் நேரம் கிடைக்கும் போதெல்லாம் அங்கே வரத் தவறுவதில்லை. அன்றும் அப்படித்தான் கொஞ்சம் கற்பூரம் வாங்கிக்கொண்டு முருகனைத் தரிசிக்க வந்திருந்தார். ஸ்கூல் முடிந்து வந்ததும் முகம் கை கால் கழுவிக்கொண்டு நேராக கோயிலுக்கு வந்துவிட்டார்.

தமிழ்ச்செல்விக்கு கடைசி வருட பட்டப் படிப்புக்கான தேர்வுகள் தொடங்கிவிட்டன. இன்றும்கூட அவள் தேர்வெழுதத்தான் சென்றிருந்தாள். இன்னும் வீட்டுக்கு வரவில்லை. அவள் வருவதற்குள் சாமி கும்பிட்டுவிட்டு போய்விட வேண்டும் என்ற சின்ன அவசரம் அவரிடமிருந்தது.

எனவே, கோயில் அர்ச்சகரின் தட்டில் வாங்கி வந்த கற்பூரத்தைப் போட்டுவிட்டுத் தீபாரதனைக்குக் காத்திருந்தார். அப்போது அவர் பக்கத்தில் யாரோ வந்து நிற்பதுபோல் தோன்ற, சாமி சிலையின் மீதிருந்த தன் பார்வையை லேசாகத் திருப்பினார்.

அவரைக் கண்டு சிரித்த அந்த இளைஞனை எங்கோ பார்த்ததுபோல் இருக்கவே, எங்கு பார்த்தோம்? என்று யோசித்தார். சட்டெனப் பொறி தட்டியதுபோல நினைவுக்கு வந்தது. இவன் நாம் பணிபுரியும் பள்ளிக்கூடம் உள்ளடக்கிய கல்வி நிறுவனங்களின் சேர்மன் அல்லவா? சமீபத்தில் ஒருநாள் தலைமையாசிரியர் அறைக்குச் சென்றபோது அங்கே சிரித்த மாதிரி படம் மாட்டியிருந்ததே! தலைமையாசிரியர்கூட இவனைப்பற்றி சொன்னாரே... தமிழ்ச்செல்வியும் இந்த இளைஞன் கொடுத்த செக்கைக் காட்டிக் கிஷோரோ என்னவோ பெயர் கூறினாளே என குழம்பிக் கொண்டிருந்தபோதே, கிஷோர் எதிர்பாராத விதமாய் சரெலென்று குனிந்து சாரதாவின் காலைத் தொட்டுக் கும்பிட்டான்.

சட்டென அதிர்ச்சியானார் சாரதா. இவன் எவ்வளவு பெரிய பணக்காரன். நம் காலில் போய் விழுவதா? அதுவும் கோயில் போன்ற பொது இடத்தில்? பதறிப் போய், “தம்பி... என்ன காரியம் பண்றீங்க?” என்று அவன் தோளைத் தொட்டுத் தூக்கினார். அவருக்குக் குழப்பம் உச்சநிலைக்குச் சென்றது. இவன் எதற்கு நம் காலில் விழ வேண்டும்? இவனுக்கும் நமக்கும் என்ன இருக்கிறது? ஒருவேளை ஆள் தெரியாமல் இப்படி நடந்துகொள்கிறானா?

அவரது மனநிலையைப் புரிந்து கொண்டவன்போல கிஷோர், “என்ன ஆன்ட்டி. எதுக்கு இப்போ பதட்டப்படுறீங்க? நீங்க யாருன்னு தெரிஞ்சுதான் நா ஒங்க கால்ல வுழுந்தேன்” என்றான்.

உடனே, “தம்பி நா ஒங்க ஸ்கூல்ல வேலை பாக்குற சாதாரண டீச்சர்னு தெரியுமா?” என்று சாரதா கேட்டார்.

அவன் அதற்குச் சிரித்தவாறே தெரியும் என்பதுபோல தலையாட்டினான். அவர் அடுத்து குழப்பம் நீங்காமலேயே, “நீங்க எதுக்கு எங்கால்ல வுழுந்து ஆசீர்வாதம் வாங்கணும்?” என்று வினவினார். அவன் அவரது குழப்பத்தை ரசித்துக்கொண்டே, “நீங்க டீச்சர் மட்டுமில்ல. அதுக்கு மேல தமிழ்ச்செல்வியோட அம்மாவாச்சே...” என்றான்.

அதைக் கேட்டுச் சாரதாவின் முகம் மலர்ந்தது. கூடவே, வியப்பும் சேர்ந்துகொண்டது. “எம் பொண்ணு மேல ஒங்களுக்கு அவ்வளவு அன்பா? அப்படியென்ன தமிழ்ச்செல்வி ஸ்பெஷல்?” என்று அவனிடம் அவர் கேட்டார்.

அப்போது அர்ச்சகர் வந்துச் சாரதாவிடம் திருநீறு கொடுத்துவிட்டுப் போனார். கிஷோர் அவரது கவனத்துக்கு வரவில்லை. சற்று தூரம் கர்ப்பகிரகத்தை நோக்கிப் போனவரை அவன், “எக்ஸ்யூஸ்மி...” என்று சத்தம் போட்டுக் கூப்பிட்டான். கையில் தட்டுடன் வந்த அவர் கொஞ்சம் திருநீறு எடுத்து அவனிடம் கொடுக்க முனைந்தார். சட்டென அவன் தன் பேண்ட் பாக்கெட்டிலிருந்து பர்ஸை எடுத்து ஒரு ஐநூறு ரூபாய் தாளைச் சாரதாவின் கண்முன்னே தட்டில் போட்டான். பிறகு, “இப்ப குடுங்க” என்று பவ்யமாய் குனிந்து வலது கையை நீட்டினான். அவர் வாயெல்லாம் பல்லாக, ஏற்கனவே கையில் வைத்திருந்ததைத் தட்டில் போட்டுவிட்டு நிறைய எடுத்து அவன் கையில் கொடுத்தார்.

சாரதா அர்ச்சகருக்கு ஐநூறு ரூபாயா? என்று நம்பவே முடியாமல் கிஷோரைப் பார்த்துக்கொண்டு நின்றாள். பிறகு, தன் கையில் இருந்த பிரசாதத்தை அவரது நீட்டிய கையில் போட்டுவிட்டு “ஒங்க கையால எனக்கு வெச்சு விடுங்க ஆன்டி” என்றான்.

அவர் ஆனந்தமாய் திருநீறு எடுத்து அவன் நெற்றியில் பூசிவிட்டார்.

பிறகு, மறக்காமல் “எம் பொண்ணுன்னா ஒங்களுக்கு என்ன ஸ்பெஷல்னு கேட்டேன். நீங்க இந்த அளவுக்குத் தமிழ்ச்செல்வி அம்மான்னு மரியாதை குடுக்குறதுக்கு என்ன காரணம்? தம்பி...” என்று கேட்டார்.

அதற்கு அவன், “சொல்றேன் ஆன்ட்டி. மொதல்ல நாம கோயிலை வுட்டு வெளியே போவோம்!” என்று சஸ்பென்ஸ்

வைத்தான். சட்டென அவன் “போங்க...” என்று தன் கையை நீட்டிச் சொல்ல, சாரதா அவன் பதிலை எதிர்பார்த்து முன்னே நடக்க, அவன் பின்னால் வந்தான்.

கோயிலுக்கு வெளியே வந்த கிஷோரும் சாரதாவும் ஒரு ஓரமாய் விட்டிருந்த தங்கள் காலணிகளை அணிந்து கொண்டார்கள். அப்போது அவன், “ஓங்க பொண்ணு மாதிரி புத்திசாலிய நா பாத்தது இல்ல ஆன்ட்டி” என்று சொன்னான்.

தன் மகளை நினைத்துக் கொஞ்சம் பெருமைப்பட்ட சாரதா அவன் மேலும் என்ன சொல்லப் போகிறான்? என்று கேட்க செவி மடுத்தார்.

எந்தத் தாய்க்குத்தான் தன் குழந்தையை மற்றவர் பாராட்டி பேசுவதைக் கேட்க பிடிக்காது. இது தெரிந்துதான் கிஷோர் தமிழ்ச்செல்வியை அவள் அம்மாவிடம் புகழ்ந்து பேச ஆரம்பித்திருந்தான். தான் நினைத்த மாதிரியே அவர் முகத்தில் பூரிப்புத் தெரிந்ததைக் கவனித்தான்.

பிறகு, மேலும் தமிழ்ச்செல்வி படிப்புல, அடக்கத்துல, அழகுல இப்புடி எதுலயுமே கொறஞ்சவுங்க இல்ல. பொண்ண ரொம்ப நல்லா வளர்த்திருக்குறீங்க ஆன்டி” என்று தொடர்ந்து பேசினான்.

அவன் பேச பேச சாரதாவுக்குக் காதும் மனமும் குளிர்ந்து போனது. இன்னும் கொஞ்சம் தன் மகளை அவன் புகழ்ச்சியாகப் பேச மாட்டானா? என ஏங்கும் நிலைக்கு வந்துவிட்டார்.

அந்த நேரம் பார்த்து கிஷோர், “ஆன்ட்டி வாங்களேன். நா ஓங்கள வூட்ல டிராப் பண்றேன்” என்றான்.

சட்டென அவசரமாய் மறுத்த சாரதா, “ஓங்களுக்கு எதுக்கு வீண் சிரமம்? என்னூடு பக்கத்துலதான் நா நடந்தே போய்க்கிறேன்” என்று கூறினார்.

அவன் விடுவதாயில்லை, “என்ன ஆன்ட்டி. நா என்ன ஓங்கள தோள்லயா சுமக்கப் போறேன். கார்தானே சுமக்கப் போவுது. அப்புறம், எனக்கென்ன கஷ்டம்?” என்று வற்புறுத்தினான்.

கோயிலுக்கு வெளியே நின்றிருந்த அந்தக் கார் பார்க்கவே அருமையாக இருந்தது.

சாரதாவுக்கு அதைப் பார்க்க பார்க்க லேசாய் சபலம் தட்டியது. இருந்தாலும் சற்றே தயங்குவதுபோல் பிகு காட்டினார். அவன் உடனே வேகமாய் தன் கார் அருகே போய் பின்பக்க கதவைத் திறந்தான். "வாங்க ஆன்ட்டி... வந்து ஒக்காருங்க" என்று ஒரு சேவகனைப்போல கையைக் காட்டினான்.

சாரதாவுக்கு ஒருபுறம் இதெல்லாம் மகளுக்குத் தெரிந்தால் திட்டுவாளே எனப் பயம் வந்தது. தான் வீட்டுக்குப் போகும்போது அநேகமாய் அவள் இன்றைய தேர்வை எழுதிவிட்டு வந்து சேர்ந்து இருக்கலாம். எனவே, தயக்கமாக நின்றாள். ஆனால், கிஷோர் திறந்த கார் கதவை மூடாமல் அப்படியே நின்றிருந்தான். இதற்குள் அந்த வழியே போகிறவர்கள் எளிமையான சாரதாவையும் பணக்கார தோற்றத்திலிருந்த கிஷோரையும் மாறி மாறி பார்க்கத் தொடங்கிவிட்டனர்.

அவர்களின் பார்வை சாரதாவுக்குக் கூச்சத்தை ஏற்படுத்தியது. வேறு வழியில்லாமல் காரில் ஏறி அமர்ந்தார்.

கிஷோர் தன் காரை ஸ்டார்ட் செய்தவாறு, "எந்தப் பக்கம் போகணும் ஆன்ட்டி?" என்று கேட்டான்.

சாரதா கையை நீட்டி அவனுக்கு வழி சொல்ல, அந்த வழியில் அவன் காரைச் செலுத்தினான். அவருக்குத் தமிழ்ச்செல்வியை நினைத்துத் திக்திக்கென மனசு அடித்துக்கொள்ளத்தான் செய்தது. ஆனால், அவளே கிஷோர் கொடுத்த பணத்தை வாங்கிக்கொண்டுதானே வீட்டுக்கு வந்தாள். அந்த நல்ல எண்ணத்தில் தான் அவன் கூப்பிட்டதும் காரில் ஏறி வந்ததாக மகளிடம் சமாளித்து விடலாம் என்று நினைத்தார்.

தமிழ்ச்செல்வி அன்று கிஷோர் வெங்கலமேட்டுக்குப் போகும்போது தன்னை வழி மறித்துக் காரில் வைத்துக் கையைப் பிடித்ததை இதுவரை அம்மாவிடம் கூறவில்லை. அவர் பயந்துபோய் இந்த ஊர் வேண்டாமெனச் சொல்லி மாமா வீட்டுக்குக் கூட்டிப் போய்விடக் கூடாதேயென அச்சப்பட்டிருந்தாள்.

அப்படி அவள் உண்மையைச் சொல்லியிருந்தால், கிஷோரைப் பற்றிய பார்வை சாரதாவுக்கு வேறு விதமாய் இருந்திருக்கக் கூடும். அவனை அவர் உதாசினம் செய்திருக்கலாம். ஆனால், இன்று அவன் காரிலேயே வீட்டுக்குக் கூட்டிச் செல்லும் சூழ்நிலை உருவாகிவிட்டது அல்லது கிஷோர் உருவாக்கிவிட்டான்.

அவனுக்கும் முதலில் சாரதாவிடம் பேசுவதில் அச்சமிருந்தது. தன்னைப் பற்றி தமிழ்ச்செல்வி அவரிடம் தவறாகக் கூறியிருந்தால் அவனை ஏறெடுத்தும் பார்த்திருக்க வாய்ப்பில்லை. ஆனால், அவர் அவனிடம் கோயிலில் அன்பாகப் பேசியதை வைத்தே புரிந்து கொண்டான். அன்று காரில் நடந்ததைத் தமிழ்ச்செல்வி சாரதாவிடம் கூறவில்லை என்று. ஏன், அவள் சொல்லவில்லை? என்ற சந்தேகமும் அவனுக்கு இருந்தது. ஆனால், அது என்ன? என்பதில் அவனுக்கு தெளிவில்லை. எது எப்படியோ தனக்குச் சூழ்நிலை சாதகமாய் இருப்பதாகக் கிஷோருக்குத் தோன்ற தவறவில்லை.

சாரதாவின் வீட்டுக்குப் போகும் வரையில் அவன் மனதில் ஏதேதோ திட்டங்கள் உருவெடுத்தன. அவற்றையெல்லாம் அசைபோட்டபடியே அவன் காரைச் செலுத்தினான்.

இரண்டொரு வளைவுகளில் சாரதாவும் தமிழ்ச்செல்வியும் இருந்த அந்த வாடகை வீடு வெகு சீக்கிரம் வந்துவிட்டது.

வீட்டருகே கார் நின்றதும் சாரதா இறங்கிச் சாத்தியிருந்த கதவையும் பூட்டுத் திறக்கப்படாமல் இருந்ததையும் பார்த்தார். மனதுக்குள் சற்று நிம்மதி ஏற்பட்டது. மகள் இன்னும் வரவில்லை. எனவே, அவர் சற்று தைரியமாகப் பூட்டைத் திறந்து கிஷோரை வீட்டுக்குள் அழைத்தார். அவன் மிக மகிழ்ச்சியாக உள்ளே நுழைந்தான்.

ஒரு பிளாஸ்டிக் நாற்காலியை அவன் முன் நகர்த்திப் போட்ட சாரதா, “தம்பி ஒக்காருங்க. ஒங்களுக்கு டீ போட்டுக்கொண்டு வர்றேன்” என்று சமையலறைக்குள் நுழைந்தார்.

அவன் அந்தச் சின்ன வீட்டைப் பார்வையால் அளந்தான். நடுத்தர வர்க்கத்துக்கே உரித்தான சில பல பொருட்கள் கண்ணில் பட்டன. ஹாலில் ஒரு சிறிய மேஜை. அதன் மேல் தமிழ்ச்செல்வியின் கல்லூரிப் புத்தகங்கள். அவள் அன்றாடம் உபயோகப்படுத்தும் அழகு சாதனப் பொருட்கள். சுவற்றில் மாட்டியிருந்த படங்கள். ஒரு டி.வி. ஸ்டேண்ட். அதில், கலைஞர் ஆட்சியில் கொடுக்கப்பட்ட பழைய டி.வி. ஹாலுக்குப் பக்கத்தில் தடுப்புச் சுவர். அதையொட்டிக் கட்டில் படுக்கை இருக்கலாம் என்று மனதில் நினைத்தான்.

அதற்குள் கையில் டீ டம்ளருடன் வந்துவிட்டார் சாரதா. ஆவி பறக்க அவனிடம் அதைக் கொடுத்தார். அவன் சிரித்தபடியே வாங்கிப் பருகினான்.

அப்போது அவனிடம் சாரதா, "தம்பி நீங்க அன்னிக்கி தமிழ்ச்செல்விகிட்ட கொடுத்த பணம் இன்னிக்கி இருக்குற எங்க குடும்பச் சூழ்நிலைக்கு ரொம்ப உதவியா இருந்தது. ஒங்களுக்கு ரொம்ப நன்றி தம்பி" என்று கூறினார்.

பதிலுக்கு அவன் சொன்னான். "ஆன்ட்டி நா சொல்றனேன்னு தப்பா நினைக்காதீங்க. எனக்குத் தமிழ்ச்செல்விய ரொம்ப புடிச்சுப்போச்சு. எனக்குக் கல்லூரியில கொடுத்த வரவேற்பு விழாவுல அவ பேசுனதக் கேட்டதுமே மனசுக்குள்ள பளீருன்னு ஒரு மின்னல் அடிச்சுது" என்று நிறுத்தினான்.

உடனே சாரதா குழப்பமாக, "தம்பி நீங்க என்ன சொல்றீங்க? எனக்கு ஒண்ணும் புரியல" என்றார்.

அவன் தயக்கமாக, "நா ஒண்ணு சொன்னா கோவிச்சுக்க மாட்டீங்களே?" என்று வினவினான். அவர் மாட்டேன் என்பதுபோலத் தலையசைத்தார். அவன் சிறிதும் யோசிக்காமல், "நா ஒங்க பொண்ண கல்யாணம் பண்ணிக்க விரும்பறேன் ஆன்ட்டி" என சிறிதும் தயங்காமல் பட்டெனச் சொன்னான். சாரதா அதை எதிர்பார்க்கவில்லை. இன்ப அதிர்ச்சியில் நிலை குலைந்து போனார்.

அவருக்குப் பேச வார்த்தை வரவில்லை. ஏற்கனவே, தன் மகள் ரகுவரனுக்குத்தான் என்று பேசி முடித்த பிறகு, இதென்ன இப்படி வாய்ப்பு அவளைத் தேடி வருகிறது. கிஷோர் எவ்வளவு பெரிய பணக்காரன். ரகுவரன் அப்படியா அன்றாடக் காய்ச்சி குடும்பத்தைச் சேர்ந்தவனாயிற்றே. தற்போது படிப்பை முடித்தால்கூட இந்தக் கிஷோரின் கம்பெனியில்தான் ஏதோவொரு வேலையில் சேர்ந்துதான் வாழ்க்கையை ஓட்ட வேண்டும். இதை ரகுவரனின் தகப்பனார் அன்று முறைப்படி தமிழ்ச்செல்வியை மகனுக்குத் திருமணம் பேசி முடிக்க வந்தபோது அவரே சாரதாவிடம் சொன்னாரே.

அப்போது கிஷோர் அடுத்த குண்டைத் தூக்கிப் போட்டான். "ஆன்ட்டி ஒங்க பொண்ணு ஏற்கனவே தன்கூட படிக்கிற பையனை விரும்பறது எனக்குத் தெரியும். ஏன், கல்யாணம்கூட பேசியிருக்குறதா நா கேள்விப்பட்டேன்" என்றான்.

சாரதா அதற்கு ஆமாம் என்பதுபோல தலையசைத்தார். அவன் தொடர்ந்து, "எனக்கென்னவோ தமிழ்ச்செல்வி ராணி

மாதிரி வாழ வேண்டியவ. எதுக்கு ஏழைப் பையனைக் கட்டிக் கிட்டு கஷ்டப்படணும்? நீங்க யோசிங்க ஆன்ட்டி" என்றான்.

இதற்கும் சாரதா வெறுமே தலையசைத்தார். பிறகு, "நீங்க சொல்றது சரிதான் தம்பி. இதுக்கு எம் மக ஒத்துக்கணுமே" என்றார்.

அவன் விடாமல், "அது கொஞ்சம் சிரமம்தான் ஆன்ட்டி. நீங்க நெனைச்சா நிச்சயம் முடியும். தமிழ்ச்செல்வி பிடிவாதக்காரி. நானே அவக்கிட்ட என் விருப்பத்த நேர்ல சொன்னேன்" என்றவன், அன்று தனக்கும் தமிழ்செல்விக்கும் நடந்த அந்தக் கார் சம்பவத்தைத் தன் மேல் தவறு இல்லாதவாறு பூசி மெழுகிச் சாரதா நம்பும்படி சொன்னான்.

அவனுடைய பேச்சு சாரதாவை மிகவும் ஈர்க்கும்படி இருந்தது. ஆனால், தமிழ்ச்செல்வியே, தான் அவனை விரும்பவில்லை என்று முகத்தில் அடித்தவாறு சொன்ன பிறகு, தன்னால் என்ன செய்ய முடியும்? என யோசித்தார். ஆனாலும் அவனை மருமகனாய் அடைய மனசு சபலப்படவே செய்தது.

*

21

கொஞ்ச நேரத்தில் சாரதாவின் மனதில் ஒரு விஷவிதையை ஆழமாக ஊன்றிவிட்டு, அவர் வீட்டைவிட்டு மெல்ல வெளியே வந்தான் கிஷோர். அவனுக்கு நிச்சயமாகத் தெரிந்துவிட்டது தமிழ்ச்செல்வியின் தாயார் தான் விரித்த வலையில் விழுந்துவிட்டாரென்று. இது போதும் அவர் மகளும் நிச்சயம் தன் வழிக்கு வருவாள்.

வாசலில் கழட்டிவிட்டிருந்த ஷீவைப் போட்டுக் கொண்டே கிஷோர் "இந்த மாதிரி எலிவளை வூட்டை வுட்டுத் தொலைச்சுட்டு கடல் மாதிரி இருக்குற என்னோட பங்களாவுக்கு ஒங்க மகளும் நீங்களும் வரணும் ஆன்டி" என்று கூறினான்.

அதைக் கேட்டுச் சாரதா கனவுலகில் அப்போதே மிதக்க ஆரம்பித்தார்.

அவன், "இந்தாங்க ஆன்ட்டி, என்னோட விசிட்டிங் கார்ட். நீங்க எப்ப வேணும்னாலும் எங்கூட பேசலாம். அதுல இருக்குறது என்னோட பர்சனல் செல்நெம்பர்" என்று தன் பர்ஸிலிருந்து எடுத்துக் கொடுத்தான்.

சாரதா அதை மகிழ்ச்சியுடன் வாங்கிக் கொண்டார்.

அவன், "நா வர்றேன் ஆன்ட்டி. சீக்கிரமே எனக்குக் குட்நியூஸ் சொல்வீங்கன்னு நெனைக்கிறேன்" என்று சிரித்தான்.

அதற்கு என்ன பதில் சொல்வதெனத் தவித்த சாரதா, தான் சற்றுமுன் கும்பிட்டுவிட்டு வந்த பாறைமடுவு முருகன்தான் வழிகாட்ட வேண்டும் என்று நினைத்துக்கொண்டார். உண்மையாகவே அந்தக் கடவுள் சக்தி வாய்ந்ததெென ஊரில் பேசிக்கொள்வதில் துளியளவும் பொய் கிடையாது. என் மகளுக்குச் சந்தோசமான வாழ்க்கையைக் கொடு என்று கேட்பதற்காகத்தான் அடிக்கடி கோயிலுக்குப் போனோம். ஆனால், அந்த முருகன் சந்தோசத்தோடு செல்வத்தையும் சேர்த்தல்லவா கொடுத்திருக்கிறான். அவனது கருணையே கருணை.

கிஷோர் தன் காரை வீதியில் நிறுத்தியிருந்தான். அதை எடுத்துக்கொண்டு அவன் கிளம்பச் சாரதா வாசல் வரை வந்து பேசி வழியனுப்பி வைத்தார். அவரது மனம் குதூகலத்தில் துள்ளாட்டம் போட்டது. 'அதிர்ஷ்டம் வந்தால் கூரையைப் பிய்த்துக்கொண்டு கொட்டும் என்பார்கள்' அது இதுதானோ!!

அந்த நேரம் கல்லூரி தேர்வையெழுதிவிட்டு வீட்டுக்கு வந்த தமிழ்ச்செல்வி, கிஷோரையும் அவனுடன் முகமலர்ச்சியுடன் ஏதோ பேசி வழியனுப்பிய அம்மாவையும் காணத் தவறவில்லை. அவன் தன்னைக் கவனித்துவிடக் கூடாது என்பதற்காகத் தலை குனிந்தபடி கார் வரும் திசைக்கு எதிர் திசையில் திரும்பி நின்றுகொண்டாள். அவள் நினைத்தபடியே அவன் அவளைக் கவனிக்கவில்லை.

கார் தன்னைக் கடந்து போனதும் மிகுந்த அதிர்ச்சியுடன் தான் நின்ற இடத்திலேயே அப்படியே நின்றுவிட்டாள் தமிழ்ச்செல்வி. கிஷோர் எப்படித் தன் வீட்டுக்கு வந்தான்? அம்மாவுக்கும் அவனுக்கும் எப்படி அறிமுகம் ஆனது? இதுதான் முதல் தடவையாக அவர்கள் சந்தித்துக் கொள்கிறார்களா? இல்லை, ஏற்கனவே, ஸ்கூல் டீச்சர், கல்வி நிறுவனத்தின் சேர்மன் என்ற முறையில் அவர்கள் இருவருக்கும் அறிமுகம் நிகழ்ந்துவிட்டதா? அப்படியிருந்திருந்தால் அம்மா தன்னிடம் கூறாமல் இருக்க மாட்டார்களே!! இப்போது என்ன நோக்கத்துடன் இங்கே அவன் வந்தான்? அடுக்கடுக்காய் அவள் மனதைக் கேள்விகள் துளைத்தன.

என்றாலும், விபரீதமாய் எதையும் அவளால் யோசிக்க முடியவில்லை. என்ன ஏதென்ற விபரம் புரியாமல் தன்னைப் போட்டுக் குழப்பிக்கொள்வது அறிவுடைமையாய் அவளுக்குத்

தோன்றவில்லை. எனவே, மனதைக் கட்டுப்படுத்திக்கொண்டு விறுவிறுவென வீடு நோக்கி நடந்தாள். அவள் போவதற்குள் சாரதா வீட்டில் மாட்டியிருந்த சாமி படத்து முன்னால், இன்றைய ஸ்பெஷலாய் விளக்கு ஏற்றிக் கொண்டிருந்தார். அதைக் கண்டு முகத்தைச் சுருக்கிய தமிழ்ச்செல்வி தன் செருப்பை வாசலில் வேகமாய் கழட்டிவிட்டாள்.

அதே வேகத்தில் சற்றே படபடப்புடன், “அம்மா...” எனச் சத்தமாக இரைந்து கூப்பிட்டாள்.

மகளைப் பார்த்ததும் முகம் மலர்ந்த சாரதா, “என்னம்மா இன்னிக்கி ஒன்னோட எக்ஸாம் எப்படியிருந்துச்சு?” என இயல்பாய் வினவினார்.

அதைக் கண்டுகொள்ளாத தமிழ்ச்செல்வி, “அதிருக்கட்டும். அந்தக் கிஷோர் எப்புடி நம்ம வூட்டுக்கு வந்தான்?” எனக் கோபமாய் கேட்டாள்.

சாரதாவுக்கு அதிர்ச்சியாய் இருந்தது. ஒரு பெரிய பணக்காரன். அவள் படிக்கும், தான் வேலை செய்யும் கல்வி நிறுவனங்களின் சேர்மன், இந்த எளிய வீட்டுக்கு வந்தது எவ்வளவு பெருமை? அதை நினைத்துச் சந்தோசப்படாமல் இந்தப் பெண் ஏன் இப்படிக் கோபமாகக் கத்துகிறாள்? இவளுக்கு என்னவாயிற்று? என்று யோசித்தார்.

பிறகு, “என்ன தமிழ்ச்செல்வி. ஒரு மட்டு மரியாதை இல்லியா? அந்தத் தம்பி பணக்காரங்கிறத வுட எவ்வளவு நல்லவர் தெரியுமா? நீயே அவரைப் பாராட்டி அப்பா செத்ததுக்கு நிவாரணமா செக்க வாங்கிக்கிட்டு வந்து எங்கிட்ட குடுத்தியே... இப்ப என்னாச்சு ஒனக்கு? அவன் இவன்னு பேசுறியே?” என்று சற்று சினத்துடன் கேட்டார். உடனே அவள், “ஆமா, அன்னிக்கி சொன்னேன். ஆனா, அவன் நல்லவனில்ல. கெட்ட நோக்கத்தோட அந்தச் செக்க நமக்குக் குடுத்திருக்குறான். அதெல்லாம் விபரமா அப்புறம் சொல்றேன். கிஷோர் எப்புடி இங்க வந்தான்? மொதல்ல நீ அதைச் சொல்லு...” என்று படபடப்பு மாறாமல் கேட்டாள்.

அதற்குச் சாரதா, “இங்க பாரும்மா. அந்தத் தம்பிய கோயில்ல பாத்தேன். நாந்தான் அவர இங்க கூட்டிக்கிட்டு வந்தேன். அதுல என்ன தப்பு? என்னமோ நடக்கக் கூடாதது

நடந்துட்ட மாதிரி இந்தக் கத்து கத்துறியே?" என்று முகத்தைச் சுளித்தார்.

தமிழ்ச்செல்வி விடாமல், "ஒனக்குக் கொஞ்சமாவது புத்தி இருக்கா? ஒரு வயசுப் பொண்ண வச்சுருக்குற அம்மாவா நீ?" என்றாள்.

சுர்ரெனக் கோபம் வந்துவிட்டது சாரதாவுக்கு. "ஏய் என்னடி வாய் நீளுது. ஒதைப்பேன் பாத்துக்க" என்று இரைந்தார்.

"ஐயோ அம்மா. ஒனக்கு நா எப்புடிப் புரிய வெப்பேன். வந்தவன் நல்லவனில்லம்மா ஒரு பொம்பளப் பொறுக்கி"

"சும்மா வாய்க்கு வந்தபடியெல்லாம் பேசாதே. அன்னிக்கி நீ ரகுவரன் வூட்டுக்குப் போகும்போது கிஷோர் அவரு கார்ல வெச்சு ஒங்கிட்ட நடந்துக்கிட்ட விதத்த வெச்சுத்தானே இப்புடிப் பேசறே?"

தமிழ்ச்செல்விக்குப் பேரதிர்ச்சியாய் இருந்தது. இதுவரை அம்மாவிடம் அன்று நடந்ததைத் தான் சொல்லவில்லையே. அப்புறம், எப்படித் தெரியும்? எனச் சிந்தித்தாள்.

சாரதா அவள் யோசிப்பதைப் புரிந்துகொண்டு "பெத்த தாய்கிட்ட நீயே ஒரு பெரிய விஷயத்த மறைச்சிருக்குறே. ஆனா, அந்தத் தம்பி இன்னிக்கு என் கால்ல வுழுந்து மன்னிப்புக் கேட்டுட்டு எல்லா உண்மைகளையும் எங்கிட்ட சொல்லிடுச்சு" என்று சற்று இட்டுக் கட்டி கூறினார்.

கிஷோரே நடந்ததை அம்மாவிடம் சொல்லிவிட்டானா? அதெப்புடி நடக்கும்? எந்த அயோக்கியனாவது உன் மகளிடம் நான் தவறாக நடந்துகொண்டேன் என்று தாயிடம் சொல்வானா? இதில், ஏதோ சூழ்ச்சியிருக்கிறது. அது என்னவென்று நாம் தெரிந்துகொள்ள வேண்டும்.

தமிழ்ச்செல்வி, "என்னம்மா சொல்றே? அவன் எங்கிட்ட தப்பா நடக்க முயற்சி பண்ணியிருக்குறான். அந்தச் சமயத்துல ரகுவரன் மட்டும் அங்க வரலேன்னா கிஷோர் என்னக் கெடுத்துச் சின்னாபின்னமாக்கியிருப்பான்" என்று கொதித்தாள்.

சாரதா அவள் சொன்னதை ஏற்க தயாரில்லை. "ஏம்மா, அப்புடிக் கெட்ட எண்ணம் புடிச்சவன் எதுக்கு எங்கிட்ட வந்து நடந்ததைச் சொல்லணும். அத யோசிச்சியா?" என்று

மகளை மடக்கினார். குழப்பம் தாளாமல் தன் தலையைப் பிடித்துக்கொண்டாள் தமிழ்ச்செல்வி.

சாரதா அதைப் பார்த்துவிட்டு, "இங்கப் பாரு தமிழ்ச்செல்வி. கிஷோர் ஒங்கிட்ட நடந்துக்கிட்டத நீ தப்பா புரிஞ்சுக்கிட்ட. மொதல்ல போயி மொகம் கழுவிக்கிட்டு வா. நா நிதானமா எல்லாத்தையும் சொல்றேன்" என்று அவள் குழப்பத்தைத் தீர்க்க முயன்றார்.

அதை ஏற்க அவள் தயாராகயில்லை. கிஷோர் என்னவோ குயுக்தி செய்துவிட்டுப் போயிருக்கிறான். அம்மா அதை நம்பிப் பேசுகிறார். எனவே, அவன் இங்கே என்ன நோக்கத்துடன் வந்தான் என்பதை உடனே தெரிந்துகொள்ள வேண்டும் என்று அவசரப்பட்டாள்.

தேர்வெழுதிவிட்டு வந்த களைப்பில் அவளால் நிற்ககூட முடியவில்லை. எனவே, சட்டென வீட்டிலிருந்த பிளாஸ்டிக் சேரில் உட்கார்ந்துவிட்டாள். அவளருகே மெதுவாய் போய் நின்ற சாரதா, "என்னம்மா டீ போட்டு எடுத்துக்கிட்டு வரட்டுமா?" என்று கேட்டார்.

அவள், "அதெல்லாம் ஒண்ணும் வேணாம். மொதல்ல அந்தக் கிஷோர் இங்க எதுக்கு வந்துட்டு போனான்? அதத் தெளிவாச் சொல்லு" என எரிந்து விழுந்தாள்.

சாரதா, "அதான் சொன்னனேம்மா, அவர் ஒங்கிட்ட தப்பா எதுவும் நடக்கலையாம். நீதான் அவரப் பத்தி வேற மாதிரி புரிஞ்சுக்கிட்டியாம். அதச் சொல்லத்தான் வந்தாரு" என்று மென்று முழுங்கினார்.

தமிழ்ச்செல்வி விட தயாரில்லை. சட்டென எழுந்து நின்று அம்மாவின் கையைப் பிடித்துக்கொண்டாள். சமாதானமான குரலில், "அம்மா ப்ளீஸ். என்ன நடந்ததுன்னு தெளிவா சொல்லேன்" என்றாள்.

சாரதா, "அது ஒண்ணுமில்லம்மா. அவர் ஒன்ன கல்யாணம் பண்ணிக்க விரும்புறாராம்..." என மென்று முழுங்கிச் சொன்னதும் தான் தாமதம். எரிமலையாய் வெடிக்க ஆரம்பித்தாள் தமிழ்ச்செல்வி. "இதத்தான் அன்னிக்கி கார்ல வெச்சு அவன் சொன்னான். அப்பவே மூஞ்சுல அடிச்ச மாதிரி நா ரகுவரனை விரும்பறேன்னு சொல்லிட்டேன். அதுக்கப்புறம், அவன் எதுக்கு இங்க வந்தான்?"

சாரதா, "நீ சின்னப் பொண்ணு காதல் கீதல்னு வாழ்க்கைன்னா என்னன்னு தெரியாம, வர்ற அதிர்ஷ்டத்த உதாசினப்படுத்துற. அந்தத் தம்பி அதச் சரியா புரிஞ்சுக்கிட்டு எங்கிட்ட வந்து ஒங்க பொண்ணுக்குக் கொஞ்சம் எடுத்துச் சொல்லுங்க ஆன்டின்னு பக்குவமா புரிய வெச்சுட்டுப் போயிருக்குது. எந்தப் பணக்காரனுக்காவது இந்த மனசு வருமா? யோசிச்சுப் பாரு தமிழ்ச்செல்வி" என்று நிதானமாகக் கூறினார்.

தன் அம்மா சொன்னதைக் கேட்க ஆச்சரியமாகவும் அதே சமயத்தில் ஆத்திரமாகவும் இருந்தது அவளுக்கு. என்ன தாய் இவர்? ஏற்கனவே, தன் மகளை இன்னொருவனுக்குப் பேசி முடித்துவிட்டு, ஒரு பணக்காரனைக் கண்டதும் தன் மனதை மாற்றிக்கொண்டு விட்டாரே!!

இப்போது அவளுக்குக் கிஷோரின் தந்திரம் புரிய ஆரம்பித்துவிட்டது. அம்மாவை வைத்துத் தன்னை அவன் மடக்கப் பார்க்கிறான். எப்படிப்பட்ட கருங்காலி அவன். ஏற்கனவே இன்னொருவனுக்குப் பேசி முடிக்கப்பட்ட பெண்ணை அடைய நினைப்பது மட்டுமல்லாமல், அதற்கு அவள் தாயையே உடன்பட வைக்க முயல்கிறானே.

தமிழ்ச்செல்விக்குத் தன் அம்மா மீதிருந்த அளவு கடந்த கோபத்தில் கண்ணில் நீர் கோர்த்தது.

சற்றே தழுதழுப்பான குரலில், "ஏம்மா இது ஒனக்கே நல்லாயிருக்கா? வந்தவன் கிட்ட எம் பொண்ணே ஒன்ன விரும்பல. அப்புறம், எதுக்குடா இங்க வந்தேன்னு கேக்குறத வுட்டுட்டு அவன புகழ்ந்து வேற பேசறியே" என்று கேட்டாள்.

சாரதா, "என்னடீ பேசறே? தன் பொண்ணு நல்லா யிருக்கணும்னு தானே எந்த அம்மாவும் நெனைப்பா? அதத்தானே நானும் நெனச்சு வசதியான வாழ்க்கை அவளத் தேடி வருதுன்னு வந்தவன் கிட்ட சந்தோசமா பேசி அனுப்பிச்சேன். இதுல என்ன தப்பு?" என்று தன் தரப்பு நியாயத்தை விளக்கிச் சொன்னார். உடனே தமிழ்ச்செல்வி, "ஓகோ... அப்ப இந்தக் கிஷோர வுட வேறொரு வசதியானவன் வந்தா அவனுக்கு நீயென்ன கூட்டிக் கொடுப்பியா?" எனப் பட்டெனக் கேட்டாள்.

மகள் கேட்ட வார்த்தையைத் தாங்க முடியாத சாரதா பளீரென அவள் கன்னத்தில் அறைந்தார். அவருக்கு ஆத்திரம்

தாளாமல் மூச்சிரைத்தது. வயசான மனுஷி. இதயம் படபடவென அடித்துக்கொள்ள மார்பை நீவிவிட்டுக்கொண்டார்.

தமிழ்ச்செல்வி தன்னை அம்மா அடிப்பாரென்று எதிர்பார்க்கவில்லை. கன்னத்தைப் பிடித்துக்கொண்டு மீண்டும் சேரில் பொத்தென உட்கார்ந்தாள்.

அவளுக்கு அழுகை முட்டிக்கொண்டு வந்தது. முகத்தை மூடிக்கொண்டு கேவி கேவி அழுதாள்.

அதைப் பார்த்த சாரதா பதறிப் போனார். அவள் தலையைத் தடவிக் கொடுத்து, "என்னம்மா இது, இப்புடி அழறியே. நீ பேசுனது அம்மாவுக்கு எவ்வளவு வலியா இருக்கும்னு கொஞ்சமாவது யோசிச்சியா?" என்று தானும் கண் கலங்கிப் பேசினார்.

கொஞ்ச நேரம் இருவரும் பேசிக் கொள்ளவில்லை. சாரதா சட்டென உடல் வலுவிழந்ததுபோல் உணர்ந்து தரையில் உட்கார்ந்து சுவற்றில் சாய்ந்துகொண்டார். அதை மெல்ல ஓரக் கண்ணால் பார்த்த தமிழ்ச்செல்வி சட்டெனத் தன் தவறை நினைத்து வருந்தினாள். என்ன இருந்தாலும் தான் அப்படிப் பேசியிருக்க கூடாது.

அப்பாவை இழந்து சிறு பிள்ளையான தன்னை அம்மா வளர்க்கப் பட்ட பாடு கொஞ்ச நஞ்சமல்ல. என்னதான் மாமா வசதியாக இருந்தாலும் ஒரு கைம்பெண்ணாய் வாழ்வது அவ்வளவு எளிதா என்ன? அவரைக் கைக் குழந்தையோடு ஏற்றுக்கொள்ளக்கூட ஒருசிலர் முன் வந்தனர். ஆனால், எல்லாவற்றையும் வேண்டாமென்று ஒதுக்கித் தள்ளிவிட்டுத் தனக்காகவே வாழ்ந்தவர். அவரைப் போய் கூட்டிக் கொடுக்கிறாயா? என்று கேட்டுவிட்டோமே எனத் தன்னைத் தானே நொந்துகொண்டாள்.

மெல்ல தரையில் அம்மா பக்கத்தில் போய் நெருக்கமாக அமர்ந்தாள் தமிழ்ச்செல்வி.

அவரது கையையெடுத்துத் தன் நெஞ்சில் வைத்துக் கொண்டாள். திக்கித் திணறி வாஞ்சையோடு, "அம்மா என்ன மன்னிச்சுடு. தெரியாம அவசரப்பட்டுப் பேசிட்டேன்" என்று கூறினாள்.

ஆனால், சாரதா இதற்குச் செவி சாய்க்கவில்லை. எங்கோ பார்த்துக்கொண்டு கண்ணில் நீர் வழிய அமைதியாக அமர்ந்திருந்தார். அவரால் மகள் சொன்னதைச் செரிக்க இயலவில்லை.

அதைப் புரிந்துகொண்ட தமிழ்ச்செல்வி அவரது காலை தன் வலது கையால் தொட்டாள். "அம்மா இன்னும் ரெண்டு அடி வேணும்னாலும் என்னை அடிச்சுடு. தயவு செஞ்சு எங்கிட்ட பேசும்மா" என்றாள்.

சட்டெனச் சாரதா என்ன நினைத்தாரோ தனது நிலையிலிருந்து மீண்டு மகளை இறுக கட்டிக்கொண்டார். அவர் கண்ணிலிருந்து மாலை மாலையாய் கண்ணீர் வந்து தமிழ்ச்செல்வியின் முதுகை நனைத்தது.

அவள் அவரது மார்பில் சாய்ந்துகொண்டாள். தன்னையறியாமல், "அம்மா மன்னிச்சுடும்மா... நா பேசுனது தப்புதான். என்னை வெறுத்துடாதம்மா" என்று அரற்றினாள்.

சாரதா அவள் முகத்தை நிமிர்த்திச் சரமாரியாக முத்தமிட்டார். "எங் கண்ணே, அம்மாவுக்கு ஒன்ன வுட்டா யாரு இருக்குறா... நாம் போயி எங் கொளந்தைய வெறுப்பனா? அம்மா ஒன்ன அடிச்சிருக்கக் கூடாது" என அவள் கன்னத்தைப் பார்த்தார்.

சாரதாவின் ஐந்து விரல்களும் தமிழ்ச்செல்வியின் கன்னத்தில் அச்சாகப் பதிந்திருந்தன.

ச்சே, என்ன மனுஷி நான் இப்படியா வயது வந்த பெண்ணை மிருகத்தனமாக அடிப்பது? என உள்ளம் நொந்தார்.

தன் சேலை தலைப்பையெடுத்து மகளின் முகத்தைத் துடைத்துவிட்டார். பிறகு, எழுந்துபோய் சமையலறையில் இருந்த தேங்காய் எண்ணை குடுவையை எடுத்து வந்தார்.

தமிழ்ச்செல்வியைத் தன் மடியில் சாய்த்துக்கொண்டு தான் அடித்த இடத்தில் லேசாக எண்ணையைச் சொட்டு சொட்டாக எடுத்து வைத்தார். கொஞ்சம் எரிச்சலாக இருக்க அவள், "ஸ்...ஆ..." என்று நெளிந்தாள்.

சாரதா, "வயசாயி என்ன பிரயோஜனம்? கொஞ்ச மாவது பொறுமை இருக்கா. சரியான ராட்சசி. எங் கையை

அடுப்புலதான் வெச்சிக் கருக்கிக்கணும்" எனத் தனக்குத் தானே பேசிக்கொண்டார்.

அம்மா அப்படிப் புலம்புவதைப் பார்த்து ஒருபுறம் பரிதாபமாகவும் இன்னொருபுறம் சிரிப்பாகவும் தமிழ்ச்செல்விக்கு இருந்தது. சாரதாவை அவள் இப்படிப் பார்த்தது இல்லை.

எனவே, தன்னையறியாமல் களுக்கென்று சிரித்துவிட்டாள். அதைப் பார்த்த அவர், "இன்னமும் ஒனக்கு வெளையாட்டு புத்தி போகல தமிழு. அம்மாகிட்ட அடிய வாங்கிக்கிட்டுச் சிரிக்கிறியே?" என அன்பாகக் கடிந்துகொண்டார்.

அதற்குப் பிறகு, அம்மா மகள் இருவருமே அந்த விஷயத்தை இரவு வரை பேசிக் கொள்ளவில்லை.

தமிழ்ச்செல்வி அம்மா மனதில் தேவையில்லாமல் ஒரு ஆசையைத் தூண்டிவிட்டுச் சென்றிருக்கிறான் கிஷோர். அவருக்கு மெல்ல பேசிப் புரிய வைக்க வேண்டும் என்று நினைத்தாள். அதே சமயம் சாரதா தமிழ்ச்செல்விக்கு இன்னும் வாழ்க்கை கொஞ்சமும் பிடிபடவில்லை. ரகுவரனுக்குப் பெண் தருவதாக அவன் பெற்றோரிடம் சொன்னது உண்மைதான். ஆனால், நிச்சயதார்த்தம் எதுவும் நடந்து விடவில்லையே. எத்தனை சொத்துள்ள பணக்காரன் தேடி வந்து கல்யாணம் செய்துகொள்கிறேன் என்கிறான். அதைப் போய் வேண்டாமென்கிறாளே!! பைத்தியக்காரி. மெல்ல பேசித்தான் புரிய வைக்க வேண்டும் என்று நினைத்தார். எனவே, அவரவர் தரப்பில் ஆளுக்கொரு திட்டத்தோடு இருவரும் தற்காலிகமாய் அமைதி காத்தார்கள். தமிழ்ச்செல்விக்கு அன்று இரவு அட்டைப் பூச்சி கனவு வந்து தொந்தரவு செய்தது.

*

22

வெங்கலமேட்டிலிருந்து குந்தா செல்லும் சாலையில் கிஷோருக்காகக் காத்திருந்தான் ரகுவரன். அவன் மனதில் ஒரு திட்டம் தீயாய் கனன்று கொண்டிருந்தது. அது ஏதோ கொஞ்ச நேரத்துக்கு முன் உருவானது அல்ல. எப்போது கிஷோர் தன் காரில் வைத்து தமிழ்ச்செல்வியிடம் தவறாக நடக்க முயன்றானோ அன்றே உருவானதுதான். மேலும், அவள் தான் இல்லாத நேரத்தில் கிஷோர் தன் வீட்டுக்கு வந்ததையும் பணத்தாசை காட்டிச் சாரதாவின் மனதைக் கெடுத்து வைத்ததையும் சொன்னதிலிருந்தே, அந்த நெருப்பு முன்னிலும் வேகமாய் எரிய ஆரம்பித்திருந்தது. வீட்டில், பெற்றோரும் இஸ்மாயில் பாய் போன்ற குடும்ப நலன் விரும்பியும் படிப்பு முடியும் வரை எந்த விவகாரமும் வைத்துக்கொள்ள வேண்டாம் என்று எடுத்துச் சொன்னதன் விளைவாய் அடக்கிக் கொண்டிருந்தான்.

தற்போது கல்லூரி தேர்வுகள் முடிவடைந்து விட்டன. இனி, பொறுத்திருக்க இயலாது. அந்தத் திமிர் பிடித்த பணக்கார அயோக்கியனை ரெண்டில் ஒன்று பார்த்துவிட வேண்டும். இந்த வழியில்தான் கிஷோர் அடிக்கடி தன் காரில் பறக்கிறான். அதனாலேயே ஆளரவம் இல்லாத இடமாகப் பார்த்து நின்றிருந்தான் ரகுவரன்.

காலை எப்படியும் பத்து மணிக்கு மேல் இருக்கும். கிஷோர் தன் பங்களாவிலிருந்து கிளம்பி எஸ்டேட், கல்வி நிறுவனங்கள் என்று வரிசையாக

விசிட் அடிப்பான். இந்தச் சாலையின் இருமருங்கிலும் இருக்கும் தேயிலைத் தோட்டங்கள் அவனுடையது தான். காரிலேயே நோட்டமிட்டுக்கொண்டே கல்வி நிறுவனங்களுக்குச் செல்வான். அதை மனதில் வைத்துதான் காத்திருந்தான்.

தன் சட்டைக்குள் ஒரு இரும்பு தடியை மறைத்து வைத்திருந்தான். கிஷோரின் மண்டையைப் பிளந்துவிட வேண்டும்.

இதோ சற்று தூரத்தில் சாலையின் வளைவான பகுதியில் அவனது சொகுசு கார் தென்பட ஆரம்பித்துவிட்டது. ரகுவரனைச் சற்றே பரபரப்பு தொற்றிக்கொண்டது. தான் கையை நீட்டி மறித்தால் காரைக் கிஷோர் நிறுத்துவானா? அப்படி நிறுத்தாவிட்டால் என்ன செய்வது என்று யோசித்து, எதற்கும் இருக்கட்டுமென்று மலைப் பிஞ்சு ஒன்றைத் தன் காலடியில் போட்டு வைத்திருந்தான் ரகுவரன். நேற்றிரவு வெகுநேரம் விழித்திருந்து எந்த வகையில் கிஷோரைத் தாக்குவது என்று யோசித்து வைத்திருந்தான். காலையில் பக்ருதீனிடம் செல்போனில் சொல்லலாமா? என்று நினைத்து உடனே அதை மாற்றிக்கொண்டான். பாவம், அவனை எதற்குச் சிக்கலில் மாட்டிவிட வேண்டும்?

கிஷோரின் கார் அடுத்த சில நிமிடங்களில், ரகுவரன் நின்றிருந்த இடத்துக்கு அருகில் வந்துவிட்டது. சட்டெனக் குறுக்கே ஏதோ லிப்ட் கேட்பவன்போல் கையை நீட்டி கட்டை விரலை உயர்த்தினான். அவன் சந்தேகப்பட்டது போலவே, கார் ரகுவரனைத் தாண்டி நிற்காமல் சென்றது. கண்ணிமைக்கும் நேரத்தில் தன் காலடியில் இருந்த கல்லைக் கையில் எடுத்தான். ஆனால், அவனைக் கண்டுகொள்ளாமல் போன கிஷோர் சட்டெனக் காரை நிறுத்திக் கண்ணாடியை இறக்கினான். தலையை வெளியே நீட்டிக் கூர்மையாகப் பார்த்தான்.

அந்த நேரத்தில், ரகுவரன் தன் கையில் இருந்த கல்லைக் கிஷோர் அறியாமல் கிழேபோட்டுவிட்டான். கிஷோர், “என்ன மேன், எதுக்கு கையைக் காட்டறே? அவசரமா எங்கியாவது போவணுமா? வழியில எங்கியாவது இறக்கி விடணுமா?” என்று காரைப் பின்னால் செலுத்திக்கொண்டு வந்து ரகுவரன் அருகில் நிறுத்தினான்.

அதற்கு அவன், “இல்லே கிஷோர். நா ஒங்கிட்ட கொஞ்சம் பேசணும். காரை வுட்டு ஒரு நிமிஷம் இறங்கு” என்றான்.

சற்று யோசித்த கிஷோர் தான் வழக்கமாக அணியும் கறுப்பு கண்ணாடியைக் கழட்டிக் காரிலேயே வைத்துவிட்டு இறங்கி நடந்து வந்தான்.

ஆள் வெளிநாட்டு ஆடையில் ஜம்மென்றிருந்தான். அவன் போட்டிருந்த வாசனை திரவியம் காற்றில் கலந்து ஆளைத் தூக்கியது. ரகுவரனுக்கு அதை ரசிக்கத் தோன்றவில்லை. எல்லாம் தேயிலை தோட்டத் தொழிலாளர்களின் வியர்வை சிந்தி உழைத்தது என்றுதான் நினைத்தான். கிஷோர் மிக அருகில் வந்துவிட்டான். "சொல்லு நண்பா ஒனக்கு எங்கிட்டே என்ன வேணும்?" என்று ரகுவரன் தோளில் கையைப் போட்டான்.

அவ்வளவுதான். ரகுவரன், "டேய், எட்றா கைய..." என்று எரிமலையாய் வெடித்தான்.

சட்டெனக் கிஷோர் அதிர்ச்சியுடன் தன் கையை விலக்கிக்கொண்டான். அதே நேரம் அவன் மூளையில் ஏதோ விபரீதம் உறைத்தது. ரகுவரனைவிட்டு சில அடிகள் தள்ளி நின்றுகொண்டான். பிறகு, "என்ன மேன், எதுக்கு மரியாதையில்லாமல பேசறே? நா ஒனக்குச் சேர்மன். ஒங்கப்பாவுக்கு மொதலாளி ஞாபகம் வெச்சுக்கோ" என்று எச்சரிக்கையுடன் பேசினான்.

அதைக் கேட்டு ஆத்திரமான ரகுவரன், "அந்தத் தைரியத்துலதான் நா விரும்புற பொண்ணுக்கு நூல் வுட்டுக்கிட்டு திரியறியா? தமிழ்ச்செல்வி தான் ஒன்ன விரும்பலேன்னு சொன்னப்புறமும் அவுங்கம்மா கிட்ட போயி நின்றிருக்கியே, வெக்கமா இல்ல ஒனக்கு? அந்த அப்பாவி வயசான மனுஷியோட மனசக் கெடுக்கிறியே ஒன்னையெல்லாம் என்ன செஞ்சா தகும்?" என்றான்.

அதற்குக் கிஷோர் சிரித்தபடியே தன் பேண்ட் பாக்கெட்டில் இருந்து ஒரு நீளமான சிகரெட்டை எடுத்து பற்ற வைத்தான். அதன் பின் நிதானமாகத் தன் காரின் பின்புறத்தில் போய் சாய்ந்து நின்றுகொண்டு புகையை இழுத்து மேல் நோக்கிவிட்டான். அவனது அலட்சியம் ரகுவரனின் ஆத்திரத்தை மேலும் தூண்டுவதாய் இருந்தது.

கிஷோர் அதைப் புரிந்து கொண்டாலும் பொருட்படுத்தாமல் தன் தரப்பு நியாயத்தைப் பேசினான்.

“இங்க பாரு மேன்... ஒம் பேரு என்ன? அன்னிக்கி தமிழ்ச்செல்வி கூட சொன்னாளே... ஆங் ரகுவரன்” என்று நிறுத்திவிட்டுத் தொடர்ந்தான், “எனக்குச் சின்ன வயசுலயிருந்து ஒரு பழக்கம். நா நெனச்சதை அடைஞ்சே தீருவேன். தமிழ்ச்செல்வி விஷயத்துலயும் அதுதான் நெஜம். அதுல ஒண்ணும் தப்பில்ல ரகுவரன். மனுஷன் இன்னிக்கி எவ்வளவோ விஞ்ஞான ரீதியா அடைஞ்சிருக்கான்னா அதுக்குக் காரணம், தனக்கு அது வேணும்ங்கிற வெறிதான். நானும் சராசரி மனுஷன் தானே. அதான் தமிழ்ச்செல்வி என்னை விரும்பலேன்னா என்ன? அவுங்கம்மாவ வெச்சு அவ மனசை மாத்த நெனைக்கிறேன். அவ்வளவுதான்” என்று கூலாகப் பேசினான்.

ரகுவரனுக்கு உடம்பெல்லாம் பற்றி எரிந்தது. “நீ பண்றது பச்சை அயோக்கியத்தனம். அதுக்குத் தத்துவ விளக்கம் வேற தர்றியா? சாக்கடை பயலே” என்று சீறினான்.

கிஷோர் ஒரு நீண்ட இழுப்பாகச் சிகரெட்டை உறிஞ்சிவிட்டுக் கீழே போட்டான். பிறகு, “இங்க பாரு ரகுவரன். நா ஒனக்கு எவ்வளவு வேணும்னாலும் பணம் தர்றேன். என் ஆபீசுலயே நல்ல வேலை போட்டுத் தர்றேன். கொஞ்சம் வசதியான பொண்ணாப் பாத்து கல்யாணம் பண்ணிக்கோ. வாழ்க்கை சாகுற வரிக்கும் ரொம்ப ஸ்மூத்தா போகும். எனக்குத் தமிழ்ச்செல்விய வுட்டுக் கொடுத்துடு. என்ன சொல்றே?” என்று சொன்னான்.

ரகுவரன் பல்லைக் கடித்துக்கொண்டு, “நீ பேசலைடா. ஒம் பணத் திமிர் பேச வெக்குது. மொதல்ல தமிழ்ச்செல்வியோட அம்மாவுக்குப் பணத்தாசை காட்டுன. இப்ப எனக்கு வலை வீசுறியா?” என்று கேட்டான். கிஷோர் வாய்விட்டு சிரித்தான். “டேய் தம்பி... பணத்தோட அரும ஒனக்குத் தெரியலடா. பொழப்ப ஓட்டுறதுக்கு ஒன் அப்பா என்னோட எஸ்டேட்ல காலைல இருந்து சாயங்காலம் வரிக்கும் எவ்வளவு கொடுமையா கஷ்டப்படுறாரு ஒனக்குத் தெரியும்ல. இப்புடி அவர நீ வெயில்லயும் மழைலயும் குளுர்லயும் ஒழச்சு ஓடாத் தேய வுடலாமா?” என்று கூறினான்.

அதுக்கு? என்பதுபோல் நெற்றியைச் சுருக்கினான் ரகுவரன். பிறகு, “ஆடு நனையுதேன்னு ஓநாய் கவல பட்டுச்சாம். ஒன்னோட போலியான அனுதாபம் இங்க யாருக்கும் தேவைப்படல” என்றான்.

அதைக் கேட்ட கிஷோர், "சரிப்பா, என்னோட சுயநலம்னு கூட வெச்சுக்க. நீ நல்லா யோசி. நல்ல அமௌண்ட் வாங்கிகிட்டு பேசாம ஒதுங்கிக்கோ. என்ன சொல்றே?" என்று மீண்டும் வலியுறுத்திக் கூறினான்.

இதற்கு மேலும் இவனைவிட்டு வைக்கக் கூடாது எனத் தன் முதுக்குப்புறம் செருகி வைத்திருந்த இரும்புத் தடியை ரகுவரன் எடுக்க முயலும் போது ஒரு அரசு பேருந்து குறுக்கே வந்தது. சரியாகக் கிஷோரின் கார் நின்றிருந்த இடத்துக்கு மிக அருகே பேருந்தை நிறுத்திய டிரைவர் கீழே இறங்கினார்.

ரகுவரனுக்கு எரிச்சலாய் இருந்தது. இன்று கிஷோர் தன்னிடமிருந்து தப்பி விடுவானோ? என்ற சந்தேகம் அவனுக்கு வந்துவிட்டது.

இப்போது என்ன செய்வது? எனப் புரியாமல் பேருந்தையும் கிஷோரையும் மாறி மாறி பார்த்தான். அப்போது ஏதோ ஃபோன் வரவே கிஷோர் எடுத்து மும்முரமாகப் பேசினான்.

அந்த நேரம் அரசுப் பேருந்தின் ஓட்டுநர் முன் பக்க டயரைத் தட்டிப் பார்த்து ஏதோ பரிசோதித்தார். அவர் முகத்தில் திருப்தி வரவே மீண்டும் பேருந்தில் ஏறிக்கொண்டார். ரகுவரனுக்கு நிம்மதியாய் இருந்தது. சட்டென டிரைவர் பஸ்ஸை கிளப்பிக்கொண்டு போய்விட்டார்.

அதற்குள் கிஷோர் ஃபோன் பேசி முடித்துவிட்டு மீண்டும் ரகுவரனைப் பார்த்தான். "தம்பி... என்ன செய்லாம்னு இருக்கே? தமிழ்ச்செல்விய வுட்டு விலகிப் போயிடு. இல்லேன்னா இந்த மலையில ஒன்னையும் ஒங்குடும்பத்தையும் நா வாழ வுட மாட்டேன்" என்றுவிட்டான்.

ஆத்திரத்தின் உச்சிக்கே போய்விட்ட ரகுவரன், "டேய் நா ஒன்ன உசுரோடயே வுட மாட்டேன்" என்றபடியே முதுகுப் பக்கம் சட்டையின் உள்ளே கையைவிட்டு இரும்பு தடியை எடுத்தான். அதன் கனத்தைப் பார்த்த கிஷோர் அதிர்ந்து போனான்.

முகத்தில் அச்ச உணர்வு மேலிட, "ஏய் என்ன பண்ணப் போறே?" என்று கத்த ஆரம்பித்தான்.

தன் கார் பக்கம் திரும்பி முன் பக்க கதவைத் திறக்க முயன்றான். அப்போது அவன் முதுகில் விழுந்தது பலத்த அடி.

கிஷோரின் சொகுசான உடம்பில் ஆழமாய் பதிய துடிதுடித்துப் போனான் அவன். கார் கதவைத் திறக்கும் முயற்சியைக் கைவிட்டு ரகுவரனைச் சமாளிக்கத் தன் பேண்ட் பெல்ட்டை உருவி எடுத்தான்.

அதற்குள் அடுத்த அடி அவன் கை மணிக்கட்டில் விழுந்தது. "ஐயோ..." என உதறிக்கொண்டான் கிஷோர்.

இப்போது ரகுவரன் வெறி பிடித்தவனைப்போல அவனைத் தாக்கினான். "டேய்... சொன்னா கேளு, வேணாம்... வேணாம்" என்று காரைச் சுத்தி சுத்தி ஓடினான் கிஷோர். விடாமல் துரத்தி துரத்தி அடித்தான் ரகுவரன்.

ஒரு கட்டத்துக்கு மேல் சமாளித்துக்கொண்டு கிஷோர் திரும்பி நின்று ரகுவரனை எதிர்கொள்ள ஆரம்பித்தான். முதலில், அவன் கையில் இருந்த இரும்பு தடியை லாவகமாய் பிடித்துக்கொண்டான். பிறகு, பிடுங்க முயற்சி செய்தான்.

இருவருக்குமிடையே தள்ளு முள்ளு ஏற்பட்டது. பலங்கொண்ட மட்டும் கிஷோர் பறிக்க முயல்வதும் ரகுவரன் இறுக பற்றிகொள்வதுமாய் சில நிமிடங்கள் போனது. அப்போது கிஷோர் தன் பலமனைத்தையும் திரட்டி ரகுவரனைக் கீழே தள்ளிவிட்டான். தன் கையில் இருந்த இரும்பு தடியைப் பறிகொடுக்காமலேயே தரையில் மல்லாக்க விழுந்தான் ரகுவரன். மூச்சிரைக்க கிஷோர், "ஏன் டா பன்னாடைப் பயலே... ஒன்ன என்ன செய்றேன் பார்" என்று கத்தினான்.

பிறகு, தன் காருக்கு ஓடி கதவைத் திறந்தான். எதையோ எடுத்துக்கொண்டு ரகுவரன் அருகில் வந்து முகத்துக்கு அருகே நீட்டினான். அது பளபளக்கும் வெளிநாட்டு கைத் துப்பாக்கி.

அதைப் பார்த்துக் கடுமையான பீதிக்குள்ளானாலும் ரகுவரன் தைரியத்தை இழக்காமல் விழுந்த நிலையிலிருந்து சடாரென எழுந்து கிஷோரின் காலை வாரிவிட்டான். அவன், "ஏய்...ஏய்..." எனச் சத்தம் போட்டுக்கொண்டே மரம்போல கீழே சாய்ந்தான். அப்படி விழுந்ததில் துப்பாக்கி தூரப் போய் விழுந்தது. அதே சமயம் தன் கையில் இருந்த இரும்பு தடியையும் ரகுவரன் நழுவவிட நேர்ந்தது.

தரையில் கிடந்த கிஷோரின் மார்புமேல் ஏறி உட்கார்ந்து ரகுவரன், "சாவுடா நாயே..." என்று அவன் முகத்தில் குத்தினான்.

உதடு கிழிந்து ரத்தம் வர, "டேய் என்ன வுட்டுடு டா" எனக் கிஷோர் கெஞ்ச ஆரம்பித்தான்.

அப்போது எதிர்பாராத விதமாய் அந்த வழியாய் குந்தா காவல் நிலையத்துக்குச் சொந்தமான ஜீப் வந்தது. சட்டென அதிலிருந்த காவல்துறை அதிகாரி நடு ரோட்டில் நடக்கும் இந்தச் சண்டையைப் பார்த்துவிட்டு, "யோவ் வண்டிய நிறுத்துய்யா" என்று தன் டிரைவரிடம் கத்தினார்.

ஜீப் நிதானமடையும் முன்பாகவே கீழே குதித்துவிட்ட காவல் அதிகாரி கிஷோரையும் ரகுவரனையும் நோக்கி ஓடி வந்தார். அவரைப் பார்த்துவிட்ட கிஷோர், "சார்... என்னக் காப்பாத்துங்க. இவன் என்னக் கொல்லப் பாக்குறான்" என்று கத்தினான்.

ரகுவரன் எதையும் கண்டுகொள்ளாமல் அவனைத் தாக்குவதிலேயே குறியாக இருந்தான். இன்ஸ்பெக்டர், "டேய் தம்பி... நிறுத்துப்பா நிறுத்துப்பா" என்று கிஷோரின் மேலிருந்த ரகுவரனின் சட்டையைப் பிடித்து இழுத்தார். இதற்குள் ஜீப்பில் அதிகாரியுடன் ரவுண்ட்ஸ் வந்த காவலர்கள் சிலர் ஓடி வந்து ரகுவரனை ஆளுக்கொரு பக்கமாய் இழுத்துத் தூக்கி நிறுத்தினார்கள்.

கீழே தரையில் விழுந்து கிடந்த கிஷோரை இன்ஸ்பெக்டர் கைக் கொடுத்துத் தூக்கி நிறுத்தினார். அவனை அவருக்கு ஏற்கனவே தெரியும். கிஷோர் கலந்துகொண்ட சில நிகழ்ச்சிகளுக்கு அவரே பாதுகாப்புக்காகச் சென்றிருக்கிறார். உதடு கிழிந்து முகமெல்லா அடிபட்ட காயத்துடன் அவனைப் பார்க்க அவருக்கு அதிர்ச்சியாக இருந்தது. எவ்வளவு பெரிய கோடீஸ்வரன். டீ எஸ்டேட் முதலாளி. இவனைப் போய், பார்க்க கல்லூரி மாணவன்போலத் தோற்றமளிக்கும் ஒரு இளைஞன் நடுரோட்டில் புரட்டியெடுக்கிறானா? என்ன பிரச்னை என்று தெரியவில்லையே?

இன்ஸ்பெக்டர் கிஷோரையும், அவரது சக போலீசார் கையில் சிக்கித் திமிறிக் கொண்டிருக்கும் ரகுவரனையும் மாறி மாறி சந்தேகமாகப் பார்த்தார். "சார், என்ன நடந்தது? யாரு இந்தப் பையன்? எதுக்காக அவன் ஒங்கள அடிக்கணும்?" என்று வினா மேல் வினா தொடுத்தார்.

கிஷோர் ஏதோ சொல்ல வாயெடுக்க, அதற்குள் முந்திகொண்ட ரகுவரன், “இன்ஸ்பெக்டர் சார், அத நா சொல்றேன். இந்தப் பொம்பள பொறுக்கி நா கல்யாணம் பண்ணிக்கப் போற பொண்ணுகிட்ட தப்பா நடந்துக்க முயற்சி பண்ணான். அதான் செமத்தியா நடு ரோட்ல வெச்சி நாலு குடுத்தேன்” என்று கத்தினான்.

அவன் சொல்வது உண்மையா? என்பதுபோல காவலதிகாரி கிஷோரைப் பார்த்தார். அவன், “அதெல்லாம் ஒன்னுமில்ல. அந்தப் பொண்ணுக்கிட்ட நா டீசண்டாதான் லவ்வ சொன்னேன். இவன் என் காலேஜ் ஸ்டூடன்ட். அதத் தப்பா புரிஞ்சுக்கிட்டு என்ன அடிச்சுட்டான்” என்று தன் பாக்கெட்டிலிருந்து கர்சீப்பை எடுத்து உதட்டுக் காயத்தைத் துடைத்துக்கொண்டே சொன்னான். அதைக் கேட்ட இன்ஸ்பெக்டர் சட்டென ரகுவரனைப் பார்த்து, “ஏன் டா அதுக்காக அவர் எவ்வளவு பெரிய பணக்காரர். அவரைப் போயி அடிப்பியா? எங்கிட்ட அந்தப் பொண்ணக் கூட்டிக்கிட்டு வந்து கம்ப்ளைண்ட் கொடுத்தா நாங்க விசாரிக்க மாட்டோமா?” என அவனை ஓங்கி அறைந்தார்.

ரகுவரன் அவரை முறைத்துப் பார்த்தான். இந்த முறை, போலீஸ்காரர் ஒருவர், “என்னடா ஐயாவ மொறக்கிறே?” என்று அவன் முதுகில் சாத்தினார்.

ரகுவரன், “நிறுத்துங்க இந்த அயோக்கியன் என்னைச் சுட்டுக் கொல்லப் பாத்தான். அங்க பாருங்க துப்பாக்கி கீழ கெடக்குது” என்று சொல்ல, இன்ஸ்பெக்டர் அதிர்ச்சியானார்.

தரையில் கிடந்த கிஷோரின் கைத் துப்பாக்கி வெயிலில் மின்னியது. காவலதிகாரி தன் வாழ்நாளில் அத்தகைய நவீன துப்பாக்கியைப் பார்த்ததில்லை. சட்டெனத் தானே போய் அதையெடுத்து கிஷோரிடம் கொடுத்தார். “சார், பத்திரமா வைங்க. வெளிய தெரிஞ்சா இது பெரிய கேசாயிடும்” என்று அவனைக் காப்பாற்ற முயன்றார்.

அதற்கு அவன், “ரொம்ப தேங்க்ஸ் இன்ஸ்பெக்டர்” என்று நன்றி சொன்னான்.

உடனே அவர், “சார், நீங்க ஒடனே போயி நல்ல டாக்டராப் பாத்து உடம்புல மொகத்துல இருக்குற காயத்துக்கு ட்ரீட்மெண்ட் எடுத்துக்குங்க. அப்படியே டாக்டர்கிட்ட சர்டிபிகேட் வாங்கிடுங்க.

அப்புறமா வந்து இந்தப் பையன் மேல கம்ப்ளைண்ட் கொடுங்க. நீங்க வர்ற வரிக்கும் இவன் தோலை உரிச்சு உப்புக் கண்டம் போட்டு வெக்கிறோம்" என்று சொன்னார். சட்டெனக் கிஷோர் அவரைப் பார்த்து சிநேகமாக் சிரித்தான். "ஓங்கள எனக்கு ரொம்ப புடிச்சிருக்கு இன்ஸ்பெக்டர். நா சொல்லாமலே ரொம்ப ஸ்பீடா இருக்கீங்க" என்று தன் பேண்ட் பாக்கெட்டில் இருந்து ஒரு கத்தை பணத்தையெடுத்து கொடுத்தான். அவர் இளித்தபடியே "இருக்கட்டும் சார்" என்று வாங்கிக்கொண்டார். பிறகு, "நீங்க போங்க சார். நாங்க பாத்துக்குறோம்" என்று சொன்னார். கிஷோர் ஒரு சிகரெட்டையெடுத்து நிதானமாகப் பற்ற வைத்தான். அதன் பின் சட்டெனப் போலீஸ் பிடியிலிருந்த ரகுவரனை எட்டி உதைத்துவிட்டு சொன்னான், "இன்னியோட ஒன்னோட லைப் காலிடா" என்றான். போலீஸ் ரகுவரனை ஜீப்பில் ஏற்ற, அந்த வழியாக அவன் வீட்டுக்கு வந்துகொண்டிருந்த பக்ருதீன் இதைக் கண்டான்.

*

இரா. பாரதிநாதன்

23

பக்ருதீன் மூலமாகத் தகவல் தெரிந்து ரகுவரனின் பெற்றோர், தமிழ்ச்செல்வி, சாரதா இவர்களுடன் இஸ்மாயில் பாய் உள்ளிட்டோர் காவல் நிலையம் வந்துவிட்டார்கள். பக்ருதீன் எல்லோருக்கும் முன்பாகவே அங்கு போய் சேர்ந்துவிட்டான். போலீஸ் ஸ்டேஷன் உள்ளே அவ்வப்போது ரகுவரன் அலறும் சத்தம் வெளியில் நின்ற அவன் காதுகளில் விழத் தவறவில்லை. வாசலில் காவலுக்கு நின்றிருந்த போலீஸ்காரரை மீறி அவனால் எதுவும் செய்ய முடியவில்லை. கையறு நிலையில் தவித்துக்கொண்டிருந்தவன் ஒவ்வொருவராக அனைவரும் வந்து சேர்ந்த பிறகுதான் சற்று தணிந்தான். அதற்குள் உள்ளே அலறல் சத்தம் நின்றிருந்தது.

பதட்டத்துடன் அவனிடம் முதலில் விசாரித்தது ரகுவரனின் பெற்றோர்தான். குந்தா செல்லும் சாலையில் தான் பார்த்த காட்சியை அவர்களிடம் விவரித்தான். அவன் சொன்னதை வைத்துப் பார்க்கும்போது ரகுவரன்தான் கிஷோரிடம் சண்டை போட்டிருக்க வேண்டும் என்பது அனைவருக்கும் புரிந்துவிட்டது.

இப்போது அவன் எப்படியிருக்கிறான்? என்று பார்க்க வேண்டும் என்ற பதட்டத்தோடு எல்லோரும் கும்பலாகக் காவல் நிலையத்தில் உள்ளே நுழைய முற்பட்டார்கள். ஆனால், அனுமதி கிடைக்கவில்லை. இஸ்மாயில் பாய்தான் தான்

முதலில் போய் இன்ஸ்பெக்டரைப் பார்த்து பேசினார். அந்தக் காவல் அதிகாரிக்கு அவரைத் தெரிந்திருந்தது. வன்னிப்பள்ளம் வழியாக ரவுண்ட்ஸ் போகும்போது இஸ்மாயிலின் மளிகைக் கடையில் சில சமயம் ஜீப்பை நிறுத்தி ஓசியில் சிகரெட் வாங்கிப் புகைத்திருக்கிறார். அந்தப் பழக்கத்தில் ரகுவரன் தனக்கு வேண்டிய பையன்தான் என்று அவர் சொன்னதும் பெண்கள் உட்பட வந்திருந்த அனைவரையும் காவல் நிலையத்தில் அனுமதித்தார்கள்.

ரகுவரனைச் செம்மையாக அடித்திருந்தார்கள். சட்டை யில்லாமல் அடிபட்ட காயத்தோடு லாக்கப்பில் கிடந்தான். அதைப் பார்த்ததும் அவன் தாயார் பெருங்குரலெடுத்து அழ ஆரம்பித்தார்.

அதைப் பார்த்ததும் தமிழ்ச்செல்விக்கும் மனசு தாளவில்லை. அவளும் கண்ணீர்விடவே இன்ஸ்பெக்டர், "இங்க பாருங்கம்மா போலீஸ் ஸ்டேஷன்ல யாரும் அழக்கூடாது. பையனப் பாத்துட்டு சீக்கிரம் வெளியே போய்டுங்க" என்று அதட்டினார்.

அப்போது மாரிமுத்து, "ஐயா அவம் பிரண்டப் பாத்துட்டு வர்றேன்னு சொல்லிட்டு வெளியப் போனான். இப்ப இந்த நிலையில, அவன பாக்க முடியலீங்க. அவன் யாரோட வம்பு தும்புக்கும் போக மாட்டாங்க" என்று தயவாகச் சொன்னார்.

உடனே இன்ஸ்பெக்டர், "அப்போ நாங்க என்ன தேவையில்லாம இங்க கூட்டிட்டு வந்துட்டோம்னு சொல்றீங்களா?" என்று கோபமாகக் கத்தினார்.

மாரிமுத்து, "அப்புடியில்லீங்க..." என்று அவசரமாகத் தலையசைத்து மறுத்தார்.

இன்ஸ்பெக்டர், "யோவ் கான்ஸ்டபிள். அந்த பையன இங்க கூட்டிக்கிட்டு வாய்யா. அவனே வந்து என்ன நடந்ததுன்னு சொல்லட்டும். அவ்வளவு பெரிய எஸ்டேட் ஓனர் மேல கை வைக்கிற துணிச்சல் இவனுக்கு எங்கிருந்து வந்துச்சுன்னு வாய்வுட்டுச் சொன்னா தெரியும்ல" என்று கூற, ஒரு போலீஸ்காரர் ரகுவரனைச் சட்டை போட வைத்து லாக்கப்பைவிட்டு வெளியே கூட்டி வந்து அனைவர் முன்னிலையிலும் நிறுத்தினார்.

அவன் நடந்து வரும்போதே விந்தி விந்திதான் எட்டு எடுத்து வைத்தான். காலில் லத்தியால் பலமாக அடித்திருக்கிறார்கள்

என்று தெரிந்தது. ரகுவரனால் சரியாக நிற்ககூட முடியவில்லை. மாரிமுத்து மகனைத் தாங்கிப் பிடித்துக்கொண்டார். அதைப் பார்த்ததும் ரகுவரன் தாயார், “ஐயோ எம் புள்ளய இந்தக் கதிக்கு ஆளாக்கி வெச்சுருக்குறாங்களே” என இன்ஸ்பெக்டருக்குப் பயந்து சேலை தலைப்பை வாயில் வைத்துக்கொண்டு கண்ணீர்விட்டார். தமிழ்ச்செல்வி அவரது கையை ஆறுதலாகப் பிடித்துக்கொண்டாள்.

அவனைப் பார்த்ததும் இன்ஸ்பெக்டர், “டேய் தம்பி, ஒன்ன நாங்க புடிச்ச எடத்துல நீ எதுக்கு எஸ்டேட் மொதலாளி கிஷோர அடிச்சேன்னு தெளிவா சொல்லு. ஒங்க அப்பா அம்மாவும் தெரிஞ்சுக்கட்டும். நாங்களும் தெரிஞ்சுக்குறோம்” என்றவர், காவல் நிலையத்திலிருந்த ரைட்டரைக் கூப்பிட்டார். “இங்க வாப்பா... இந்தப் பையன் தர்ற வாக்குமூலத்த அப்புடியே எழுதிக்க. அப்பத்தான் என்ன செக்‌ஷன்ல கேஸ் போடலாம்னு யோசிக்க வசதியா இருக்கும்”.

அதைக் கேட்டதும் ரகுவரனைப் பார்க்க வந்த அனைவருக்கும் கருக்கென்றது. இருந்தாலும் அவன் சொல்லப் போவதைக் கேட்கச் செவி மடுத்திருந்தனர்.

ரகுவரன் ஆதியோடு அந்தமாகவே நடந்ததை விவரித்து இன்ஸ்பெக்டருக்கு உறைக்கும்படி மறைக்காமல் சொன்னான். தான் தமிழ்ச்செல்வியைக் காதலித்தது, அது தற்போது இரு வீட்டார் சம்மதத்துடன் நிச்சயதார்த்ததை நோக்கிப் போயிருப்பது, இடையில் வந்த கிஷோர் தன் காதலைச் சொல்லிக் காரில் வைத்துத் தமிழ்ச்செல்வியிடம் தவறாக நடக்க முயற்சித்தது, தான் போய் கிஷோரிடமிருந்து அவளைக் காப்பாற்றியது, அவன் சாரதாவிடம் உண்மையை மறைத்து நாடகமாடி அவரைப் பணத்தாசை காட்டி மசிய வைக்க நினைப்பது இதெற்கெல்லாம் பாடம் கற்பிக்கத்தான் அவனை நடுரோட்டில் வைத்து இரும்பு தடியால் தாக்கினேன் என்று அங்கு தனக்கும் கிஷோருக்கும் நடந்த வாக்குவாதத்தையும் கூறி முடித்தான்.

இதையெல்லாம் கேட்டுவிட்டு இன்ஸ்பெக்டர், “ஏன்யா... ஒருத்தன் ஒரு பொண்ணுகிட்ட தப்பா நடந்துக்க முயற்சி பண்ணா அந்தப் பொண்ணு வந்து எங்ககிட்ட கம்ப்ளைண்ட் பண்ண வேண்டாமா? நீயா அவனப் பெரிய புடுங்கி மாதிரி அடிப்பியா?” என்று எகத்தாளமாகக் கேட்டார். அப்போது

தமிழ்ச்செல்வி ஆவேசமாக, “சார், மரியாத இல்லாம பேசாதீங்க. மொதல்ல நீங்க ரகுவரனை அடிச்சதே தப்பு” என்று கண்டித்தாள்.

அதைக் கேட்ட இன்ஸ்பெக்டர் கோபமாக, “யாரும்மா அது... எனக்கே அட்வைஸ் பண்றது? கொஞ்சம் முன்னாடி வா பாப்போம்” என அழைத்தார்.

சற்று தள்ளி நின்றிருந்த தமிழ்ச்செல்வி சட்டெனத் தயங்காமல் அவர் முன்னே வந்து நின்றாள். வந்த வேகத்தில், “நாந்தான் சார், ரகுவரன் கல்யாணம் பண்ணிக்கப் போற பொண்ணு. எங்கிட்டதான் கிஷோர் தப்பா நடந்துக்க முயற்சி பண்ணான். அன்னிக்கி பெரியவுங்கல்லாம் படிப்பு முடியிற வரிக்கும் நாம எதுவும் செய்ய வேண்டாம். ஏன்னா, இந்த விவகாரத்துல சம்பந்தப்பட்டிருக்குறது எங்க கல்லூரி சேர்மன். அவன் ஏதாவது எங்க படிப்புல கை வைக்க வாய்ப்பிருக்குது. அது எங்க எதிர்காலத்த பாதிக்கும்னு சொன்னதுனால புகார் எதுவும் தரல” என்று படபடவெனச் சொல்லிவிட்டு சற்று நிறுத்தினாள். பிறகு, தொடர்ந்து, “இப்ப கூட ஒண்ணும் கெட்டுப் போகல சார். நா அந்தக் கிஷோர் மேல புகார் தர்றேன். நீங்க பதிவு பண்ணிக்குங்க” என்று முடித்தாள்.

அதைக் கேட்டு ரகுவரன் சம்பந்தப்பட்ட அனைவரும் அவள் தைரியத்தை மனதுக்குள் பாராட்ட, சாரதா மட்டும் அதிர்ச்சியானார். அவர் தமிழ்ச்செல்வியின் கையைப் பிடித்துத் தன் பக்கம் இழுத்தார். அவள், “என்னம்மா...?” என்று கேட்டாள். அவர் சொல்லத் தயங்க, அவள் விடாமல், “எதுவாயிருந்தாலும் சொல்லும்மா” என்று கூறினாள். சாரதா, “அவசரப்பட்டு எதுவும் செய்ய வேண்டாம்மா” என்று தணிந்த குரலில் சொன்னார்.

அதைப் பார்த்த இன்ஸ்பெக்டர், “நீ யாரு பெரியம்மா? என்ன விஷயம்?” என்று கேட்டார்.

அப்போது சாரதா, “இல்ல சார், அந்தக் கிஷோர் தம்பி எங்கிட்ட ஒங்க பொண்ணுகிட்ட நா தப்பா எதுவும் நடக்கலன்னு மன்னிப்பு கேட்டுடுச்சு. அதான் புகார் எதுவும் தர வேணாம்னு எம் பொண்ணுக்கு அட்வைஸ் பண்ணேன்” என்றார். இன்ஸ்பெக்டர், “இது ஒங்க பொண்ணா?” என்று தமிழ்ச்செல்வியைக் காட்டிக் கேட்டார்.

அதற்குச் சாரதா ஆமாம் என்பதுபோல தலையசைத்தார். உடனே இன்ஸ்பெக்டர் அதைப் பார்த்துவிட்டு, “அப்புறம் என்ன, ஒங்கம்மாவே கிஷோரை மன்னிச்சுட்டாங்க. அப்புறம் எதுக்கும்மா புகாரெல்லாம்?” என்று சொல்லிக்கொண்டு இருக்கும் போதே கிஷோர் அங்கு வந்துவிட்டான்.

அவனைப் பார்த்ததும் எரித்து விடுவதுபோல முறைத்தாள் தமிழ்ச்செல்வி. இன்ஸ்பெக்டர், தான் எழுந்து நின்று மரியாதை கொடுத்து, “வாங்க சார். ஒக்காருங்க” என்று கிஷோரை உபசரித்தார்.

பணக்காரனுக்குப் போலீஸ் தரும் வரவேற்பைக் கண்ணுற்ற தமிழ்ச்செல்வி, “லுக் போலீஸ் ஆபீசர். எங்கிட்டதானே இந்த ஆளு தப்பா நடந்துக்கிட்டாரு. இவருக்கு மன்னிப்பு குடுக்க எங்கம்மா யாரு. இப்ப நா புகார் எழுதித் தர்றேன். நீங்க நடவடிக்கை எடுங்க” என்று உறுதியாகச் சொன்னாள்.

கிஷோருக்குப் புரிந்துவிட்டது. ரகுவரனை ஏதோ ஒரு வகையில் காப்பாற்ற, தமிழ்ச்செல்வி தன் மீது பாலியல் அத்துமீறல் என்று ஒரு புகாரைப் பதிய நினைக்கிறாள். ஆனால், அவன் அதைப் பெரிதாக நினைக்கவில்லை. தன் பணத்தின் மீதான சமூக மதிப்பு அவனுக்குத் தெரியும். அப்படி அவள் புகார் கொடுத்தாலும் அவனால் வெகு சுலபமாய் அதை எதிர்கொள்ள முடியும்.

ஆனால், அனுபவம் வாய்ந்த இன்ஸ்பெக்டர் கடகடவென அதன் பின் விளைவுகள் குறித்து யோசித்தார். எனவே, தமிழ்ச்செல்வியையும் மற்றவர்களையும், “கொஞ்ச நேரம் எல்லாரும் வெளிய இருங்கப்பா. நா சார் கிட்ட பேசிட்டு ஒங்கள கூப்டுறேன்” என்று சொன்னவர் கூடவே, ரகுவரனையும் “தம்பி நீயும் மத்தவங்களோட போயி வெளிய இரு” என்றார்.

அனைவரும் அவர் சொன்னபடி வெளியேற எத்தனிக்க, சாரதா மட்டும் கிஷோர் முகத்திலிருந்த காயங்களைப் பார்த்து விட்டு “என்ன தம்பி... ரகுவரன் ரொம்ப அடிச்சுட்டானோ? முகமெல்லாம் காயமா இருக்கே” என்று அவனுக்கு அனுதாபம் காட்டினார்.

அதைப் பார்த்ததும் தமிழ்ச்செல்வி சீறி விழுந்தாள், “அம்மா இப்ப எங்ககூட வரப் போறியா? இல்லியா? அங்கென்ன பேச்சு...” என்று இரைந்தாள்.

சாரதா பெட்டிப் பாம்பாய் அடங்கி அவள் பின்னால் போனாள். ஆனால், அவருக்குப் பாவம் கிஷோர்!! என்ற எண்ணம் போகவில்லை.

எல்லோரும் போலீஸ் ஸ்டேஷனைவிட்டு வெளியேறி விட்டார்கள் என்று உறுதிசெய்து கொண்டதும், "என்ன சார், நீங்க கல்யாணம் பண்ணிக்க விரும்புற பொண்ணே ஓங்க மேல ரேப் அட்டம்ப்ட் கேஸ் தரப் போறேன்னு சொல்லுது" என்று வினவினார்.

அதைக் கேட்ட கிஷோர் சிரித்தான். "அது ஒண்ணுமில்ல சார். அப்படியே அந்தப் பொண்ணு கேஸ் குடுத்தாலும் நீங்க ஒண்ணுமில்லாம செஞ்சுட மாட்டீங்களா? என்ன..." என்றான்.

ஆனால், காவலதிகாரி தமிழ்ச்செல்வி சொன்னதை எளிதாக எடுத்துக் கொள்ளத் தயாராயில்லை. எனவே, "சார் இந்தக் காலத்து பொண்ணுங்கள சாதாரணமா நெனச்சுடாதீங்க. உதாரணத்துக்கு, இந்தப் பொண்ணையே எடுத்துக்குங்க. ரொம்ப தைரியமாப் பேசுது. அதுவும் ஓங்க காலேஜ் ஸ்டூடன்ட் வேற. நாளைக்கி அந்தப் பொண்ணுகிட்ட நீங்க தப்பா நடந்துக்க முயற்சி செஞ்சீங்கன்னு வெளிய தெரிஞ்சா என்ன ஆகும்னு யோசிச்சுப் பாத்தீங்களா?" என எச்சரிப்பதுபோல பேசினார்.

கிஷோருக்கு முதன் முறையாக உள்ளுக்குள் திக்கென்றது. சற்று யோசித்தான். பிறகு, "நீங்க சொல்ல வந்தத முழுசா சொல்லிடுங்க இன்ஸ்பெக்டர். அப்பதான் நா ஒரு முடிவுக்கு வர முடியும்" என்று கேட்டுக்கொண்டான். காவலதிகாரி தொடர்ந்தார். "இது ரொம்ப சிக்கலான விஷயம் சார். நூறு வருசமா இந்த மலைப் பகுதில ஸ்கூல் காலேஜீன்னு நடத்திக்கிட்டு வர்றீங்க. தலைதலைமுறையா ஓங்க பெரியவுங்க நல்ல பேரு தேடிக் குடுத்துட்டுப் போயிருக்குறாங்க. அதைக் கெடுத்துக்க வேணாம்" என்றார்.

உடனே கிஷோர், "இப்ப என்ன செய்யச் சொல்றீங்க சார்?" என்று கேட்டான்.

இன்ஸ்பெக்டர், "இருங்க சொல்றேன். அவசரப்படாதீங்க. இதுல இன்னொரு விஷயமும் இருக்குது" என்று நிறுத்தினார்.

என்ன? என்பதுபோல் அவரைப் பார்த்தான் அவன்.

“நீங்க விரும்புற பொண்ணு. இப்போதைக்கு ஓங்கள விரும்பாதது மட்டுமில்ல, இன்னொரு பையன் மேல உசுரா இருக்குது. இந்தத் தகராறை வெச்சே நீங்க அந்தப் பொண்ணு மனசுல எடம் புடிக்க முடியும்”

“எப்படி சார்? சீக்கிரம் சொல்லுங்க” என்று பரபரத்தான் கிஷோர்.

இன்ஸ்பெக்டர், “நா வெளிய இருக்குற எல்லாரையும் உள்ற கூப்பிடுறேன். நீங்க அவுங்க முன்னாடி நா சொல்றதுக்கு மட்டும் தலையாட்டுங்க போதும்” என்றார்.

கிஷோர் தலையசைத்து சம்மதம் தெரிவித்தான்.

இன்ஸ்பெக்டர் உடனே ஒரு கான்ஸ்டபிளிடம் கண்ணைக் காட்டினார். அவர் போய் ரகுவரன், தமிழ்செல்வி உள்ளிட்ட எல்லோரையும் காவல்நிலையத்திற்கு உள்ளே அழைத்து வந்தார்.

பிறகு, வந்தவர்கள் அனைவரையும் ஒரு பார்வை பார்த்தார். குறிப்பாக, தமிழ்ச்செல்வியை ஆழமாகப் பார்த்தார். அவள் முகம் சினத்தில் கன்னிப் போயிருந்தது. அதே நேரத்தில், காவல் நிலையம் என்ற அச்சமேயில்லாமல் அலட்சியமாய் இருக்கிறாள். நாம் நினைத்தது சரிதான். இங்கே அவளைச் சமாதானப்படுத்துவதுபோல ஒரு சமரச திட்டத்தை வகுக்காமல்விட்டாள். தேயிலை தோட்ட முதலாளி பெண் விவகாரத்தில் நாறிப் போகவும் வாய்ப்புண்டு. மேலும், கிஷோரை அடித்த ரகுவரன் மிகத் தைரியசாலியாகத் தெரிகிறான். நாளை தன்னுடன் படிக்கும் மாணவர்களை வைத்துக்கொண்டு அவனை உண்டு இல்லையென்று செய்யவும் கூடும்.

இப்போது இன்ஸ்பெக்டர் தெளிவாகப் பொதுவாக அனைவரிடமும் கூறினார். “இங்க பாருங்க. எஸ்டேட் மொதலாளிகிட்ட நா பேசிட்டேன். இந்தப் பையன் ஏதோ உணர்ச்சி வேகத்துல அவரத் தப்பா புரிஞ்சுக்கிட்டுத் தராதரம் பாக்காமக் கைய வெச்சுட்டான். அதனால, அவனை மன்னிச்சுட்டுவிட்டுடலாம்னு பேசியிருக்கு” என்று நிறுத்தினார்.

உடனே ரகுவரன் தந்தை மாரிமுத்து, “ரொம்ப நன்றிங்க சார். நாளைக்கு வாழப் போற பையன் மொதலாளியவே அடிச்சுட்டான்னு மத்த எஸ்டேட்டுகள்ல கேள்விப்பட்டா அவம் பொழப்பு நாறிடும்” என்று ஒரு தந்தைக்கே உரித்தான பொறுப்புடன் பேசினார்.

அதைக் கேட்ட இன்ஸ்பெக்டர், "என்ன இஸ்மாயில் பாய். நீங்க என்னா நெனைக்கிறீங்க?" என்று கேட்டார்.

அதற்கு அவர், "நல்ல காரியம் பண்ணுனீங்க சார். நாங்க எல்லாருமே போலீஸ் ஸ்டேஷனுக்கு வெளிய நின்னுப் பையனோட எதிர்காலத்தைப் பத்திதான் கவலையாப் பேசிக்கிட்டு இருந்தோம். நீங்க பெரிய மனசு பண்ணி மொதலாளிக்கிட்ட நல்ல விதமா பேசியிருக்குறீங்க. இது போதும்" என்றார்.

தமிழ்ச்செல்விக்கும் பக்ருதீனுக்கும் இன்ஸ்பெக்டர் பேசுவது ஆச்சரியமாகவும் அதே சமயத்தில் இதற்குப் பின்னே, வேறு ஏதோ விவகாரம் இருக்கிறது என்று ஒரே மாதிரி தோன்றியது. எனவே, ஒருவரையொருவர் மற்றவர் பார்வையில் படாமல் பார்த்துக் கொண்டனர்.

பக்ருதீன் தமிழ்ச்செல்வியின் காதில், "எலி எதுக்கோ அம்மணமா ஓடுது" எனக் கிசுகிசுத்தான்.

இன்ஸ்பெக்டர் அதைக் கூர்மையாகக் கவனித்துவிட்டார். "என்னப்பா அங்க. நீங்க ரெண்டு பேரு மட்டும் தனியா கூடிப் பேசிக்கிட்டு இருக்குறீங்க?' என்று சத்தம் போட்டார்.

அவர்கள் இருவரும் அதைக்கேட்டு அமைதியானார்கள்.

அப்போது இன்ஸ்பெக்டர், "இங்க பாரும்மா தமிழ்ச்செல்வி. நா ரகுவரன் மேல கேஸ் எதுவும் போடாம இருக்கணும்னா நீ ஒரு காரியம் செய்யணும்" என்றார்.

அதைக் கேட்ட அவள், முகத்தைச் சுருக்கிக்கொண்டு, "என்ன சார் செய்யணும்?" என்று கேட்டாள்.

உடனே அவர், "நீ கிஷோர் மொதலாளி மேல குடுக்குறதா சொன்ன ரேப் அட்டம்ப்ட் புகாரைத் தரக் கூடாது" என்றார்.

தமிழ்ச்செல்விக்கு அதிர்ச்சியாய் இருந்தது. இன்ஸ்பெக்டர் பேசிய சமாதானம் ரகுவரனைக் காப்பாற்ற அல்ல. கிஷோரைக் காப்பற்றவே என்பது அவளுக்குத் தெளிவாய் தெரிந்தது. அவளுக்கு மட்டுமல்ல, ரகுவரன், பக்ருதீனுக்கும் கூடப் புரிந்துவிட்டது.

ஆனால், ரகுவரன் பெற்றோரும் இஸ்மாயில் பாயும் வேறு விதமாகச் சிந்தித்தார்கள். அவனை இந்தச் சிக்கலில் இருந்து

விடுவித்தால் போதும். கோர்ட்டு, வழக்கு, சிறை என்றெல்லாம் இந்த வயதில் அவன் அலைய வேண்டுமா? என நினைத்தார்கள்.

எனவே, வெளிப்படையாக எதுவும் சொல்லாமல் அவளைச் சற்று கெஞ்சும் பாவனையில் பார்த்தார்கள்.

அந்த நேரம் பார்த்து முந்திக்கொண்ட சாரதா, "இன்ஸ்பெக்டர் நீங்க கிஷோர் தம்பி கிட்ட பேசுனது சரிதான். இந்த விஷயத்த இத்தோட முடிச்சிக்கிறது தான் கரெக்ட்டு" என்றார்.

தமிழ்ச்செல்வி அம்மாவை முறைத்துப் பார்த்தாள். அந்த நேரம் ரகுவரன் தந்தையார் அவள் கையைப் பிடித்துக்கொண்டு, "கண்ணு எம் புள்ளைய நீதான் காப்பாத்தணும். அவன் ஒருநாளு ஜெயிலுக்குப் போனாலும் என்னால தாங்கிக்க முடியாது" என்று கண் கலங்கினார்.

வேறு வழியில்லாமல் அவள் சம்மதித்தாள். கிஷோர் வெற்றிப் புன்னகை பூத்தான். இன்ஸ்பெக்டர் இந்தப் பணக்காரனை வைத்து என்னென்ன காரியங்கள் சாதிக்கலாம் என்று மனக் கணக்குப் போட்டார்.

*

24

*சா*ரதா டீச்சர் அப்படியொரு வார்த்தையைச் சொல்வாரென்று அந்த நிமிடம் வரை யாரும் எதிர்பார்த்திருக்க மாட்டார்கள். போலீஸ் ஸ்டேஷன் வாசலில் வைத்துதான் அப்படிச் சொன்னார். அதைக் கேட்டதும் அங்கிருந்த அனைவரும் பேரதிர்ச்சியடைந்தார்கள். அதிலும், ரகுவரனுக்கும் தமிழ்ச்செல்விக்கும் பூமி பிளந்து நழுவியது போலிருந்தது. என்னவாயிற்று இந்த அம்மாளுக்கு? அவரா இப்படியெல்லாம் பேசுகிறார் என்று மாரிமுத்து, அவர் மனைவி, இஸ்மாயில், பக்ருதீன் போன்றோர் நொந்து போனார்கள்.

நடந்தது இதுதான்.

காவல் நிலையத்தில் இன்ஸ்பெக்டர் முன்னிலையில் இருதரப்பும் வழக்குகள் குறித்து வலியுறுத்தாமல் சமரசமாகப் போவதென்று முடிவு செய்த பின்னால், எப்படியோ இந்தப் பிரச்னை தீர்ந்ததே என்ற மனநிம்மதியுடன்தான் ரகுவரன், தமிழ்ச்செல்வியைத் தவிர்த்து எல்லோரும் வெளியே வந்தார்கள். ஆனாலும், அந்தக் கிஷோருக்கு விழுந்த அடி அவனை ஜென்மத்திற்கும் மறக்க விடாது என்பது மட்டும் உறுதி என அவர்களும் நினைத்தார்கள். தமிழ்ச்செல்வி, ரகுவரன் அவனை அடித்ததை நேரில் பார்க்கவில்லை என்றாலும்கூட, கிஷோரின் முகம் முழுக்க இருந்த காயங்களைப் பார்த்துவிட்டுத் தன் காதலன் அவனைப் புரட்டியெடுத்திருக்கிறான் என்று அந்த அளவில் திருப்திபட்டுக் கொண்டாள்.

இந்த நேரத்தில்தான் ரகுவரனின் பெற்றோரிடம் சாரதா, "ஒங்க மகன் இனிமே எம் பொண்ணோட பேசப் பழக இருக்க வேணாம். நாம நம்மோட உறவ இத்தோட நிறுத்திக்குவோம்" என்று சொன்னார்.

அதைக் கேட்டதும் யாராலும் முதலில் நம்பத்தான் முடியவில்லை. இது உண்மைதானா? என்பதுபோல அந்த அம்மாளைப் பார்த்தார்கள்.

மாரிமுத்து பதட்டத்துடன் முதலில், "என்னம்மா சொல்றீங்க? என்ன பேசறோம்னு புரிஞ்சுதான் பேசறீங்களா?" என்று கேட்டார்.

அதற்குச் சாரதா, "தெளிவாத்தான் சொல்றேன் அண்ணா. நமக்குள்ற சம்பந்தி உறவு வேணாம்?" என்று உறுதியான குரலில் சொன்னார்.

மாரிமுத்துவின் மனைவி, "என்னங்க டீச்சரம்மா... என்னாச்சு ஒங்களுக்கு? ஏன், இப்புடியெல்லாம் பேசறீங்க?" என்று உள்ளக் குமுறலுடன் கேட்டார்.

அப்போது இஸ்மாயில் சற்றே சந்தேகத்துடன், "நம்ப ரகு அந்த எஸ்டேட் முதலாளிய அடிச்சதுனால அவனை ஏதோ ரவுடி மாதிரி நெனைச்சுட்டாங்க போல்ருக்கு?" என வினவினார்.

அதை அலட்சியப்படுத்தும் விதமாகச் சாரதா முகத்தை எங்கோ வைத்துக்கொண்டார். பிறகு, "அதெல்லாம் ஒண்ணுமில்ல. எம் பொண்ணு நல்லாயிருக்கணும்னு நா நெனைக்கிறேன். அவ்வளவுதான்" என்றார்.

அதற்கு மாரிமுத்து, "எங்க பையனைக் கட்டிக்கிட்டா ஒங்க பொண்ணோட வாழ்க்கை கெட்டுப் போயிடும்னு நெனைக்கிறீங்களா?" என்று கொஞ்சம் சினத்துடன் கேட்டார்.

சாரதா அதற்கு "ஆமா..." என்று வெடுக்கெனச் சொன்னார்.

தமிழ்ச்செல்வி ஏற்கனவே அதிர்ச்சியில் இருந்தாள். கொஞ்ச நேரமாக அவளுக்குப் பேச்சு வரவில்லை. ஆனால், இப்போது சற்று சுதாரித்துக் கொண்டாள். "ஏம்மா, மனசாட்சியில்லாம பேசறே... அந்தக் கிஷோர் ஒன்னப் பணத்தாசைக் காட்டிக் கலைச்சு வெச்சுருக்காம்மா" என்று வெடித்தாள்.

சாரதா, “ஏய்... ஒரு பெரிய பணக்காரன் வந்து எங்கிட்ட பொண்ணு கேட்டான். அதுல என்னடி தப்பு. அதுனால எம் மனசுக்கு ஒரு கேடும் வந்துடுல. நீ சும்மாரு. அவுங்க கிட்ட நா பேசிக்கிறேன்” என்று அவளை வாயடைக்க வைத்தார்.

இப்போது, மெல்ல தணிந்த மாரிமுத்து, “சாரதா தங்கச்சி. சம்பந்தியாகணும்னு நாம முடிவு செய்யல. நம்ம புள்ளைங்கதான் ஒருத்தர் மேல ஒருத்தர் ஆசப்பட்டு எங்களுக்குக் கல்யாணம் பண்ணி வெய்ங்கன்னு கேட்டாங்க. நம்ம ரெண்டு குடும்பமும் மனசார சம்மதிச்சுத் தான் அன்னிக்கி நாங்க ஒங்க வூட்டுக்கு மொறைப்படி பொண்ணு கேக்கவே வந்தோம். நீங்களும் ஒங்க பொண்ண எம் பையனுக்குக் குடுக்க சம்மதிச்சீங்க. இப்ப போயி இப்படிச் சொல்றீங்களே” என்று தயவாக வினவினார். அவர் யாரிடமும் அப்படிப் பேசி ரகுவரன் பார்த்ததில்லை. எனவே, மனம் நெகிழ்ந்தான்.

சாரதா மாரிமுத்துவிடம், “இங்கப் பாருங்க. நாந்தான் ஒங்க நண்பருக்கு வாழ்க்கைப்பட்டுக் கஷ்டப்பட்டேன். எம் பொண்ணும் அப்படிப் படணுமா? அவளைக் கிஷோர் கல்யாணம் பண்ணிக்க ஆசைப்படுறான். தயவுசெஞ்சிக் குறுக்க வராதீங்க. இப்ப என்ன? கல்யாண நிச்சயதார்த்தம் எதுவும் ஆயிடலையே. வெறும் வாய் வார்த்தைலதானே சம்மந்தம் வெச்சுக்கலாம்னு பேசியிருக்கோம்” என்று கறாராய் சொன்னார்.

அப்போது குறுக்கே வந்த இஸ்மாயில் பாய், “ஏம்மா, ஒங்க புருஷன் செத்தப்புறம் நாங்க எல்லாரும் எங்க வூட்டுப் பொண்ணு மாதிரி தாங்கத்தானே செஞ்சோம். நீங்கதான் கோயமுத்தூர்ல ஒங்கண்ணன் வூட்டுக்குப் போறேன்னு பொறப்பட்டீங்க. இன்னிக்கி ஒங்க புருஷன் உயிரோட இருந்திருந்தா அவரே முன்ன நின்னு ரகுவரனுக்கும் தமிழ்ச்செல்விக்கும் கல்யாணம் பண்ணி வெச்சுருப்பாரு” என்று எடுத்துச் சொன்னார்.

சாரதா சற்று கடுப்பாக, “அதெல்லாம் எனக்குத் தெரியாது இஸ்மாயில் அண்ணா. நடக்காததைப் பேசிப் பிரயோஜனமில்ல. நடக்கப் போறதப் பேசுவோம். நா சொன்னா சொன்னதுதான் எம் பொண்ண ரகுவரனுக்குத் தர முடியாதுன்னா தர முடியாதுதான்” என்றார்.

இஸ்மாயில் பாய், “பணத்துக்காக இப்படி மனசு மாறலாமா?” என்று கேட்டார்.

அதற்குச் சாரதா பதில் சொல்ல விரும்பாதவர்போல் அமைதியாக இருந்தார்.

தொடர்ந்து இஸ்மாயில் பாய், "ஏம்மா இப்புடிப் பண்றீங்க. சின்னஞ்சிறுசுக மனசுல ஆசையத் தூண்டி வுட்டுட்டு இப்ப எம் பொண்ணப் பணக்காரன் கட்டிக்கிறேன்னு சொல்றான். அது இதுன்னு பேசுறீங்களே... இது ஒங்களுக்கே நல்லா இருக்குதா?" என்று பரிதாபமாய் கேட்டார்.

சாரதா அவர் முகத்தைப் பார்ப்பதையே தவிர்த்தார்.

அந்த நேரத்தில் உணர்ச்சி வசப்பட்டவனாகப் பக்ருதீன், "ஆன்ட்டி... ரகுவரன் தமிழ்ச்செல்வி மேல உசுரையே வச்சுருக்குறான். இந்த வூர வுட்டு நீங்களும் ஒங்க மகளும் போன பிறகு அவன் பண்ணெண்டு வருஷமா அவளுக்காக உருகியிருக்குறான். ஒவ்வொரு நாளும் அவ மறுபடியும் இந்த மலைப்பிரதேசத்துக்கு வர மாட்டாளான்னு ஏங்கியிருக்குறான்" என்றான்.

அந்த நேரத்தில், மெல்ல சாரதா அருகே விந்தி விந்தி நடந்து வந்த ரகுவரன், "ஆன்ட்டி. தயவு செஞ்சு எதையாவது சொல்லி என்னையும் தமிழ்ச்செல்வியையும் பிரிச்சிடாதீங்க" என்று கையெடுத்துக் கும்பிட்டான்.

அதைப் பார்த்து அனைவரும் கலங்கிவிட்டனர்.

தமிழ்ச்செல்வி தன் அம்மாவின் மீது அளவு கடந்த கோபத்துக்கு உள்ளானாள். "அம்மா, நீ என்ன மட்டும் முடிவெடு. ஆனா, நா ரகுவரனைத்தான் கட்டிக்குவேன். வேற யாரையும் என்னால நெனைச்சுக்கூட பாக்க முடியாது" என்று இரைந்தாள்.

சாரதா உடனே, "எல்லாம் ஒன்னோட நல்லதுக்குத்தாண்டீ சொல்றேன்" என்று சமாதானமாய் கூறினார்.

தமிழ்ச்செல்வி, "நல்லது கெட்டது தெரிஞ்சுக்குற வயசு எனக்கு வந்தாச்சும்மா" என்றாள்.

சரேலென்று சீற்றமாய் சாரதா, "அப்போ ஒன்ன பெத்து கண்ணுக்குக் கண்ணா வளர்த்த என் தயவு தேவையில்ல. அப்படித்தானே" என்றார்.

அப்படிச் சொன்னது மட்டுமில்லாமல் அழுதுக் கொண்டே அந்த இடத்திலிருந்து கால் போன போக்கில் நடக்க ஆரம்பித்தார். அவர் வாய், "எங்கியோ போய் நா செத்துத் தொலையிறேன்.

இனிமே எதுக்கு நா உயிர் வாழணும்?" என மற்றவருக்குக் கேட்கும்படி முணுமுணுத்தது.

அவர் போகும் வேகத்தைப் பார்த்து ரகுவரன் பெற்றோர், இஸ்மாயில் பாய் போன்றோர் அதிர்ச்சியடைந்தனர். அனைவரிடமும் ஒரு பதட்டம் தொற்றிக்கொண்டது.

மாரிமுத்து அவசரமாய், "தமிழ்ச்செல்வி, நீ போய் அம்மாவைச் சமாதானப்படுத்து. எதுவாயிருந்தாலும் அப்புறம் பேசிக்கலாம்" என்று அறிவுறுத்தினார்.

இஸ்மாயில் பாய் கூடவே, "ஆமாம்மா சீக்கிரம் போ..." என்று அவளைத் துரிதப்படுத்தினார்.

அதைக் கேட்டதும் தமிழ்ச்செல்வி அவசரமாய் சாரதாவை நோக்கி ஓடினாள். "அம்மா கொஞ்சம் நில்லு. எங்கப் போறே? வா வீட்டுக்குப் போலாம்" என்று அவரைப் பிடித்து நிறுத்தினாள்.

சாரதா, "நீ கிஷோரக் கல்யாணம் பண்ணிக்கிறேன்னு சொன்னாத்தான் நா ஒங்கூட வருவேன்" என்று அடம் பிடித்தார்.

தமிழ்ச்செல்வி, "ரொம்ப சுலபமா சொல்லிட்டம்மா. ஒருத்தனை மனசார விரும்பிட்டுச் சட்டுன்னு மனசை மாத்திக்கிட்டு இன்னொருத்தனைக் கட்டிக்கச் சொல்றியே. என்ன மனுஷின்னு நெனைச்சியா? இல்ல நிமிஷத்துக்கு நிமிஷம் நிறம் மாறுர பச்சோந்தின்னு நெனைச்சுயா?" என்று வெடித்தாள்.

சாரதா, "ஏன் டீ என்னப் புரிஞ்சுக்க மாட்டேங்குறே?" என்றார்.

அப்போது தமிழ்ச்செல்வி தணிந்த குரலில், "சரி, எதுவாயிருந்தாலும் வூட்ல போயி பேசிக்கலாம். இப்புடிப் பொது இடத்துல அசிங்கப்படுத்தாதே" என்றாள்.

அப்போதும் சாரதா அசையாமல் நின்றார்.

அவள் அவரை அங்கேயே விட்டுவிட்டு மற்றவர்கள் நின்றிருந்த இடத்துக்கு வந்தாள். மாரிமுத்துவிடம், "அங்கிள் நீங்க ரகுவரனைக் கூட்டிக்கிட்டு வீட்டுக்குப் போங்க. நா அம்மாவை எப்படியாவது சமாதானப்படுத்துறேன். அவுங்க பேசுனதையெல்லாம் எதுவும் மனசுல வெச்சுக்காதீங்க" என்று கேட்டுக்கொண்டாள்.

அதற்கு அவர், "சரிம்மா... அம்மாகிட்ட சண்டையெல்லாம் ரொம்ப போட்டுக்க வேண்டாம். கொஞ்சம் தன்மையாவே பேசு." என்று அறிவுரை கூறினார்.

தமிழ்ச்செல்வி, "சரி அங்கிள்" என்று கூறினாள்.

பிறகு, மெல்ல ரகுவரனைப் பார்த்தாள். அவனுக்குச் சற்றுமுன் போலீஸ் அடித்ததைவிட சாரதா சொன்னதை நினைத்துதான் வலியாக இருந்தது.

அவளுக்கு அவனைப் பார்த்து மிகவும் வேதனையாக இருந்தது. சில வார்த்தைகள் அனுசரணையாகப் பேசாவிட்டால் நிச்சயம் உடைந்து விடுவான் என்று தோன்றியது. ஆனால், எல்லோர் முன்னிலையில் என்ன பேசுவது? என்று கூச்சமாய் இருந்தது.

அதை மாரிமுத்து புரிந்துகொண்டார். "தமிழ்ச்செல்வி நீ ரகுவரனைத் தனியா கூட்டிக்கிட்டு போயி நாலு வார்த்தை பேசி அனுப்பும்மா. நாங்க இங்கியே நிக்கிறோம்" என்றார்.

அவரைக் கையெடுத்துக் கும்பிடலாம் போலத் தமிழ்ச்செல்விக்குத் தோன்றியது.

சற்றே நெகிழ்வாக, "தேங்க்ஸ் அங்கிள்" என்றாள்.

பிறகு, "வா ரகு..." என்று கூப்பிட்டாள்.

அவன் நடக்கச் சிரமப்பட்டான். அவள் கைத்தாங்கலாய் மெல்ல நடத்திக் கூட்டிச் சென்றாள்.

மற்றவர் பார்வையில் படுகிற மாதிரியும், அதே சமயம் பேச்சுக் குரல் அவர்களுக்குக் கேட்காத தொலைவிலும் அவனைக் கொண்டுவந்து நிறுத்தினாள்.

அவள் மெல்ல "ரகு..." என்று கூப்பிட்டாள்.

அவன் குனிந்த தலை நிமிராமல் அப்படியே நின்றிருந்தான்.

தமிழ்ச்செல்வி தன் வலது கை சுட்டு விரலால் அவனை நிமிர்த்தினாள். ரகுவரன் இறுக்கமாக இருந்தான். சற்று பலம் கூட்டித்தான் அவனை முகத்துக்கு நேரே பார்க்க வைக்க அவளால் முடிந்தது.

அடுத்த கணம் அதிர்ந்து போனாள் தமிழ்ச்செல்வி. அவன் கண்ணில் நீர் தேக்கி அழுது கொண்டிருந்தான்.

பதறிய அவள், “ஏய் என்னப்பா. எதுக்கு அழூவுறே?” என்று தழூதழூத்த குரலில் கேட்டாள்.

ரகுவரன் இறைஞ்சும் குரலில், “ஓங்கம்மா சொல்றாங்கன்னு என்ன வுட்டு போயிட மாட்டியே” என்று சற்றே விசும்பினான்.

அதைப் பார்த்து அவளுக்கும் அழூகை வந்துவிட்டது. சட்டென உடைந்துவிட்டாள். “என்ன பேசறே ரகு. நா ஒன்ன வுட்டு போறதா? அது செத்தாத்தான் முடியும்” என்று கேவினாள்.

அவனுக்குத் தான் அப்படி அவளிடம் கேட்டிருக்கக் கூடாதோ? என்று தோன்றியது. எனவே, சட்டெனக் கண்களைத் துடைத்துக்கொண்டான்.

அவளிடம், “சாரி தமிழ்ச்செல்வி. என்னவோ மனசுக்குள்ற பயம் வந்துடுச்சு. அதான் என்னையறியாம கேட்டுட்டேன்” என்று மன்னிப்பு கேட்டான். அவள் அழூகையை நிறுத்தாமல் எங்கேயோ பார்த்துக்கொண்டு நின்றிருந்தாள்.

சட்டென அவள் கையைப் பிடித்தான் அவன். “நாந்தான் சொன்னேன்ல. அப்புறம் எதுக்கு அழூவுறே?” என்று பரிதாபமாய் கேட்டான்.

தமிழ்ச்செல்வி, “இல்ல ரகு... நாம பிரியறத என்னால நெனைச்சுக்கூட பாக்க முடியல. அதான்... நீ அப்படிக் கேட்டதும் எனக்கு உசுரே போற மாதிரி ஆயிடுச்சு” என்று கேவிக் கொண்டே சொன்னாள்.

அவன் கைக்குள் அவள் கை இருப்பது அவளுக்கு மிகுந்த ஆறுதலாய் இருந்தது. இதுவே யாருமில்லாத தனிமையில் இருந்திருந்தால், அவனை இறுக கட்டிக் கொண்டிருப்பாள்.

சற்று நேரம் இருவரும் அமைதியாக நின்றிருந்தார்கள். ஆனால், அவர்களை அப்படியிருக்க சாரதா விடவில்லை.

தான் நின்றிருந்த இடத்திலிருந்து அவர்கள் தனியாக பேசுவதைப் பார்த்துவிட்டு, “தமிழ்ச்செல்வி... என்ன இங்க தனியா நிக்க வெச்சுட்டு அங்க அவன்கூட என்ன பேச்சு வேண்டியிருக்குது?” என்று கத்தினார்.

தமிழ்ச்செல்விக்கு எரிச்சலாய் இருந்தது. ஆனாலும், அடக்கிக்கொண்டு, “தா... வந்துட்டேம்மா” என்று பதில் குரல் கொடுத்தாள்.

ரகுவரன், “சரி நீ போ... தமிழ்ச்செல்வி” என்று சொன்னான்.

அவள், “இரு ரகு” என்றவள் மெல்ல அவன் முகத்தை உடம்பை நோட்டமிட்டாள்.

பிறகு, “போலீஸ்காரங்க ரொம்ப அடிச்சுட்டாங்களா... ரகு” என்று வாஞ்சையாக விசாரித்தாள். அதற்கு அவன், “அத வுடு. அந்தக் கிஷோர நா ஒதைக்கிறதுன்னு முடிவு செஞ்சப்புறம் இதையெல்லாம் எதிர்பார்த்தேன்” என்றான்.அவள் சிரித்தாள். “ஒனக்கு ரொம்ப தைரியம்டா... அவனப் போட்டு பொரட்டி எடுத்திருக்கியே” என்றாள். அதற்கு அவனும் சிரித்தபடி, “பக்கத்துல நீ இருந்திருந்தா இன்னும் ஜோரா ஒதைச்சுருப்பேன்” என்றான்.

இதற்குள் மீண்டும் சாரதா கோபமா, “ஏய்... நீ வரப் போறியா, இல்லியா?” என்று குரல் கொடுத்தார்.

இதைக் கேட்டுவிட்டுத் தமிழ்ச்செல்வி, “சரிடா... நாம அப்புறம் சந்திப்போம். எங்கம்மாவோட இம்சை தாங்க முடியல” என்று அலுத்துக்கொண்டே, மீண்டும் அவன் பெற்றோரும், இஸ்மாயில் பாயும், பக்ருதீனும் இருந்த இடத்துக்குக் கைத் தாங்கலாகக் கூட்டிக்கொண்டு நடந்தாள்.

இதைப் பார்த்த பக்ருதீன் ஓடி வந்து தமிழ்ச்செல்விக்கு உதவியாக ரகுவரனைப் பிடித்துக்கொண்டான்.

பக்ருதீன் அவளிடம், “நீ போ ஒங்கம்மா அவசரப்படுறாங்க” என்று சொன்னான். ரகுவரனை அவனிடம் விட்டுவிட்டு அவள் தன் அம்மாவை நோக்கி வேகமாக நடந்து வந்தாள்.

ரகுவரன் பெற்றோரிடமும், இஸ்மாயில் பாயிடமும் பொதுவாக “நா வர்றேன்” என்று சொல்லிவிட்டு, காவல் நிலைய வாசலில் நிறுத்தியிருந்த இருசக்கர வாகனத்திடம் சென்று வண்டியை ஸ்டார்ட் செய்து சாரதாவின் அருகில் கொண்டுவந்து நிறுத்தினாள். அவர் மற்ற யாரிடமும் ஒரு வார்த்தைகூட சொல்லாமல் ஏறி அமர்ந்து முகத்தை வேறு பக்கம் திருப்பிக் கொண்டார்.

தமிழ்ச்செல்வி தன் வீடு நோக்கி வண்டியைச் செலுத்தினாள்.

*

25

வீட்டுக்கு வந்ததும் மிகவும் களைப்பாக இருந்தது. தமிழ்ச்செல்விக்கு ஓய்வெடுக்க வேண்டும் என்று தோன்றியது. பசி வேறு வயிற்றைக் கிள்ளியது. சமையலறையில் என்ன இருக்கிறது? என்று போய் பார்த்தாள். காலையில், அம்மா இட்லி சுட்டுக் கொடுத்திருந்தார்கள். ஏதாவது மிச்சம் மீதி இருக்கிறதா? என்று அடுப்படியில் இருந்த ஹாட் பாக்ஸை திறந்து பார்த்தாள். ஒன்றும் மிச்சமில்லை. இப்போது என்ன செய்யலாம்? என்று யோசித்தாள். இருவருக்கும் சேர்த்துதான் சமைக்க வேண்டும். ஒரு வார்த்தை அம்மாவிடம் கேட்கலாம்தான். ஆனால், அவர் அவள் மீது கடும் கோபத்தில் அல்லவா இருக்கிறார்கள். காவல் நிலையத்திலிருந்து வீடு வரும் வரையில் ஓயாமல் திட்டிக் கொண்டல்லவா வந்தார்கள். இப்போது எதையாவது கேட்க போய் மீண்டும் சண்டை ஆரம்பித்துவிட்டாள் என்ன செய்வது என அந்த எண்ணத்தைக் கைவிட்டாள்.

மளிகைப் பொருட்கள் வைக்கும் இடத்தை மெல்ல நோட்டமிட்டாள். அரிசி ஊற வைக்கலாமா? என நினைத்தாள். ஆனால், அதற்குக் குழம்பு வேண்டுமே. அதைச் செய்ய நேரமாகும். எனவே, சட்டென ஒரு ஐடியா தோன்றியது. கோதுமை மாவு இருந்தது. அதைக் கரைத்துத் தோசை சுட்டுவிடலாம். தொட்டுக்கொள்ள எண்ணை மிளகாய் பொடி வைத்துக்கொண்டால் போயிற்று. என நினைத்து ஒரு சிறிய பாத்திரத்தில் கோதுமை மாவு பாக்கெட்டில் இருந்து இரண்டு பேருக்கு

ஆவது போல் கொஞ்சமாய் மாவையும் தண்ணீரையும் போட்டுக் கரைத்தாள்.

அப்போது, சமையலறையில் பாத்திரம் உருளும் சத்தத்தைக் கேட்டுவிட்டு இன்னொரு அறையில் கட்டிலில் படுத்திருந்த சாரதா சட்டென எழுந்து வந்தார். மாவு கரைத்துக் கொண்டிருந்த மகளின் கையைப் பிடித்துத் தரதரவென இழுத்து வெளியேவிட்டார். தமிழ்ச்செல்வி அதிர்ச்சியாக, "என்ன பண்றே? நீ எதாவது சமைக்கப் போறியா?" என்று கேட்டாள்.

அதற்கு அவர், "ஒருவேள சாப்பிடலன்னா ஒன்னும் உயிர் போயிடாது டீ. அப்புடி அந்தச் சேர்ல போய் ஒக்காரு. இன்னிக்கி எனக்கு ஒரு முடிவு தெரிஞ்சாகணும்" என்று கூப்பாடு போட்டார்.

தமிழ்ச்செல்விக்கு ஆத்திரமான ஆத்திரம். அதை அடக்கிக்கொண்டு, "ஏம்மா... ஒனக்கென்ன பைத்தியமா? எதுவாயிருந்தாலும் சமைச்சுச் சாப்டுட்டு மெதுவா பேசலாமே" என்று தயவாய் கூறினாள். ஆனால், சாரதா கேட்பதாயில்லை.

அவர், "நா அவ்வளவு தூரம் படிச்சு படிச்சு கொஞ்ச நாளா சொல்லிக்கிட்டு இருக்குறேன். அந்த மாரிமுத்து பையன் ஒனக்கு வேண்டாம். நா சொல்றவனைக் கட்டிக்கோன்னு. ஆனா, நீ துளியும் மதிக்காம கிஷோரை அடிக்க அந்த ரகுவரனைத் தூண்டிவிட்டதும் இல்லாம, இன்னிக்கி எங்கண்ணு முன்னாடியே போலீஸ் ஸ்டேஷன் வாசல்ல வெச்சு அவனோட கொஞ்சிக் குலாவிக்கிட்டு இருக்குறேன்னா என்னா மன அழுத்தம் டீ ஒனக்கு" எனக் கத்தினார்.

தமிழ்ச்செல்விக்கு நான் ரகுவரனைத் தூண்டிவிட்டேனா? ஓ... இவ்வளவு நேரம் இப்படித்தான் நினைத்துக்கொண்டிருந்தாரா? அப்படியே இருந்தாலும் அதிலென்ன தவறு?

தான் நினைத்ததை வாய்விட்டே, "ஏம்மா, என்னைக் கட்டிக்கப் போறவன் கிட்ட அப்புடியே சொல்லியிருந்தாலும் அதுல ஒனக்கென்ன வந்துச்சு?" என்று கேட்டுவிட்டாள் அவள்.

சாரதா, "நெனச்சேன் டீ. கிஷோரை அடிச்சுட்டா அவன் கோபப்பட்டு நம்ம வூட்டுக்கு வர மாட்டான். ஒன்ன கட்டிக்க மாட்டான்னு குயுத்தி பண்ணியிருக்குறே. அப்புடித்தானே..." என்று வெடித்தார்.

தமிழ்ச்செல்வி தன் இடுப்பில் கை வைத்துக்கொண்டு அம்மாவை முறைத்தாள். “என்ன பேசறே நீ? ஓம் பொண்ணுக் கிட்ட ஒருத்தன் தப்பா நடந்துக்கிட்டிருக்குறான். அவனை ஒன் வருங்கால மருமகன் ஒதச்சிருக்குறான். அத நெனச்சு பெருமப்படாம ஆத்திரப்பட்டு கத்துறியே. எந்த அம்மாவாவது இப்புடிச் செய்வாங்களா?”

அவள் அப்படிக் கேட்டதும் சாரதாவின் ஆத்திரம் இன்னும் அதிகமானது. “தமிழ்ச்செல்வி... பேச்ச திசை திருப்பி என்னை டயர்ட் ஆக்காதே. சரி போனது போகட்டும். இனிமே ரகுவரனைப் பாத்தே, நடக்குறதே வேற. கிஷோர்தான் ஓம் புருஷன் அத மறந்துடாதே” என்று கறாராய் சொன்னார்.

அதற்குத் தமிழ்ச்செல்வி, “ஏம்மா எம் மனசைப் புரிஞ்சுக்க மாட்டேங்குறே. எனக்குத்தான் பணக்காரங்களக் கண்டாலே ஆகாதுன்னு ஒனக்குத் தெரியும்ல. திரும்ப திரும்ப நீ ஏன் என்ன கட்டாயப் படுத்துறே?” என்று நொந்துபோய் கேட்டாள்.

சாரதா, “ஏன் டீ நீ ஓம் மாமன் தயவுல தானே வளர்ந்து ஆளானே. அவனும் பெரிய பணக்காரன் தானே. அதெப்புடி இப்ப மட்டும் ஒனக்குக் கிஷோர் புடிக்காம போயிட்டான்?” என்று கேட்டார்.

அதற்கு அவள், “கோயமுத்தூர்ல ஒன் அண்ணனோட லட்சணத்தைப் பாத்த பின்னாலதானே, அந்த வர்க்கத்து மேலயே எனக்கு வெறுப்பு வந்துச்சி” என்று முகத்தில் கசப்பைத் தேக்கிக்கொண்டு சொன்னாள்.

அதைக் கேட்டதும் சாரதா, “ஏய், அப்புடி என்னோட அண்ணன் என்ன பண்ணிட்டான்? கொஞ்ச நாளாவே இதை நீ சொல்லிக்கிட்டு இருக்குறே? நானும் பலதடவ இதக் கேட்டுட்டேன். இப்ப சொல்லுடீ” என்று பிடித்துக்கொண்டார்.

சற்று யோசித்த தமிழ்ச்செல்வி, “வேணாம்மா நீ தாங்க மாட்டே. ஒன்னோட அண்ணன் மனுஷனே இல்ல” என்று தவிர்க்கப் பார்த்தாள்.

ஆனால், சாரதா விடவில்லை, “எனக்கு என்ன நடந்ததுன்னு தெரிஞ்சாகணும் இப்ப” என்று கங்கணம் கட்டிக்கொண்டார்.

இதற்கு மேலும் அந்தக் கொடுமையை அம்மாவிடம் மறைத்துப் பயனில்லை. அந்தக் கொடூரன் செய்த காரியத்தைச்

சொல்லிவிட வேண்டியதுதான் என்று சொல்ல ஆயத்தமானாள். அவளிடமிருந்து பெருமூச்சொன்று பறிந்தது.

தமிழ்ச்செல்வி மெல்ல ஆரம்பித்தாள். "ஒரு வருசத்துக்கு முன்னால நீயும் மாமாவோட பொண்டாட்டி புள்ளைங்கல்லாம் சேர்ந்து கார்ல திருப்பதி போனீங்களே, ஞாபகம் இருக்கா?" என்று கேட்டாள்.

அதற்கு சாரதா, "அன்னிக்கி நீ வூட்டுக்குத் தூரமாப் போயிட்டதாலே எங்களோட கோயிலுக்கு வரல. நல்லாவே ஞாபகம் இருக்கு. அதுக்கு என்ன இப்ப?" என வினவினார்.

அவள் தொடர்ந்தாள். "நீங்க பகல்ல கௌம்பிப் போனீங்க. அன்னிக்கி ராத்திரி மாமா ஃபுல் போதையில என்னோட ரூம் கதவத் தட்டுனாரு. வேலக்காரங்கயெல்லாம் யாரும் இல்ல. மாமாதான் என்னமோ ஐடியா பண்ணி அவுங்கள வூட்டுக்கு அனுப்பிட்டாரு. இது தெரியாம நானும் யதார்த்தமா கதவத் தெறந்து, 'என்ன வேணும் மாமா?'ன்னு கேட்டேன். அப்போ..." என நிறுத்தினாள். மேலும் சொல்ல முடியாமல் தமிழ்ச்செல்வியின் உடம்பு நடுங்கியது.

அதைச் சாரதா கவனித்துவிட்டு, "அப்புறம், என்ன நடந்துச்சின்னு சொல்லும்மா" என அவள் பக்கத்தில் வந்து தோளைத் தொட்டார்.

சட்டெனத் தமிழ்ச்செல்வி, "அந்தச் சண்டாளன் என்ன தான் தூக்கி வளர்த்த பொண்ணுன்னுகூட பாக்காம கெடுக்கப் பாத்தான்மா" என்று உடைந்து போய் அழுதாள்.

அதைக் கேட்டதும் தன் காதுகளையே நம்ப முடியாமல் "பெருமாளே..." பொத்திக்கொண்டார் சாரதா.

அப்போது, அவள் அம்மாவின் தோளில் சாய்ந்துகொண்டு துக்கம் மேலிட குலுங்கி குலுங்கி அழுதாள். சில நிமிடங்களில் மெல்ல தணிந்த அவள், "நா அந்த மிருகத்துக்கிட்ட 'வேணாம் மாமா, நீங்க இப்புடிப் பண்றது சரியில்ல. நா சின்னப் பொண்ணு. ஒங்க வயசென்ன? என்னோட வயசென்ன?' அப்படீனு கெஞ்சுனேன். அதுக்கு அவன் 'நா ஒன்ன கல்யாணம் பண்ணிக்கிறேன்'னு சொன்னான். எனக்கு இன்னும் அதிர்ச்சியாயிடுச்சு" என்று நிறுத்தி மூக்கைச் சிந்தினாள்.

அதைக் கேட்ட சாரதா தன்னையறியாமல், "அட சண்டாளா... என்னோட அண்ணன் இவ்வளவு கேவமானவனா? அவனுக்கே வயசுக்கு வந்த பொண்ணு இருக்குது. மகாலட்சுமி மாதிரி கண்ணுக்கு லட்சணமா பொண்டாட்டி இருக்குறா. அதையெல்லாம் குடி போதைல மறந்துட்டானே" எனப் புலம்பினார்.

அதற்குத் தமிழ்ச்செல்வி சொன்னாள், "இல்லம்மா அவன் ஏற்கனவே மனசுக்குள்ற திட்டம் போட்டுத்தான் வெச்சுருக்குறான். நீயும் அத்தையும் புள்ளைங்களும் இல்லாத நேரமாப் பாத்து அதுவும், வேலக்காரங்களையெல்லாம் வூட்டுக்கு அனுப்சிட்டுத்தான் எங்கிட்ட வந்து தப்பா நடந்துக்கப் பாத்தான்" என்றாள்.

சாரதா இடிந்துபோய் விட்டார். அவருக்குத் தலை சுற்ற ஆரம்பித்தது. மெல்ல தரையில் உட்கார்ந்துவிட்டார்.

அம்மாவின் நிலைமையைப் பார்த்த தமிழ்ச்செல்வி இத்தோடு நிறுத்திவிடலாமா? என்றுதான் நினைத்தாள். ஆனால், நீண்ட நாட்களாய் மனதுக்குள் இருந்த அந்த ரகசியத்தை இன்று வெளிப்படுத்தியே தீருவது என முடிவுக்கு வந்தாள். எனவே, மளமளவென மிச்சத்தையும் சொல்ல ஆரம்பித்தாள். "நா அவனுக்குச் சம்மதிக்கலேன்னு தெரிஞ்ச வுடனே போதைல தடுமாறிக் கிட்டே என்ன வுட்டுட்டு பணப் பொட்டி இருக்குற ரூமுக்குள்ற போனான். அங்கிருந்து நகை, பணம், சொத்துப் பத்திரம் எல்லாத்தையும் எடுத்துக்கிட்டு வந்து எம் முன்னாடி போட்டான். இதெல்லாம் ஒனக்குதான். இதில்லாம மேட்டுப்பாளையத்துல தனியா பெரிய பங்களா வாங்கித் தர்றேன். கார் வாங்கித் தர்றேன்னு ஆச காட்டுனான். நா சட்டுனு பெட்ரூம் கதவ மூடி உள்ற தாப்பா போட்டுக்கிட்டேன். அவன் விடிய விடிய வெளிய நின்னு அசிங்க அசிங்கமா திட்டிக்கிட்டு கிடந்தான். நா விடிஞ்சப்புறம்தான் மெல்ல கதவத் தொறந்து எட்டிப் பாத்தேன். அவன் வேலக்காரங்க வர்றதுக்கு முன்னாடியே தன்னோட பெட்ரூம்ல போயி படுத்துட்டான். இதுக்கப்புறம்தான், இனிமே அந்த வூட்ல இருக்கக் கூடாதுன்னு முடிவு பண்ணேன்" என்று முடித்தாள்.

அப்போது சாரதா, "இதையெல்லாம் நீ ஏம்மா எங்கிட்ட இத்தினி நாள் சொல்லாம இருந்தே?" என்று கேட்டார்.

அதற்குத் தமிழ்ச்செல்வி, "நீதான் ஒன்னோட அண்ணன் உத்தம புத்திரன்னு நெனைச்சுக்கிட்டு இருந்தியே. அதக் கலைக்க வேணான்னு தாம்மா வுட்டுட்டேன். இப்ப நீ கிஷோரக் கல்யாணம் பண்ணிக்கச் சொல்லிக் கட்டாயப்படுத்துறதுனாலதான் எல்லா உண்மைகளையும் ஒங்கிட்ட மனசு வுட்டு சொல்லிட்டேன்" என்றாள்.

அதைக் கேட்டுச் சாரதா மகளைப் புரியாமல் பார்த்தார். பிறகு, "எங்கண்ணன் ஒங்கிட்ட தப்பா நடந்துக்கிட்டதுக்கும், கிஷோருக்கும் என்னம்மா சம்மந்தம்?" என்று மனதில் இருப்பதைக் கேட்டார்.

உடனே தமிழ்ச்செல்வி, "என்னம்மா இப்புடிக் கேக்குறே? அவனும் பணக்காரந்தான். இவுனும் பணக்காரந்தானே..." என்று பதில் சொன்னாள்.

இன்னமும் குழப்பம் தீராத சாரதா, "ஒரு பணக்காரன் தப்பு பண்ணா இன்னொருத்தனும் அப்புடியே இருப்பான்னு எப்புடிம்மா நெனைக்கிறே?" என்று வினவினார்.

தமிழ்ச்செல்வி, "அந்த அசிங்கம் புடிச்ச மேட்டுக்குடியே அப்புடித்தாம்மா. இவுனுங்களுக்கேல்லாம் பொண்ணுங்கள கண்டா வெலக் குடுத்து வாங்குற பொருள் மாதிரி தெரியுதும்மா. அதனாலதான் ஒங்கண்ணன் காசுப் பணத்தை எம் முன்னாடி எடுத்துப்போட்டு எங்கூட படுன்னு கேட்டான். இந்தக் கிஷோரும் ஒங்க பொண்ணை நா வசதியா காரு பங்களான்னு வெச்சுக்கிறேன்னு ஒங்கிட்ட சொல்றான். இப்ப புரிஞ்சுதா? எல்லா பணக்காரனும் ஒண்ணுதான்னு" என்று தெளிவாகப் பேசினாள்.

சாரதா அப்போதும் சமாதானமாகவில்லை. அவர் சொன்னார். "அதுக்காக ஒன்ன ஊரறிய கல்யாணம் பண்ணிக்கிறேன்னு சொல்றவன ஏன் வேணான்னு சொல்லணும். அவன் ஒன்ன வெலைக்கு வாங்குறான்னு தப்பா புரிஞ்சுக்கணும்?" என்று கேட்டார்.

தமிழ்ச்செல்வி சட்டென ஆத்திரமானாள். "இன்னுமாம்மா ஒனக்கு நா சொல்றது புரியல. ரகுவரனுக்கு என்ன தர்றதா நீ சொல்லிட்டே. அவுங்கப்பா அம்மாவும் சீக்கிரம் கல்யாணத்த முடிச்சிடலாம்னு சொல்லிட்டாங்க. இதத் தெரிஞ்சுக்கிட்டே

கிஷோர் என்னக் கல்யாணம் பண்ணிக்கிறதா சொல்றான்னா, என்ன அர்த்தம்? தான் நெனைச்ச பொண்ண அடையணும். அவளுக்குன்னு ஒரு மனசு இருக்குன்னு பாக்கக் கூடாது. கடைல விக்கிற எந்தப் பொருளுக்காவது தான் யாருக்கு உபயோகப்படணும்னு தேர்ந்தெடுக்குற உரிமை இருக்கா? இல்லியே. அப்புடித்தான் இந்தப் பணக்காரனுங்களும் பொண்ணுங்கள நெனைக்குறாங்க" என்று பொரிந்தாள்.

மகள் பேச பேச சாரதா அவளையே பார்த்துக் கொண்டிருந்தார். பிறகு, "ஏய், நீ பேசலடீ. செத்துப் போன ஒங்கப்பா பேச வெக்கிறாரு. அவரு வெச்சுட்டுப் போன புத்தகத்தையெல்லாம் படிச்சு படிச்சு ஒனக்குக் காசுப் பணத்தோட அருமை தெரியாமப் போச்சு" என்று சொன்னார்.

தமிழ்ச்செல்வி, "அதுக்கென்னம்மா அருமை பெருமை யெல்லாம் வேண்டியிருக்குது. நாம வாழ்றதுக்கு காசு பணம் தேவைதான். ஆனா, நமக்கு சந்தோசத்தையோ நிம்மதியையோ நிச்சயமா அதால தர முடியாது" என்று சொன்னாள்.

சாரதா மகள் சொன்னதை ஏற்றுக்கொள்ளவில்லை. "நீ உலக அனுபவம் இல்லாத பொண்ணுடீ. அதுனாலதான் பணத்தோட மரியாதை தெரியாமப் பேசுறே? ஒங்கப்பா செத்தப்புறம், எஸ்டேட் நிர்வாகம் ஏதோ கொஞ்சம் பணம் கொடுத்துச்சு. அதுவும் கொஞ்ச நாள்ல செலவாயிடுச்சு. அன்னிக்கி எங்கிட்ட மட்டும் பணம் இருந்திருந்தா நா எதுக்கு எங்கண்ணன் வூட்டுக்கு ஒன்ன தூக்கிக்கிட்டுப் போயிருக்கப் போறேன். ராஜாத்தி மாதிரி இந்த மலைப்பிரதேசத்துலயே இருந்திருக்க மாட்டேனா?" என்றார். தமிழ்ச்செல்வி, "ஏம்மா காசு பணம் இருந்தாத்தான் பொம்பளைங்க நல்லா வாழ முடியுமா? கொறைஞ்ச சம்பாத்தியமா இருந்தாலும், மனசுக்குப் புடிச்சவனோட கல்யாணம் பண்ணிக்கிட்டு நெறைஞ்ச வாழ்க்கை வாழ முடியாதா?" என்றாள்.

உடனே சாரதா, "நீ இருக்கலாம்மா. இந்த வயசான காலத்துல நா எதுக்கு வேலைக்குப் போயி கஷ்டப்படணும். எம் பொண்ணு வசதியா இருந்தா நானும் அவளோட கடைசி வரிக்கும் நிம்மதியா வாழ்ந்துடலாம் இல்லியா?" என்றார்.

தமிழ்ச்செல்வி, "அம்மா, நா கல்யாணம் பண்ணிக்கிட்டு ஒன்ன தனியா வுட்டுட்டா போயிடுவேன். நிச்சயம் என்னோடயும் என்

குடும்பத்தோடயும் நீ இருந்து பேரன் பேத்திகளப் பாத்துட்டுதான் சாகப் போறே. போதுமா?" என்று சொன்னாள்.

அப்போதும் சாரதா, "ஏம்மா நீ கட்டிக்க ஆசப்படுற ரகுவரனுக்கு என்ன அப்புடிப் பெருசா வேலை கெடச்சு, அவன் கை நெறைய சம்பாதிச்சுடப் போறான். எனக்கோ ஒனக்கோ நாளைக்குப் பொறக்கப் போற ஒம்புள்ளங்களுக்கோ பெருசா நோய் நொடி வந்தா அவனால சமாளிக்க முடியுமா? சரி, அதுக்கூட வேணாம். ஒன்னோட வாரிசுங்க நல்லா படிச்சு, வெளிநாடெல்லாம் போயி சந்தோசமா இருக்க வேணாமா?" என்றார்.

அதற்குத் தமிழ்ச்செல்வி, "அம்மா, அந்தக் கவலையெல்லாம் ஒனக்கு வேணாம். என்னால கிஷோரக் கல்யாணம் பண்ணிக்க முடியாது. நா ரகுவரனத்தான் பண்ணிக்குவேன்" என்று உறுதியாகச் சொன்னாள்.

அதற்குச் சாரதா, "நா இதுக்குச் சம்மதிக்க மாட்டேன். நீ வேணும்னா எனக்குக் கொஞ்சம் விஷத்த வாங்கிக் குடுத்துக் கொன்னுடு, நா நிம்மதியா போயி சேர்ந்துடறேன். அப்புறம், நீ யார வேணும்னாலும் கட்டிக்க. நா உயிரோட இருக்குற வரிக்கும் ஒனக்கும் ரகுவரனுக்கும் கல்யாணம் நடக்காது. கிஷோரோடதான் நடக்கும்" என்று பேச்சுக்கு முற்றுப்புள்ளி வைத்துவிட்டுக் கட்டிலில் போய் சுருண்டு படுத்துவிட்டாள்.

தமிழ்ச்செல்வி செய்வதறியாது திகைத்து நின்றாள்.

*

26

சென்னப்பா டிரேடிங் கம்பெனியைப் பற்றி கொஞ்ச நாட்களாகவே இலை மறைவு காய் மறைவாகப் பேசப்பட்ட ஒரு விவகாரம் தற்போது பலராலும் வெளிப்படையாகப் பேசப்பட தொடங்கி யிருந்தது. தேயிலை எஸ்டேட் நிர்வாகத்தில் இருந்த அதிகாரிகள், கல்வி நிலையங்களில் பணியாற்றி வரும் அறிவுஜீவிகள் மட்டத்தில் இருந்தது தற்போது பொதுமக்கள் வரை அலசப்பட்டு வர ஆரம்பித்திருந்தது. போதாக் குறைக்குப் பத்திரிக்கைகள் வேறு பலவாறு எழுதிவிட்டன. அந்த விவாகரத்திற்குத் தீர்வுதான் என்ன? என்றுதான் பலரும் தங்களுக்குள் கருத்து பரிமாற்றங்கள் செய்து கொண்டிருந்தனர்.

கிஷோர் புதிதாகச் சேர்மன் பொறுப்பேற்றுக் கொண்டிருக்கும் மேற்கண்ட சென்னப்பா டிரேடிங் கம்பெனிக்கும், அந்தக் காலத்தில் மலைப்பிரதேசத்தின் ஒரு பகுதியை ஆண்டு வந்த ஜமீன் ஒருவருக்கும் ஒரு ஒப்பந்தம் நூறு வருடங்களுக்கு முன்னால் போடப்பட்டிருந்தது. அதாவது, ஜமீனுக்குச் சொந்தமான நூற்றுக்கணக்கான ஏக்கர் நிலங்கள் குத்தகை முறையில் சென்னப்பா டிரேடிங் கம்பெனிக்குக் கொடுக்கப்பட்டிருந்தது. அந்த நிலங்களில்தான் கிஷோரின் முன்னோர்கள் ஆயிரக்கணக்கான தொழிலாளர்களை வைத்துச் செப்பனிட்டுத் தேயிலை பயிரிட்டார்கள். வெறும் காடுகளாய் இருந்த இடங்கள் தோட்டங்களாய் மாறிவிட்டன.

போதாதற்குக் கல்வி நிறுவனங்கள், தேயிலை பதப்படுத்தும் ஆலைகள் என இந்த நூறு வருடத்தில் பல்கி பெருகிவிட்டன.

தற்போது, இரு தரப்புக்கும் போடப்பட்ட ஒப்பந்தம் முடிந்துவிட்டது. நியாயமாகக் கிஷோரின் கம்பெனி தன் அக்ரிமெண்ட்டைப் புதுப்பித்துக்கொள்ள வேண்டும் அல்லது குத்தைக்கு வாங்கிய நிலங்களை ஜமீன் வாரிசுகளிடம் ஒப்படைத்துவிட வேண்டும். ஆனால், அதில்தான் ஒரு பெரிய பிரச்னை உருவாகி இருக்கிறது.

சென்னப்பா டிரேடிங் கம்பெனிக்கு வாரிசாகக் கிஷோர் இருப்பதுபோல ஜமீனுக்கு வாரிசென்று யாருமில்லை அல்லது அவர்கள் குத்தகை நிலத்துக்கு உரிமை கொண்டாட வரவில்லை. இதனால், போடப்பட்ட ஒப்பந்தம் முடிந்த பிறகும்கூட சென்னப்பா டிரேடிங் கம்பெனி எஸ்டேட் மற்றும் கல்வி நிறுவனங்களை ஆண்டு அனுபவித்து வருகிறது. இந்த விஷயம் அரசாங்கத்தின் காதுக்கு மலைப்பிரதேசத்தில் உள்ள அரசு அதிகாரிகளால் கொண்டு போகப்பட, மாவட்ட ஆட்சியர் நேரடியாகத் தலையிட்டு ஜமீனின் சொத்துகளைத் தங்களிடம் ஒப்படைக்கச் சொல்லிச் சென்னப்பா டிரேடிங் கம்பெனியின் சேர்மனான கிஷோருக்கு நோட்டீஸ் அனுப்பினார்.

ஆனால், அப்படிச் செய்ய அவன் மறுத்துவிட்டான். அதற்கு, ஒரு காரணத்தை முன் வைத்தான். எங்களுடைய முன்னோருக்கும் ஜமீனுக்கும்தான் மேற்படி குத்தகை ஒப்பந்தமே தவிர, அரசுக்கும் இதற்கும் யாதொரு சம்பந்தமும் இல்லை. எனவே, இதில் மாவட்ட ஆட்சியர் தலையிடக் கூடாது என்று பதில் நோட்டீஸ் அனுப்பிவிட்டான். அதை ஏற்றுக்கொள்ளாத அரசு நிர்வாகம் கிஷோரையும் அவன் கம்பெனி ஆட்களையும் மலைப்பிரதேசத்தைவிட்டு வலுக்கட்டாயமாக வெளியேற்ற ஆயத்தம் செய்தது.

கிஷோர் தன் கம்பெனி சார்பாக அரசு இந்த விவகாரத்தில் அத்துமீறி நுழைகிறது. அதைத் தடுக்க வேண்டும் என்று நீதிமன்றத்துக்குப் போய்விட்டான். நீதிபதி தற்காலிகமாய் கிஷோரை வெளியேற்றம் செய்வதற்கு அரசுக்குத் தடை உத்தரவு பிறப்பித்திருக்கிறார். இந்த வழக்கு அவ்வப்போது விசாரணைக்கு வருவதும் அரசு வக்கீல்களும் சென்னப்பா டிரேடிங் கம்பெனி வக்கீல்கலும் நீதிமன்றத்தில் காரசாரமாக மோதிக்கொள்வதும் நடக்கிறது.

இந்தப் பிரச்னை வெறும் சம்பந்தப்பட்ட இரு தரப்புக்கு மட்டுமானது அல்ல, இதில், தேயிலை தோட்டங்களில் பணிபுரியும் நூற்றுக்கணக்கான தொழிலாளர்கள், கல்வி நிறுவனங்களில் வேலையில் உள்ள ஆசிரியர்கள் மற்றும் நிர்வாக அதிகாரிகள் உள்ளிட்டோரின் வாழ்வாதாரமும் அடங்கியிருக்கிறது.

ஆகவே, நீதிமன்ற தீர்ப்பு எப்படியிருக்கும்? எனத் தெரிந்து கொள்ள அவர்கள் ஆவலாய் உள்ளனர். சென்னப்பா டிரேடிங் கம்பெனி பக்கம் சாதகமென்றால் தற்போதைய நிலை நீடிப்பதில் பிரச்னையொன்றும் வருவதற்கு வாய்ப்பில்லை. ஆயினும், அரசு தரப்புக்கு ஆதரவாக மாறினால் இரண்டு விதமான சூழ்நிலைமைகளை சம்பந்தப்பட்ட ஊழியர்கள் சந்திக்க வேண்டி யிருக்கும். ஒன்று, அரசு தற்போது பணிபுரிவோரை வீட்டுக்கு அனுப்பலாம் அல்லது வேலையில் தொடர அனுமதிக்கலாம் இன்னொன்று அவர்களுக்கும் கம்பெனி நிர்வாகத்திற்கும் போடப்பட்ட சம்பள ஒப்பந்தங்கள் தங்களைக் கட்டுப்படுத்தாது என்று கூறிவிட்டால் நிலைமை மோசமாகி விடும்.

இதுவரை செய்ததற்கான பணி மூப்பு போன்றவை பாதிக்கப்படக் கூடும். இந்தச் சிக்கல் ஏற்பட்டால், எத்தனையோ பாதிப்புகள் இனிவரும் காலங்களில் நிகழலாம். அதனால்தான் எஸ்டேட் மற்றும் கல்வி நிறுவனங்களை நம்பி வாழ்வோர் மட்டுமல்ல, அவர்களைத் தங்கள் வாடிக்கையாளர் என்ற அளவில் வைத்திருக்கும் பல்வேறு கடைக்காரர்கள், சிறிய பெரிய வியபாரிகள் என்று அனைவரும் குத்தகை விவகாரத்தைத் தங்கள் மட்டத்தில் பேசிக் கொண்டிருக்கிறார்கள்.

ரகுவரனுக்கும் தமிழ்ச்செல்விக்கும் அவர்களது கல்லூரி தேர்வு முடிவுகள் வந்துவிட்டன. எதிர்பார்த்தபடியே நல்ல மார்க் எடுத்து இருவரும் பாஸாகிவிட்டனர். இந்த விஷயத்தில் பக்ருதீனும் சோடை போகவில்லை. அவனும்கூட தேர்வில் வெற்றி பெற்றுவிட்டான்.

கிஷோர் தொடர்ந்து தமிழ்ச்செல்வியை மனைவியாக அடைய அவளுடைய தாயார் மூலம் முயற்சி செய்துகொண்டே இருந்தான். சாரதா ஏதேனும் ஒரு வகையில் அவனை மணந்துகொள்ளச் சொல்லித் தினமும் அழுத்தம் கொடுத்துக் கொண்டேதான் இருந்தார். எனவே, அவருக்கும் தமிழ்ச்செல்விக்கும் சண்டை நடக்காத நாளில்லை என்ற அளவுக்குப் போய்விட்டது. ஒரு

கட்டத்தில் பேச்சுவார்த்தைகூட இருவரிடத்தில் அரிதாகிப் போனது.

இதற்கிடையே தமிழ்ச்செல்விக்கு ஒவ்வொரு நாளும் இரவு அந்த அட்டைப் பூச்சி கனவு முன்னிலும் அதிகமாய் வந்து தொந்தரவுசெய்து கொண்டிருந்தது. தன்னைச் சேர்ந்தவர்கள் யாருக்கேனும் ஏதாவது ஆகி விடுமோ? என்று கனவுக்குத் தானே அர்த்தம் கற்பித்துக்கொண்டு அஞ்சி நடுங்கினாள். குறிப்பாக, அம்மாவை நினைத்து மிகவும் கவலைப்பட்டாள். அதற்குத் தகுந்ததுபோல, அவரும் தன் பேச்சைக் கேட்காவிட்டால் நான் உயிரோடு இருக்க மாட்டேன் என்று மிரட்ட ஆரம்பித்திருக்கிறார். எனவே, துளி நிம்மதியும் இல்லாமல் பொழுதை ஓட்டிக் கொண்டிருந்தாள்.

ரகுவரனைச் சந்திக்கும் நேரங்கள் மட்டுமே அவளுக்குச் சற்று ஆறுதலாய் இருந்தது.

அப்படியொரு சந்திப்பில்தான் அவன் கிஷோரின் கம்பெனிக்கும் அரசாங்கத்திற்கும் நடக்கும் குத்தகை நிலப் பிரச்னை பற்றி ஒரு வகையில் இந்த எஸ்டேட் கல்வி நிறுவனங்கள் அனைத்தையும் அரசே ஏற்று நடத்தினால் நன்றாக இருக்கும் என்று தமிழ்ச்செல்வி நினைத்தாள். அப்படி நடந்தால், நிச்சயம் கிஷோர் இந்த மலைப்பகுதியை விட்டுப்போய் விடுவான். தன்னையும் மறந்து விடுவான் என கருதி அப்படி அவள் யோசித்தாள்.

கடைசியாக ரகுவரன் சொன்ன செய்தியொன்று அவளுக்குக் கொஞ்சம் குழப்பமாகவும் மர்மமாகவும் இருந்தது.

கடந்த சில நாட்களாக இஸ்மாயில் பாய் தன் வீட்டுக்கு அடிக்கடி வருகிறார் என்று.

அதைப் பற்றி முதலில் புரியாமல் அவள் அவனிடம், "அதுக்கென்ன ரகுவரன். அவர்தான் ரொம்ப நாளா ஒங்க குடும்பத்துக்கு ரொம்ப வேண்டப்பட்டவராச்சே" என்று கேட்டாள்.

இருவரும் அன்று வெங்கலமேட்டில் நீலக் குறிஞ்சி புதரைவிட்டு சற்று தள்ளியிருக்கும் மரமறைவில் உட்கார்ந்து பேசிக்கொண்டிருந்தனர். அது அவர்கள் வழக்கமாய் சந்திக்கும் இடம் தான்.

எனவே, சுதந்திரமாய் காற்றாட அமர்ந்திருந்தனர். தமிழ்ச்செல்வி கேட்டதற்கு ரகுவரன், “நா சொல்ல வர்றது என்னன்னா அவர் எங்க வூட்டுக்கு வர்றது சகஜமானதுதான். ஆனா, வந்தா எங்கப்பாம்மா கிட்டே கொஞ்ச நேரம் பேசுவாரு. அப்புறம், போயிடுவாரு. இப்பெல்லாம் அந்த மனுஷன் மணிக்கணக்குல குசுகுசுன்னு என்னமோ எங்க பேரண்ட்ஸ்கிட்ட டிஸ்கஸ் பண்றாரு” என்று பதில் சொன்னான்.

அதற்கு அவள், “சரி, அதுப்பத்தி ஒனக்கென்ன? பெரியவுங்க அவங்களுக்குள்ற பேச ஆயிரம் விஷயம் இருக்கும் இல்லையா?” என்றாள்.

அவன் உடனே சொன்னான். “இல்ல தமிழ்செல்வி, அவுங்க என்னப் பத்திதான் ஏதோ ரகசியமா பேசுறாங்க” என்று சந்தேகமாகச் சொன்னான்.

“எத வெச்சு அப்புடிச் சொல்றே?”

“அவுங்க பேசிக்கிட்டு இருக்கும் போது நா வூட்டுக்குப் போனா ஒடனே கப்சிப்புன்னு அமைதியாயிடுறாங்க”

“ஏன் அப்புடி?”

“அதுதான் தெரியல. இது மட்டுமில்ல, சில சமயம் எங்கப்பாம்மா இஸ்மாயில் பாய் வூட்டுக்கே போயிடுறாங்க. எங்க வூட்ல எது நடந்தாலும் அப்பா வேலைக்கி கௌம்பிடுவாரு. இப்ப கொஞ்ச நாளா அவுரு வேலைக்கும் சரியா போறதில்ல. அம்மாவும் அவரும் எப்பவுமே சீரியஸாத்தான் இருக்குராங்க”

“இஸ்மாயில் பாய் வூட்டுக்கே போறாங்கன்னா நம்ம பக்ருதீன் காதுல ஏதாவது வுழூந்துதான்னு கேக்க வேண்டியது தானே...”

“நா கேக்காம இருப்பனா?”

உடனே தமிழ்ச்செல்வி, “பக்ருதீன் என்ன சொன்னான்?” என்று பரபரத்தாள்.

அதற்கு ரகுவரன், “அவனையும் வூட்ட வுட்டு வெளிய போகச் சொல்லிட்டு கதவைச் சாத்திக்கிட்டுதான் எங்கப்பாவும் அவுங்கப்பாம்மாவும் பேசுறாங்களாம்” என்று ஏமாற்றமாய் சொன்னான்.

அப்போது தமிழ்ச்செல்வி, "என்ன ரகு ஒரே மர்மமா இருக்குதே" என்று முகத்தைத் தீவிரமாக வைத்துக்கொண்டு சொன்னாள்.

அதை ஆமோதித்து தலையாட்டிய ரகுவரன், "ஆமா தமிழ்ச்செல்வி எனக்கும் அதேதான். மனசுல ஏதேதோ குழப்பம்" என்று சொன்னவன் சற்று நிறுத்திவிட்டு திடீரென்று ஒரு குண்டைத் தூக்கிப் போட்டான்.

"நம்ம கல்யாண விவகாரத்தைத்தான் தீவிரமா பேசுறாங்கன்னு எனக்குத் தோணுது. ஒருவேளை ஒங்கம்மா ஒன்ன கிஷோருக்குக் கட்டி வைக்க விடாப்பிடியா இருக்குறதுனால, எனக்கு வேற எடத்துல பொண்ணு பாக்குறாங்களோ? அதப்பத்திதான் ரொம்ப ரகசியமா விவாதிக்கிறாங்களோன்னு சந்தேகமா இருக்குது"

ரகுவரன் சொன்னதைக் கேட்டுத் தமிழ்ச்செல்விக்குத் திக்கென்றது. 'ஒருவேளை அப்படியும் இருக்குமோ?' என்று அவனை ஒட்டியே அவளும் யோசித்தாள். ஆனால், ஒரு நிமிடம் கூட அந்த யோசனையைத் தொடர அவளால் முடியவில்லை.

ரகுவரனின் பெற்றோர் தன் மகனுக்கு வேறு இடத்தில் பெண் பார்க்கிறார்கள் என்பதையே அவள் மனம் துளியும் நம்ப மறுத்தது. ஏனென்றால், அவ்வளவு தங்கம் அவர்கள். அதுவுமில்லாமல், இஸ்மாயில் பாய் வேறு இதில், சம்பந்தப்பட்டு இருக்கிறார். அவரையும் சந்தேகக் கண் கொண்டு பார்க்க அவளால் இயலவில்லை.

மேலும், அப்படியேதான் இருந்தாலும் ரகுவரனிடம் மறைக்க என்ன இருக்கிறது? அவன் சம்மதம் இல்லாமலா வேறு பெண்ணைக் கட்டி வைத்துவிட முடியும்?

இதில், வேறெதுவோ வில்லங்கம் இருக்கிறது? அது என்ன?

இப்படி அவள் யோசித்துக் கொண்டிருக்கும் போதே ரகுவரனைப் பார்க்க அவன் வீட்டுக்கு அந்த வழியாகத் தன் அப்பாவின் இருசக்கர வாகனத்தையெடுத்துக்கொண்டு பக்ருதீன் வந்து கொண்டிருந்தான். ரகுவரனையும் தமிழ்செல்வியையும் அவன் பார்த்துவிட்டான். "என்ன தலைவனும் தலைவியும் தனியா ஒக்காந்துக்கிட்டு ரொம்ப திவீரமா எதையோ சிந்திச்சுக்கிட்டு இருக்குறீங்க?" என்று கேட்டபடியே அவர்கள் அருகே வந்து வண்டியை ஸ்டேண்ட் போட்டு நிறுத்தினான்.

ரகுவரன் "வாடா..." என்று சொல்லி நிறுத்திவிட்டான்.

தமிழ்ச்செல்வி பக்ருதீனைப் பார்த்து புன்னகைத்தாள்.

இருவர் எதிரேயும் முகத்தைப் பார்த்து பேச வசதியாக அவன் சற்று தூரத்திலிருந்த ஒரு பெரிய கல்லை நகர்த்திப் போட்டு உட்கார்ந்தான்.

பிறகு இருவரையும் கூர்ந்து கவனித்துவிட்டு கேட்டான். "என்ன தமிழ்ச்செல்வி ஒங்க ரெண்டு பேத்து மொகத்துலயும் களையே இல்லியே. கல்யாணத்தைப் பத்தின கவலையா?" என்று கேட்டான்.

அதற்குத் தமிழ்ச்செல்வி, "இல்ல பக்ருதீன். இது வேற" என்றாள். அது என்ன? என்பதுபோல அவன் அவளைப் பார்த்தான்.

அவள் ஒருமுறை ரகுவரனை ஏறெடுத்துப் பார்த்துவிட்டு பக்ருதீனிடம், "ஏம்பா, ரகுவரன் சொல்றதெல்லாம் உண்மையா? ஒங்க ரெண்டு பேத்தோட பேரண்ட்ஸீம் அடிக்கடி இப்பெல்லாம் கூடி கூடி ரகசியமா பேசறாங்களாமே" என்று கேட்டாள். பிறகு, அதே வேகத்தில், "அதுவும் தன்னைப் பத்திதான்னு அவனே சொல்றான். ஒங்க வூட்லகூட இந்த டிஸ்கஷன் அடிக்கடி நடக்குதாமே?" என்று தொடர்ந்தாள்.

அதற்கு அவன், "ஆமா தமிழ்ச்செல்வி. ரகுவரன் சொல்றது உண்மைதான். நிச்சயம் ஏதோ பெரிய ரகசியத்தைப் பத்திதான் பேசுறாங்க. அதுவும் என்னால ரகுவரன் சம்பந்தப்பட்டதுதான்னு கணிக்க முடியுது" என்று உறுதியாகச் சொன்னான்.

உடனே தமிழ்ச்செல்வி, "எதை வெச்சு அப்புடிக் கணிச்சே பக்ருதீன்?" என்று கேட்டாள்.

அதற்கு அவன், "எங்க வூட்டு பீரோவுல எப்பவுமே ஒரு மரப்பொட்டி சின்னதா கெடக்கும்டா. எங்க வாப்பா அத என்னமோ பெரிய பொக்கிஷம் மாதிரி வெச்சு காபந்து பண்ணுவாரு" என்று ஆரம்பித்தான்.

ஒரு கதை கேட்கும் ஆர்வத்துடன் ரகுவரனும் தமிழ்ச்செல்வியும் அவன் சொல்வதைச் செவி மடுத்தனர்.

பக்ருதீன் தொடர்ந்தான் "அது என்னன்னு நானும் கேட்டுப் பார்த்துட்டேன். எங்க வாப்பாவும் உம்மாவும் வாயே

தொறக்கறதில்ல. பத்தாததுக்கு அது எதுக்குடா ஒனக்கு? போய் ஒன்னோட வேல என்னவோ அதப் பார்றான்னு அதட்டுவாங்க. நானும் சரி அது எதுவாவே இருக்கட்டும்னு கண்டுக்காம இவ்வளவு நாளும் இருந்துட்டேன். ஆனா, எப்பவுமே பீரோவ வுட்டு வெளிய வராத அந்த மரப்பொட்டி இப்பெல்லாம் அடிக்கடி வெளிய வருது. அதுவும் ரகுவரனோட அப்பாம்மா வந்தா மட்டும் அத வெச்சுக்கிட்டு நாலு பேரும் ரொம்ப சீரியசா டிஸ்கஸ் பண்றாங்க. அதுவும் என்ன வெளிய போகச் சொல்லிட்டு கதவத் தாப்பாள் போட்டுக்கிட்டு ரொம்ப நேரம் பேசுறாங்க".

ரகுவரன் சலிப்பாக, "சரிடா இதத் தவுத்து வேற எதுவும் ஒனக்குத் தெரியாதா?" என்று கேட்டான்.

அதற்குப் பக்ருதீன், "இருடா அவசரப்படாதே" என்று சொன்னான். அவன் என்ன சொல்லப் போகிறான் என்பதை அறிய ரகுவரனும் தமிழ்ச்செல்வியும் பரபரப்பானார்கள்.

"இப்பத்தான் எங்க வூட்ட வுட்டு கௌம்பறதுக்கு முன்னாடி, தற்செயலா அந்த மரப்பொட்டில என்ன இருக்குன்னு லேசாப் பாத்துட்டேன். எங்க வாப்பா ஏதோ அவசரத்துல பொட்டிய பூட்டாம வுட்டுட்டாரு. அதுல ஒரு பழைய போட்டோ இருந்துச்சு"

"அப்புறம்...!" இரு குரல்கள் அவன் சொல்ல வருவதைத் துரிதப்படுத்தின.

பக்ருதீன் தொடர்ந்தான் "ஒரு புருஷன் பொண்டாட்டி என்னமோ ஜமீன் பேமிலி மாதிரி வேஷம் போட்டுக்கிட்டு கைல ஒரு கொழந்தைய வெச்சுக்கிட்டுப் போஸ் கொடுத்துகிட்டு இருந்தாங்க. சரி, அதத் தவுத்து வேற என்னவெல்லாம் அந்த பொட்டில இருக்குதுன்னு சும்மா கண்ணாலயே தொழாவிப் பாத்தேன். என்னமோ பழைய காலத்து நகைங்க, மோதிரம்னு இருந்துச்சு. அதக் கையால எடுத்துப் பாக்கலாம்னு நெனைச்சேன். அதுக்குள்ற குளிக்கப்போன எங்க வாப்பா வந்துட்டாரு. வந்தவரு என்னை மொறைச்சுப் பாத்துட்டு மறுபடியும் மரப்பொட்டிய பீரோல வெச்சு மூடிட்டாரு".

ரகுவரனுக்கும் தமிழ்ச்செல்விக்கும் ச்சே என்று ஆகிவிட்டது. சற்று நேரம் அமைதியாக இருந்தார்கள்.

அப்போது பக்ருதீன் நினைவுக்கு வந்தவன்போலச் சட்டென, "டேய் ரகு, அந்தக் கொழந்த சின்ன வயசுல ஒன்னப் பாத்தாப்லயே இருந்துச்சுடா" என்று சொன்னான்.

இப்போது எல்லோருக்குமே குழப்பம் அதிகமானது. தகவல் சொன்ன பக்ருதீன் தலையைச் சொறிந்துகொண்டான்.

கடைசியாக மூவரும் பலவாறாக இந்த விஷயத்தைப் பேசி விடை தெரியாமல் பிரிந்தனர்.

*

27

ரகுவரன் கடந்த சில நாட்களாகத் தன் வாழ்க்கையில் நடந்து கொண்டிருக்கும் சம்பவங்களை நம்ப முடியாமல் தவித்தான். இப்படியெல்லாம் ஒருவன் வாழ்க்கையில் நடக்குமா? ஏதோ கதைகளில் படித்தது போல் அவனுக்கு இருந்தது. அவனைச் சுற்றி இருந்த ரகசியம் அம்பலமானபோது அதை ஏற்றுக்கொள்ள முடியாமல் பெரிதாய் அவதிப்பட்டான். ஆனால், அவன் விரும்பினாலும் விரும்பாவிட்டாலும் சில நிகழ்வுகள் அதுபாட்டுக்கு நடந்து கொண்டுதான் இருந்தன. எதையும் தடுக்கவோ மறுக்கவோ இயலாது. எதுவும் அவனால் உண்டானது அல்ல. காலம் அவன் வாழ்க்கையைத் தீர்மானம் செய்து வைத்திருக்கிறது. இதைத்தான் சிலர் விதி என்று சொல்லிக்கொண்டு திரிகிறார்கள் போலும்.

அன்று தமிழ்ச்செல்வியுடனும் பக்ருதீனுடனும் அவன் தன்னை ஏதோ மர்மம் சூழ்ந்திருக்கிறது என்று பேசி பிரிந்த நேரத்தில் கற்பனைக்கு எட்டாத ஒன்றைச் சந்திக்கப் போகிறோம் என்று கனவிலும் நினைக்கவில்லை.

அதற்கு அடுத்த நாளே, அப்பாவும் அம்மாவும் இஸ்மாயில் பாயை வீட்டுக்கு வரவழைத்து அந்த மாபெரும் ரகசியத்தை அவர் வாயாலேயே சொல்ல வைத்தார்கள். ஏனெனில், தங்களால் அதைச் சொல்ல தைரியம் வரவில்லை. அவன் தங்களுக்குப் பிறந்த மகன் அல்ல என்று எப்படிச் சொல்வதெனத் தெரியாமல் பொறுப்பை அவரிடம் விட்டுவிட்டார்கள்.

பக்ருதீன் சொன்ன அந்த மரப்பெட்டியைச் சாட்சியாக வைத்துதான் இஸ்மாயில் பாய், உண்மையில் அவன் யாருக்கு பிறந்தவன்? அந்த மர்மம் என்ன? என்பதை ஆதியோடு அந்தமாய் சொன்னார். ரகுவரன், மாரிமுத்து தம்பதியரின் மகன் அல்ல. அவர்கள் வெறும் வளர்ப்பு பெற்றோர் மட்டுமே. அவனது நிஜமான தாய் தந்தையர் வேறு.

தற்போது, சென்னப்பா டிரேடிங் கம்பெனிக்கும் அரசுக்கும் நடக்கும் பிரச்னைக்குக் காரணகர்த்தாவான ஜமீனின் வாரிசுதான் அவன். தலைமுறை தலைமுறையாக நீலகிரி மலையின் ஒரு பகுதியை ஆண்டு வந்தவர்கள் பனையூர் ஜமீன்தார்கள். அவர்களில் ஒருவரிடம் இருந்துதான் கிஷோரின் முன்னோர்கள் தாங்கள் அமைத்த தேயிலை தோட்டங்களுக்கான நூற்றுக்கணக்கான ஏக்கர் நிலத்தைக் குத்தகைக்குப் பிடித்தார்கள். அதன் பின், கடந்த நூறு வருடங்களாக ஒப்பந்தப்படி அனுபவித்தும் வந்தார்கள். இப்போது வந்துள்ள சிக்கல் ஜமீனுக்குத் தற்போதைய வாரிசு என்று யாருமில்லை என்றே பலரும் போல் கிஷோரும் நினைத்து வந்தான். அதனால், தன் அனுபவ பாத்தியத்தைத் தொடர்ந்தான். அரசு வாரிசு இல்லாத ஜமீன் நிலங்கள் யாவும் குத்தகை கால முடிவுக்குப் பின் தமக்கே சொந்தம் என்று கிடுக்குப் பிடி போட்டுவிட்டது. கிஷோரின் சென்னப்பா டிரேடிங் கம்பெனியோ ஜமீன் வாரிசு யாரேனும் வந்து கேட்டாலே ஒழிய, அனுபவித்து வரும் நிலங்களை அரசுக்கு விட்டுத்தர முடியாது என்கிறது.

ஜமீன் வாரிசுகள் எங்கே போனார்கள்? அவர்கள் ஏன் தங்கள் உரிமையை நிலை நாட்ட முன் வரவில்லை? என்ற கேள்விகளுக்கு விடை அந்த நபர்கள் தங்களுக்குள் சொத்துச் சண்டையில் ஒருவருக்கொருவர் அடித்துக்கொண்டு செத்துவிட்டார்கள் என்பதே. இப்படிக் கொலை வெறியோடு நடந்த ரத்தக் களறியில், ரகுவரனின் உண்மையான தந்தையான ஜமீன்தார் தன் மனைவியோடு பங்காளிகளால் கொல்லப்பட்டார்.

ஆனால், அதற்கு முன் அவர் ஒரு காரியம் செய்தார். அந்த ஜமீனில் வேலை பார்த்து வந்த இளைஞரான இஸ்மாயில் பாயிடம் தன் மகனை ரகசியமாக ஒப்படைத்துவிட்டார். தனது கைக் குழந்தை நோய்வாய்ப்பட்டு இறந்துவிட்டது என எதிரிகளை நம்ப வைத்துவிட்டார். தன்னையும் மனைவியையும்

அவர்கள் நிச்சயம் உயிருடன் விட்டுவைக்க மாட்டார்கள் என அவர் கணித்தது அடுத்த சில நாட்களிலேயே நிஜமானது.

அது மட்டுமல்ல, அந்த ஜமீன்தார் தொலை நோக்குப் பார்வையோடு ஒருகாரியம் செய்தார். தேவைப்படும் நேரத்தில் தன் மகன் பற்றிய உண்மையை வெளி உலகத்துக்குத் தெரியப் படுத்த நேரிடலாம் என உணர்ந்திருப்பார் போலும். எனவே, ஒரு சிறிய மரப்பெட்டியில் வைத்து, ரகுவரன் பனையூர் ஜமீன் வாரிசுதான் என்பதற்கான அனைத்து ஆதாரங்களையும் தனது நம்பிக்கைக்குரிய இஸ்மாயில் பாயிடம் கொடுத்து வைத்தார். குழந்தையையும் ஆதாரங்களையும் பெற்றுக்கொண்ட அவர், மரப்பெட்டியை மட்டும் எடுத்துக்கொண்டு குழந்தையைத் தான் வளர்க்காமல் தன் உயிர் நண்பர் மாரிமுத்துவிடம் கொடுத்துவிட்டார்.

அதற்குக் காரணம், ஜமீன்தாரரின் பங்காளிகள் அவரிடம் வேலை செய்த ஊழியர்களைத் தங்கள் கண்காணிப்பு வளையத்தில் வைத்திருந்தார்கள். தன்னை அவர்கள் இடைவிடாமல் ரகசியமாக நோட்டமிடுகிறார்கள் என அறிந்து வைத்திருந்த இஸ்மாயில் பாய், ஜமீனிடம் இருந்து குழந்தையைப் பெற்றுக்கொண்டு தன் வீட்டுக்கு வராமல், வெங்கலமேட்டிலிருந்த மாரிமுத்து தம்பதியிடம் அனைத்து உண்மைகளையும் கூறி வளர்க்கச் சொல்லிக் கொடுத்துவிட்டார். குழந்தையில்லாத தம்பதியான அவர்கள் மன மகிழ்வோடு ஏற்றுக்கொண்டனர்.

இந்த ரகசியம் இஸ்மாயில் தம்பதிக்கும் மாரிமுத்து தம்பதிக்கும் மட்டுமே தெரியும்.

இப்போது அதை வெளியே சொல்ல வேண்டிய அவசியம் ஏன் வந்தது? ரகுவரனுக்குச் சேர வேண்டிய பலகோடி மதிப்பிலான சொத்துக்களைக் கிஷோர் அனுபவிக்கக் கூடாது. அதே நேரம் அரசாங்கமும் தன் வசம் எடுத்துக்கொள்ளக் கூடாது. ஜமீன்தார் என்ன நோக்கத்தோடு அவருடைய குழந்தையையும் அவன் ஜமீன் வாரிசு என்பதற்கான ஆதாரங்களையும் தன்னிடம் கொடுத்தாரோ, அதை நிறைவேற்ற வேண்டும் என்பதே. இஸ்மாயில் பாய் இந்த உண்மையை அவனிடம் சொன்னப் போது அவனுக்கு ஒன்றும் புரியவில்லை.

ரகுவரன், மாரிமுத்து தம்பதியினருக்கு மகனாகவே இருக்கத்தான் ஆசைப்பட்டான். அதை வாய் திறந்து அவரிடம் கூறினான். அதைக் கேட்ட அவனது வளர்ப்பு பெற்றோருக்கு

அளவில்லாத ஆனந்தம் ஏற்பட்டது. தாங்கள் இதுகாறும் வளர்த்து ஆளாக்கிய அன்பு மகனைச் சட்டெனக் கட்டிக்கொண்டார்கள். அவர்களது பாசத்தில் அவன் திக்குமுக்காடிப் போனான். இவர்கள் வயிற்றிலேயே தான் பிறந்திருக்கக் கூடாதா? என்று ஏங்கினான்.

ரகுவரன் சட்டென அம்மாவின் மடியில் படுத்துக்கொண்டு, "எனக்கு எப்பவும் நீங்கதான் அப்பாம்மா. நா அந்த ஜமீன்தார் பேரையெல்லாம் இனிஷியலா போட்டுக்க மாட்டேன்" என்று தன்னையறியாமல் அழுதான்.

அம்மா வாஞ்சையோடு அவன் நெற்றியில் முத்தமிட்டுச் "ஒன்னோட விருப்பம் எதுவோ அப்புடியே நடக்கட்டும் கண்ணு" என்று சொன்னார்.

மாரிமுத்து இஸ்மாயில் பாயிடம், "வேணாம் பாய். ரகுவரன் யாருங்குற ரகசியம் நமக்குள்றவே இருந்துட்டுப் போகட்டும். வெளிய எதையும் காட்டிக்க வேண்டாம்" என்று தயவாகச் சொன்னார்.

அதற்கு இஸ்மாயில் பாய், "எனக்கு மட்டும் என்ன ஆசையா? மாரிமுத்து. புள்ள மேல நீங்க வெச்சுருக்குற அன்புக்கு அல்லா ஒங்களுக்கு நன்மையே செய்வாரு. ஆனா..." என்று இழுத்து நிறுத்தினார்.

மாரிமுத்து, "என்ன பாய் எதுவாயிருந்தாலும் மனசுல பட்டத மறைக்காம சொல்லுங்க" என்று கூறினார்.

இஸ்மாயில் பாய் தொடர்ந்து, "ஒங்க மூனு பேத்தோட பார்வையில நீங்க உண்மைய வெளிப்படுத்த வேண்டாம்னு கேட்டுக்குறது நியாயம் தான். ஆனா, எனக்கொரு கடமையிருக்கே. அத நிறைவேத்தாமப் போனா ஜமீன் ஆன்மா என்னை மன்னிக்காதே" என்று வருத்தத்துடன் சொன்னார்.

மாரிமுத்து நெற்றியைச் சுருக்கிக்கொண்டு, "என்ன சொல்ல வர்றீங்க பாய்?" என்று கேட்டார்.

சற்று பெருமூச்செறிந்த இஸ்மாயில், "ஜமீன்தார் எனக்கு எவ்வளவோ செஞ்சுருக்காரு. இப்ப அவரோட வாரிசுக்கே ஜமீன் சொத்தை மீட்டுக் கொடுக்கலேன்னா, நா நன்றி கெட்டவனாயிடுவேன் மாரிமுத்து" என்று விசுவாசமுள்ள ஊழியனாக எடுத்துச் சொன்னார்.

இதற்கு என்ன பதில் சொல்வதென்று தெரியாமல் மாரிமுத்து, அவர் மனைவி மற்றும் ரகுவரன் மூவரும் விழித்தார்கள்.

மேலும், இஸ்மாயில் சொன்னார், "இதுல இன்னொரு விஷயமும் இருக்குது. ரகுவரனும் தமிழ்ச்செல்வியும் கல்யாணம் பண்ணிக்கிறதுக்கு அந்தக் கிஷோர் பெரிய தடையா இருக்குறான். சாரதா டீச்சரோட மனசைப் பணத்தாசை காட்டிக் கெடுத்து வெச்சுருக்குறான். அந்த அயோக்கியன மொதல்ல இந்த மலைப் பிரதேசத்தை வுட்டு அப்புறப்படுத்தணும். அதுக்கு ரகுவரன் கைக்கு எஸ்டேட்டும் கல்வி நிறுவனங்களும் வர்றதுதான் ஒரே வழி" என்றார்.

அவரது இந்த வாதம் ரகுவரனையும் அவனது வளர்ப்புப் பெற்றோரையும் கொஞ்சம் யோசிக்க வைத்தது.

அவர்களது மௌனத்தைப் பார்த்த இஸ்மாயில் பாய், "இங்க பாருங்க மாரிமுத்து. காசுக்கு ஆசைப்படுற தமிழ்ச்செல்வியோட அம்மா கூட ரகுவரனுக்குப் பொண்ணு குடுக்க யோசிக்க மாட்டாங்க. சின்னஞ்சிறுசுங்க ஒண்ணு சேர்றதுக்கு எந்த பிரச்னையுமிருக்காது" என்று சொன்னார்.

மாரிமுத்துவின் மனைவி அப்போது, "எங்களுக்கு எதுவும் தெரியாது அண்ணா. தமிழ்ச்செல்வி இந்த வூட்டுக்கு மருமகளா வரணும். அவ்வளவுதான்" என்று சொன்னார்.

அதன் பிறகு, இஸ்மாயில் பாய் ரகுவரனிடம், "என்னப்பா இப்ப ஒனக்கு ஜமீன் பொறுப்பை ஏத்துக்குறதுல சம்மதம் தானே" என்று கேட்டார்.

அவன் சரியெனத் தலையசைக்க, இஸ்மாயில் பாய் முகம் மலர்ந்தார். பிறகு, "அப்புறம், இன்னொரு விஷயம் ரகுவரன். இப்போதைக்கு இந்த விவகாரம் எதுவும் நமக்குள்ற இருக்கட்டும்" என்று அவர் சொன்னார்.

உடனே அவன், "பக்ருதீன், தமிழ்ச்செல்வி இவுங்க யாருக்கும் கூட தெரிய வேண்டாமா? அங்கிள்" என்று கேட்டான்.

அவர் கறாராக, "ஆமாப்பா... கண்டிப்பா தெரியக் கூடாது. நா இப்போ வக்கீல் கிட்ட போறேன். சீக்கிரமே நல்லது நடக்கும்" என்று சொன்னார்.

அவர் சொன்னது மட்டுமில்லாமல் அந்த மரப்பெட்டியைப் பத்திரமாக எடுத்துக்கொண்டு உடனே கிளம்பிவிட்டார்.

இதன் பிறகு காரியங்கள் வெகு வேகமாக நடந்தன. இஸ்மாயில் பாய் மூலமாக ரகுவரனுக்காக ஏற்பாடு செய்யப்பட்ட வக்கீல் மளமளவெனக் காரியத்தில் இறங்கினார். பாய் கொடுத்த ஆதாரங்களை வைத்து ஜமீன் வாரிசு அவன் தான் எனக் கோர்ட்டில் வழக்கு தொடுக்க ஆயத்தமானார்.

ரகுவரன் இஸ்மாயில் பாய் சொன்னபடி தமிழ்ச்செல்வியிடமோ பக்ருதீனிடமோ இதுவரை வாயே திறக்கவில்லை.

எப்படியும் தனக்காக வக்கீல் தொடுத்துள்ள வழக்கு விசாரணைக்கு வரும்போது உலகத்துக்கே தெரிந்து விடும். அப்புறம், அதை வைத்துத் தன் நண்பனும் காதலியும் அறிந்துகொள்ளத்தான் போகிறார்கள். அதுவரை நாம் பொறுத்திருப்போம் என்று நினைத்தான்.

ஏனெனில், பலகோடி ரூபாய் பெறுமானமுள்ள ஜமீன் சொத்துகள் பற்றிய விவகாரம் இது. வழக்கு கோர்ட்டில் ஏற்றுக்கொண்டு ரகுவரனை வாரிசாக அறிவிப்பதற்குள் எப்போது என்ன வேண்டுமானால் நடக்கலாம் என்பதால் அமைதி காத்தான். இஸ்மாயில் பாய் அவ்வப்போது அவனுக்கு எச்சரிக்கை தர தவறுவதில்லை.

வீட்டைவிட்டு வெளியே போகாதே. உனக்கு பிடித்தவர்கள் யாரையும் தற்காலிகமாகச் சந்திப்பதை நிறுத்து என்று. எனவே, தமிழ்ச்செல்வியுடனும் பக்ருதீனுடமும் தினமும் ஃபோனில்தான் பேச வேண்டியிருந்தது.

தமிழ்ச்செல்வி கூட சந்தேகமாய் ஃபோனில், "என்ன ரகு, ஒன்னப் பத்தி ஏதோ ரகசியம் பேசுறாங்க இஸ்மாயில் பாயும் ஒங்க அப்பாம்மாவும்னு. அது என்னன்னு தெரிஞ்சுக்கிட்டியா?" என்று கேட்டாள்.

அதற்கு ரகுவரன், "ப்ளீஸ் இப்போதைக்கு என்ன எதுவும் கேக்காதே. இன்னும் முயற்சியிலதான் இருக்குறேன்" என்று சொன்னான்.

அதற்கு அவள், "சரி, அதவுடு. அந்த நாய் கிஷோர் இப்பெல்லாம் நா வூட்ல இருக்கறப்பவே தைரியமா வந்து எங்கம்மா கிட்டப் பேசுறான். எங்கம்மா கிட்ட குடுத்து, தான் வாங்கிகிட்டு வந்த கிஃப்ட்டை எனக்குத் தரச் சொல்றான். எங்கம்மாவும் வாயெல்லாம் பல்லா வாங்கிக்குறாங்க. எனக்கு

ஒவ்வொரு நிமிஷமும் எங்க வூட்ல இருக்குறது நரகமா தெரியுதுடா" என்று கூறினாள்.

ஆறுதலாய் ரகுவரன், "இதுக்கெல்லாம் சீக்கிரமே தீர்வு கெடைக்கும் நீ பெரிசா மனசைப் போட்டுக் குழப்பிக்காதே" என்று சொன்னான்.

அவளும் நம்பிக்கையோடு, "சரி ரகு" என்றாள். ரகுவரன் ஃபோனை கட் செய்தான்.

ஓரிரு நாட்களில், ரகுவரனின் வக்கீல் இஸ்மாயில் பாயிடம் சொல்லி அவனை நேரில் வரவழைத்துப் பார்த்தார். பிறகு, ரகுவரனைத் தன் பொறுப்பில் பாதுகாப்பாகத் தன் வீட்டில் வைத்துக்கொண்டார்.

அடுத்த நாளே, கோர்ட்டில் ஜமீன் வாரிசு உயிரோடு இருக்கிறான் என்று சொல்லி, குத்தகை நிலத்துக்கு உரிமை கொண்டாடி வழக்குத் தொடுத்தார்.

அவரது வழக்கை ஏற்றுக்கொண்ட நீதிபதி உடனடி விசாரணைக்கு உத்திரவிட்டார்.

விஷயம் மெல்ல வெளியே கசியத் தொடங்கிவிட்டது. வழக்கு விவரத்தைக் கேட்டு முதலில் அதிர்ச்சிக்குள்ளானவன் கிஷோர் தான். இருக்காதா பின்னே... ஜமீன் குத்தகை நிலத்தைக் காலகாலத்துக்கும் தனது கம்பெனியின் பெயரில் அனுபவிக்க நினைத்தவனுக்குப் பெரிய அடியல்லவா கிடைத்திருக்கிறது.

யார் அந்த ஜமீன் வாரிசு? இத்தனை வருடங்களாக எங்கிருந்தான்? இப்போது திடீரென்று வந்தான்?

மண்டையைக் குடைந்து குடைந்து விடை தெரியாமல் பைத்தியம் பிடித்தவன்போல் திரிந்தான்.

அந்த வாரிசைப் பற்றிய துப்பு ஏதாவது கிடைக்குமா? என்று பல வழிகளில் முயற்சி செய்தான். எதுவும் புலப்படவில்லை. ஜமீன் தரப்பில் இந்த வழக்கைத் தொடுத்துள்ள வக்கீல் மிக நேர்மையான ஆளாகயிருக்கிறார்.

அவர் மூலமாக ஜமீன் வாரிசை அறிந்துகொள்ளலாம். அவர் எவ்வளவு பணம் கேட்டாலும் தந்துவிடலாம் என்று சில தொடர்புகள் மூலமாக முயற்சி செய்தான். எதுவும் பலனிக்கவில்லை.

அந்த மலைத் தொடர் முழுக்க தேயிலை தோட்டத்தில், கல்வி நிறுவனங்களில் உள்ளவர்கள், பொதுமக்கள் வழக்கு பற்றிய விபரங்கள் அறிந்து பல இடங்களில் பரபரப்பாகப் பேசிக் கொண்டார்கள்.

அவர்களுக்கு ஒருவகையில் ஜமீன் வாரிசு உயிரோடு இருப்பது நிம்மதியாகவே இருந்தது. ஏனெனில், கிஷோர் நிர்வாகப் பொறுப்பை ஏற்ற பிறகு, ஊழியர்களுக்குப் பல வழிகளில் பாதகமாகவே முடிவு எடுத்தான்.

எனவே, இவனிடம் உள்ள சொத்துக்கள் ஜமீன் வாரிசிடம் போனாலாவது தங்கள் பிரச்னைகளுக்குத் தீர்வு கிட்டாதா? என்று நினைத்தார்கள்.

இப்படிப் பலரது எதிர்பார்ப்புக்கிடையில், ஒரு குறிப்பிட்ட நாளில் ரகுவரன் ஜமீன் வாரிசென்று கோர்ட்டில் நிறுத்தப்பட்டான்.

அன்றைய தினம் நீதிமன்றத்தில் கட்டுக்கடங்காத கூட்டம் இருந்தது. பத்திரிகைகள் ஏராளமாய் செய்தியாளர்களை அனுப்பி இருந்தன. உள்ளூர் சேனல்கள் நேரிடையாக ஒளிப்பரப்பு செய்தன. தன் வீட்டு டி.வியில் ரகுவரன் முகத்தைப் பார்த்துவிட்டு தமிழ்ச்செல்வி வியப்பானாள். அவளால் நம்பவே முடியவில்லை. ஆயினும், ஒரு சில கணங்களிலேயே அவள் முகத்தில் ஒரு ஒவ்வாமை தோன்றியது.

அதே நேரம். கிஷோர் நிலையைச் சொல்லவே வேண்டாம். பேயறைந்ததுபோல் கோர்ட்டு வளாகத்தில் நின்றிருந்தான்.

*

28

*ர*குவரன்தான் ஜமீனின் வாரிசு என்று கோர்ட்டில் சொன்னவுடன், நீதிபதி அதற்கான ஆதாரங்களை அவன் தரப்பு வக்கீலிடம் கேட்டார். ஜமீன் தனக்குக் கொடுத்த மரப்பெட்டியை லாயர் மூலமாக இஸ்மாயில் பாய் நீதிமன்றத்தில் சமர்பித்தார். அதைப் பார்த்த நீதிபதி அவரைச் சாட்சி கூண்டிலேறி அந்தப் பெட்டி எப்படிக் கிடைத்ததெனச் சொல்லச் சொன்னார். தனது வாக்குமூலத்தை ஒரு கதைபோல் இஸ்மாயில் பாய் கோர்ட்டில் விவரித்தார். அதைக் கேட்டு நீதிபதி, வக்கீல்கள் உள்ளிட்ட பொதுமக்கள் மிகுந்த வியப்பு எய்தினர். அதன் பிறகு, ரகுவரனின் வளர்ப்பு பெற்றோரான மாரிமுத்துவும் அவர் மனைவியும் விசாரிக்கப்பட்டனர்.

உடனே, நீதிபதி தகுதி வாய்ந்த நிபுணர்களை இஸ்மாயில் பாய் கொடுத்த மரப்பெட்டியில் இருந்த ஆதாரங்களை ஆராயச் சொன்னார். அடுத்ததாய், ரகுவரனுக்குத் தகுந்த போலீஸ் பாதுகாப்பு தருமாறு அவன் வக்கீல் கோர்ட்டில் மனு தாக்கல் செய்தார். நீதிபதி அதை ஏற்றுக்கொண்டு காவல்துறைக்கு உத்திரவு பிறப்பித்தார்.

அடுத்தடுத்த நாட்களில் கோர்ட்டில் பொதுமக்கள் கூட்டம் அதிகரித்தது. வெகு விரைவில் ரகுவரன்தான் ஜமீன் வாரிசு என்பதற்கான இஸ்மாயில் பாய் கொடுத்த ஆதாரங்களை ஆராய்ந்த நிபுணர்கள் குழு நீதிபதியிடம் ஒரு அறிக்கை சமர்ப்பித்தது. அதில், அந்த ஆதாரங்கள் உண்மையானவை என்றும் அதன்படி பார்த்தால்

ரகுவரன் சென்னப்பா டிரேடிங் கம்பெனி நூறாண்டுகளுக்கு முன்னால் குத்தகைக்கு வாங்கிய நிலங்களுக்குச் சொந்தக்காரன் என்றும் சந்தேகத்துக்கு இடமின்றி நிரூபணமாகி விட்டதை தெளிவாகச் சொல்லி இருந்தது.

நீதிபதி அதை ஏற்றுக்கொள்ளவே அரசு தரப்பு தன்னை வழக்கில் இருந்து விடுவித்துக்கொண்டது. இனி, கிஷோருக்கும் தங்களுக்கும் வில்லங்கம் ஏதுமில்லை. ரகுவரன் விஷயத்தில் நீதிமன்றம் சொல்வதைத் தாங்கள் கேட்க தயார் என்று அறிவித்துவிட்டது.

கிஷோர் அடுத்தடுத்து துரித கதியில் நடந்த நிகழ்வுகளால் நிலை குலைந்து போனான்.

ஆனால், அவன் தரப்பில் ரகுவரன் ஜமீன் வாரிசு அல்ல என்று ஒரு சதவீதமும் நிரூபிக்க முடியவில்லை.

எனவே, நீதிமன்றம் ரகுவரனைச் சட்டப்பூர்வமாய் தற்போதைய ஜமீன் சொத்துக்களுக்கு உரிமையாளன் என அறிவிக்க வெகுநேரம் ஆகவில்லை.

ரகுவரன் தரப்பில் ஆஜரான வக்கீல் சற்றும் தாமதிக்காமல் கிஷோரின் சென்னப்பா டிரேடிங் கம்பெனிக்குக் குத்தகை நிலத்தைவிட்டு வெளியேறுமாறு நோட்டீஸ் விட்டார். அவன் கோர்ட்டில் கால அவகாசம் கேட்டான், ஆனால், நீதிபதி அதை நிராகரித்துவிட்டார். வேறு வழியின்றி ஒரு குறிப்பிட்ட நாளில் தான் இதுவரை தன் முன்னோர்கள் வாயிலாகக் கட்டியாண்ட தேயிலை தோட்டங்களைவிட்டும் கல்வி நிறுவனங்களைவிட்டும் அவன் வெளியேறிவிட்டான்.

இதற்கிடையே அவன் மீது ஏகப்பட்ட மோசடி புகார்கள் எழுந்தன. அவை பெரிய பணக்காரர்களிடம் பணம் வாங்கித் திருப்பிச் செலுத்தாதது, வங்கியில் பண மோசடி மற்றும் இளம்பெண்கள் சிலரைக் காதலிப்பதாகச் சொல்லி ஏமாற்றியது என இருந்தன. அவற்றின் மீது நடவடிக்கையெடுக்க உள்ளூர் போலீஸ் கிடுக்கிப் பிடி போடவே அவன் ரகசியமாய் வெளிநாட்டுக்குத் தப்பிச் சென்றுவிட்டான்.

மாரிமுத்து தம்பதி தங்கள் வளர்ப்பு மகன் ரகுவரனுடன் தாங்கள் இத்தனை நாட்களாக வசித்து வந்த தேயிலை தோட்டத் தொழிலாளர்களுக்கான லைன் வீட்டை வெங்கலமேட்டிலிருந்து

காலி செய்துவிட்டு குந்தாவிலிருந்த எஸ்டேட்டுக்குச் சொந்தமான பெரிய பங்களாவுக்குச் சிரித்துக்கொண்டே குடியேறினர்.

இஸ்மாயில் பாய்க்குத் தன் கடமை நிறைவேறி விட்டதென்ற மனநிறைவு ஏற்பட்டது.

ரகுவரனின் உண்மையான தகப்பனாரான பனையூர் ஜமீன்தாரருக்குச் செய்து கொடுத்த சத்தியத்தை நிறைவேற்றிய ஆத்ம திருப்தியுடன் வன்னிப் பள்ளத்திலுள்ள தனது மளிகை கடைக்குத் திரும்பித் தனது வாழ்க்கையைத் தொடர்ந்தார். பக்ரூதினுக்கு எல்லையில்லாத மகிழ்ச்சி. தன் நண்பன் பெரிய தேயிலை தோட்ட அதிபராகவும் தானும் அவனும் படித்த அதே கல்லூரி உள்ளிட்ட கல்வி நிறுவனங்களின் அதிபராகவும் உயர்ந்துவிட்டதைப் பார்த்து அவன் புளங்காகிதம் அடைந்தான்.

சாரதா மாரிமுத்து தம்பதியிடமும் ரகுவரனிடமும் மன்னிப்புக் கேட்டுக்கொண்டு மீண்டும் பழைய மாதிரியே உறவாட வந்துவிட்டார். ஆனால், தமிழ்ச்செல்வி...

இத்தனை நடந்தும் ரகுவரன் கண்ணில் அவள் படவேயில்லை. பலமுறை ஃபோன் செய்த போதும் சுவிட்ச் ஆஃப் என்றே வந்தது. என்ன காரணமாக இருக்கும் எனப் புரியாமல் அவன் தவித்தான். ஆனால், புதிதாய் ஏற்றுக்கொண்ட பொறுப்புகளில் தன்னைப் பொருத்திக்கொள்ள அவனுக்கு நேரம் போதவில்லை.

பக்ருதீனைப் பாறைமடுவுக்கு அனுப்பி அவளைக் கூட்டி வரச் சொல்லலாமா? என்று நினைத்தான். வேண்டாம். அவளுக்கு ஏதேனும் தன் மீது கோபம் இருக்கலாம். முதலில், கோர்ட்டுக்குப் போகும் முன்பே தன்னிடம் அவன்தான் ஜமீன் வாரிசு என்பதை ஏன் சொல்லவில்லை? என்று கேட்பாள். அதற்குப் பக்ருதீனால் சமாதானம் சொல்ல முடியாது. எனவே, அவளைச் சமயம் கிடைக்கும் போது அவனே போய் பார்ப்பதென முடிவெடுத்தான். அப்படித் தமிழ்ச்செல்வியைப் பார்க்கும் போது தன் தோற்றமே மாறியிருக்கும். வெளிநாட்டுக் காரில் டிப்டாப்பாய் போய் இறங்குவான். அதைக் கண்டதும் அவள் பூரித்துப் போவாள். புதிதாக அந்த அழகான முகத்தில் நாணம் பிறக்கும். அப்படியே அவளை அள்ளியணைத்து ஆசை தீர கன்னத்தில், உதட்டில் முத்தம் கொடுக்க வேண்டும் என மனதில் ஏகப்பட்ட கனவுகளை வளர்த்துக் கொண்டான்.

ஆனால், நினைத்ததெல்லாம் அப்படியே நடந்து விடுகிறதா? என்ன...

அன்று காலையில், தூங்கி எழுந்ததுமே தமிழ்ச்செல்வியின் நினைப்பு வந்துவிட்டது. இனியும் ஒரு கணம்கூட அவளைப் பார்க்காமல் இருக்க முடியாது என்ற மனநிலைக்கு வந்துவிட்டான் ரகுவரன். எனவே, இன்று அலுவலகம் போவதில்லை என முடிவு செய்தான். குளித்துச் சாப்பிட்டுவிட்டு அமர்களமாகக் கோட், சூட், டை என ஆடம்பரமாக டிரஸ் போட்டுக்கொண்டான். கார் டிரைவரைத் தவிர்த்துவிட்டான். அம்மாவிடம் மட்டும் தமிழ்ச்செல்வியைப் பார்க்கப் போவதாகச் சொல்லிவிட்டுத் தானே டிரைவ் செய்தபடி பாறைமடுவு நோக்கிப் புறப்பட்டான்.

மனமெல்லாம் உற்சாகம் பொங்கி வழிந்தது. தமிழ்ச்செல்வி எப்படியெல்லாம் தன்னைப் பார்த்ததும் உணர்வாள் என மனக் கண்ணில் சிந்தித்துப் பார்த்தான். உள்ளுக்குள் குளுமையாக இருந்தது. வழியில், ஒரு நல்ல பொக்கே ஷாப் பார்த்து விலையுயர்ந்த ஃப்ரெஷ்ஷான பூச்செண்டு ஒன்றை வாங்கிக்கொண்டான். தமிழ்ச்செல்விக்கா இன்னும் வேறென்னவெல்லாம் வாங்கலாம் என்று யோசித்தான்.

வேண்டாம், இப்போது எதையும் வாங்கத் தேவையில்லை. எப்படியும் இன்று நாள் முழுக்க அவளுடன் தான் என்று முடிவு செய்தாயிற்று. வெளியில் எங்காவது கூட்டிச் செல்லலாம். ஊட்டிக்கு அழைத்துப் போய் தமிழ்ச்செல்வி கேட்டதையெல்லாம் வாங்கித் தரலாம். நல்ல நட்சத்திர ஓட்டலில் சாப்பிட்டுவிட்டு எதாவது படம் பார்க்கலாம்.

புதிதாக தமிழில் என்ன நல்ல படம் வந்திருக்கிறது? என்று யோசித்தான். எதுவும் நினைவுக்கு வரவில்லை. கொஞ்ச நாட்களாய் பொழுது போக்கிற்கு எங்கே நேரம்? அதை பற்றிய சிந்தனையே இல்லாததால் ரிலீஸான திரைப்படங்களைப் பற்றியெல்லாம் தெரிந்துகொள்ள இயலவில்லை.

பக்ருதீனுக்குப் ஃபோன் செய்து அப்புறமாய் கேட்டுக் கொள்ளலாம் என்று விட்டுவிட்டான். அதே சமயத்தில், பாறைமடுவு ஊருக்குள் அவன் கார் நுழைந்தது. யோசித்துக் கொண்டே வந்ததில் வெகு விரைவில் அங்கே வந்துவிட்டது போலத் தோன்றியது. பஸ் நிலையத்தில் இருந்து பிரியும் வலதுப்புற சாலையில் திரும்பினான். பலமுறை பாறைமடுவு வந்ததுதான். ஆனால், இப்போது புதிதாக அங்கே வருவதுபோலத்

தோன்றியது. ஊரின் தெருக்களெல்லாம்கூட இதுவரை பார்த்த மாதிரி இல்லாமல் புத்தம் புதிதாகத் தெரிந்தது. சடுதியில், தமிழ்ச்செல்வியின் வீடு இருக்கும் தெரு வந்துவிட்டது. பிரதான சாலையில் இடது பக்கம் திரும்பியதுமே கூப்பிடு தூரத்தில் அவளும் தாயாரும் வசிக்கும் சிறிய வீடு.

காரைத் தெருவின் ஓரம் பார்க் செய்தான். பொக்கேவை எடுத்துக்கொண்டு இறங்கி வண்டியை 'கிளிக்'கென்று லாக் செய்துவிட்டு அவள் வீட்டை நோக்கி நடந்தான். சொற்ப அடிகளிலேயே வீட்டு வாசலுக்கு வந்துவிட்டான். வெளியே தாழ் போட்டிருந்தது. முக மலர்ச்சியுடன் கதவைத் தட்டச் சாரதா வந்து திறந்து பார்த்துவிட்டு, "வாங்க தம்பி" என்று சிரித்தார். தன் ஷீவைக் கழட்டிப் போட்டுவிட்டு சாவகாசமாக வீட்டுக்குள் நுழைந்து அங்கிருந்த சேரில் அமர்ந்தான்.

அவன் கண்கள் தமிழ்ச்செல்வியைத் தேடின. சாரதா ஒரு செம்பில் குடிக்கத் தண்ணீர் கொண்டுவந்து கொடுத்தார். அவன் குடித்து முடிக்கவும் படுக்கை அறையிலிருந்து வந்து தமிழ்ச்செல்வி எட்டிப் பார்க்கவும் சரியாக இருந்தது.

அவனைப் பார்த்ததும் முகம் கொள்ளாத உற்சாகத்தில் பூவாய் மலர்ந்து அவள் சிரிப்பாள் என்று ரகுவரன் எதிர்பார்த்தான். ஆனால், தமிழ்ச்செல்வியோ வேண்டாத விருந்தாளியைப் பார்த்ததுபோல் முகத்தை வைத்துக்கொண்டாள். மிகுந்த ஏமாற்றமாய் உணர்ந்தான். இருந்தாலும் அவன், "எப்புடியிருக்குறே தமிழ்ச்செல்வி?" என்று ஏமாற்றத்தை முகத்தில் காட்டிக்கொள்ளாமல் தன் கையில் இருந்த பொக்கேவை அவளிடம் கொடுத்தான்.

அவள் வெறுப்பாக முகத்தை வைத்துக்கொண்டு பொக்கேவை வாங்கி அங்கிருந்த சிறு மேஜை மேல் பொத்தென்று வைத்தாள். அவனுக்கு அதிர்ச்சியாக இருந்தது. அப்போதுதான் அவளை நன்றாகக் கவனித்தான். மிகவும் மெலிந்து போயிருந்தாள். பல நாட்கள் தூங்காமல் இருந்ததுபோல் கண்களின் கீழே கருவளையங்கள் தெரிந்தன. தலை பரட்டையாய் வாரப்படாமல் காட்சியளித்தது. இது தமிழ்ச்செல்விதானா? வேறு யாரோவா? என்கிற சந்தேகமே அவனுக்கு வந்துவிட்டது.

அப்போது தற்செயலாய் அவன் கண்கள் சுவற்றிலிருந்த ஒரு அழகான புகைப்படத்தைக் கண்டன. அது அவனுக்குப் பிடித்த

நீலக்குறிஞ்சியின் படம். கொஞ்ச நாட்களாக நீலக்குறிஞ்சியின் ஞாபகமே தனக்கு வரவில்லையே ஏன்? என்று யோசித்தான். மனதுக்குள் திடுமெனத் தவறு செய்ததாகத் தோன்றியது. வழக்கம்போல் பின்னந்தலையில் அடித்துக் கொண்டான்.

பிறகு, மெல்லத் தமிழ்ச்செல்வியிடம் பேச்சுக் கொடுத்தான். "என்னாச்சும்மா, ஏன் என்னை நீ வந்து பாக்கவேயில்லை?" என்று கேட்டான். அவள் சுவற்றில் சாய்ந்துகொண்டு பதில் கூறாமல் அமைதியாக இருந்தாள்.

அவன் தொடர்ந்து, "எத்தனை தடவை நா ஒனக்கு ஃபோன் செஞ்சுருப்பேன் தெரியுமா? நீ எடுக்கவேயில்லையே? எம் மேல எதாவது கோபமா?" என்று கேட்டான்.

அப்போது சாரதா அவனுக்கும் அவளுக்கும் தேநீர் போட்டு எடுத்து வந்தார். அவனிடம் ஒரு டம்ளரைச் சிறிய தட்டில் வைத்து நீட்டினார். ரகுவரன் எடுத்துக்கொள்ளவே, தமிழ்ச்செல்வியிடம் "இந்தாம்மா நீயும் டீ குடி" என்று தட்டிலிருந்த இன்னொரு டம்ளரை அவள் முகத்துக்கு எதிரே நீட்டினார். அவள் வேண்டா வெறுப்பாக, "எனக்கு வேண்டாம். நீயே குடி" என்று வெடுக்கெனக் கூறினாள். ரகுவரன், தமிழ்ச்செல்வியையும் அவள் தாயாரையும் மாறி மாறி பார்த்தான்.

பிறகு, சாரதாவிடம் கேட்டான், "என்னாச்சு ஆன்ட்டி? ஒங்க பொண்ணு ஏன் இப்புடியிருக்குறா? ஏதாச்சும் ரெண்டு பேத்துக்குள்றயும் சண்டையா?" என்று கேட்டான்.

அதற்கு அவர், "அப்புடியெல்லாம் ஒண்ணுமில்ல தம்பி. முன்னையெல்லாம் அந்தப் படுபாவி கிஷோர வெச்சுத்தான் அப்பப்ப சண்டை வரும். இப்பத்தான் அவன் இல்லைன்னு ஆயிடுச்சே" என்றார்.

உடனே ரகுவரன், "அப்புறம் என்ன, தமிழ்ச்செல்வி என்னமோ மாதிரி இருக்காப்லயே?" என்று கேட்டான்.

சட்டென சாரதா, "அத நீயே அவகிட்ட கேளுங்க தம்பி" என்றார். பிறகு, "எனக்கு கடை பக்கம் போற வேலையிருக்குது. நீங்க பேசிக்கிட்டு இருங்க" என்று நாசூக்காக நகர்ந்துவிட்டார்.

அவர் அந்தப் பக்கமா நகர்ந்ததும் தன் கையிலிருந்த டீ டம்ளரைக் கீழே வைத்த ரகுவரன் மெல்ல, தான் அமர்ந்திருந்த

சேரைவிட்டு மெல்ல நகர்ந்து தமிழ்ச்செல்வியின் அருகில் வந்தான்.

அவளைத் தொட தன் கையை நீட்டினான். தமிழ்ச்செல்வி நகர்ந்து அவனுக்கு எட்டாத தூரத்தில் போய் நின்றுகொண்டாள்.

அவன் குழப்பமாய் அவளைப் பார்த்தான்.

பிறகு, மெல்ல, "நா எதாவது தப்பு பண்ணிட்டேனா தமிழ்ச்செல்வி?" என்று பரிதாபமாய் கேட்டான்.

அவளிடமிருந்து எந்த பதிலும் வரவில்லை.

அவன் மீண்டும் குழப்பமடைந்து, "அப்புடியிருந்தாலும் என்ன மன்னிச்சுடும்மா. இப்புடி எதுவும் பேசாம நிக்காதே" என்று தன்மையாகச் சொன்னான்.

அப்போது அவளிடமிருந்து சீற்றமாய் பதில் வந்தது. "ஒன்ன மன்னிக்கிறதுக்கு நா யாரு?" என்று கேட்டாள்.

அவன் அதிர்ச்சியடைந்து "என்ன சொல்றே?" என வினவினான்.

அவள் கண்ணில் நீர் கலங்க சுவற்றில் அழுத்தமாகத் தலையைச் சாய்த்துக்கொண்டு, "பணக்காரங்கள மன்னிக்கிற மலிவான எண்ணம் எனக்கில்லை ரகுவரன். தயவு செஞ்சு இங்கிருந்து போயிடு" எனத் தெளிவாய் கூறினாள்.

அவன் சற்றேரத்தாழ அலறலாகவே, "ஏன் நா இங்கிருந்து போகணும்? நா ஒன் காதலன் இல்லியா? ஒன்ன கட்டிக்கப் போறது நாந்தானே?" என்று கேட்டான்.

உடனே அவள் இரக்கமற்ற குரலில், "இல்லே, என் காதலன் செத்துட்டான். என் ரகுவ நா இழந்துட்டேன். நீ யாரோ... இங்கிருந்து போயிடு" எனச் சத்தமிட்டுச் சொன்னாள்.

தமிழ்ச்செல்வி சொன்ன வார்த்தைகள் ரகுவரனை இடியாகத் தாக்கியது. "ஒனக்கென்ன பைத்தியம் புடிச்சுக்கிச்சா? சின்ன வயசுல இருந்து ஒம் மேல உயிரா இருக்குறவன் நானு. என்ன யாரோன்னு கேக்க ஒனக்கு எப்புடி மனசு வந்துச்சி?" என்று கேட்டான்.

அவள் அதற்குப் பதில் சொல்லாமல் அலட்சியமாய் முகத்தைத் திருப்பிக்கொண்டாள்.

சட்டென அவளை நெருங்கித் தோளைப் பிடித்து உலுக்கினான் ரகுவரன். பிறகு, ஆத்திரமாய் "அடி ராட்சசி. நீயெல்லாம் ஒரு பொண்ணா? ஏன் என்னத் திடீர்னு வெறுக்குற? இதுக்காகவா ஓம் மேல கைய வெச்ச அந்தக் கிஷோர நடு ரோட்ல வெச்சு பொரட்டி எடுத்தேன். போலீஸ்கிட்ட அடி வாங்குனேன். சொல்லுடீ... சொல்லு..." என வினவினான்.

அவள் அவன் கைகளிரண்டையும் தன் இரண்டு கரங்களால் வேகமாய் தோளிலிருந்து நகர்த்திவிட்டாள். பிறகு, "அது நீயில்ல. என்னோட ரகு. எம்மேல தன் உசுரையே வெச்சிருந்த மாரிமுத்து மகன். நீ இப்ப ஜமீன்தார் புள்ள. ஒனக்கும் எனக்கும் எந்தச் சம்பந்தமும் இல்ல. தயவுசெஞ்சு இனிமே என்னப் பாக்க வராதே. எங்கூட ஃபோன்ல பேச முயற்சி பண்ணாதே" என சொன்னாள்.

அவன் ஏதோ கேட்க வாயெடுத்தான். அதற்குள், அவள் செய்த காரியம் பேரதிர்ச்சிக்குள்ளாக்கியது.

தமிழ்ச்செல்வி சட்டென அவன் வாங்கி வந்த பூங்கொத்தை மேஜை மேலிருந்து எடுத்து, வாசலில் தூக்கி வீசினாள்.

அவன், "தமிழ்ச்செல்வி..." என்று அலறினான்.

அவள் தன் உதட்டின் மீது விரலை வைத்து, "உஸ்ஸ்... எதுவும் பேசக் கூடாது. மரியாதையா இங்கிருந்து போயிடு" என்று கையை நீட்டி வாசலைக் காட்டினாள்.

அவன் அதிர்ச்சியிலிருந்து விலகாமல் தயங்கி நிற்க, அவள் "இப்ப போகப் போறியா?" இல்ல கத்தி வூரைக் கூட்டட்டுமா?" என்று இரைந்தாள். தமிழ்ச்செல்வியின் உடம்பெல்லாம் நடுங்கியது. மூச்சு வாங்கியது. வெறி பிடித்தவள்போலத் தெரிந்தாள்.

தன் உடம்பிலிருந்த சத்தெல்லாம் ஒரு நொடியில் தரையிறங்கி விட்டதைப்போல் உணர்ந்த ரகுவரன் கண்கள் கலங்க, மெல்ல வாசலுக்கு வந்து தளர்ந்த நடையில் காரில் ஏறி அமர்ந்து ஸ்டார்ட் செய்து கிளம்பினான்.

*

29

சாரதா, ரகுவரனையும் தமிழ்செல்வியையும் தனிமையில்விட்டு வெளியே கோயிலுக்குப் போய் பொழுதைக் கழித்தவர் இருவரும் பேசி முடித்திருப்பார்கள் என்று கருதி வெகு நேரம் கழித்து வீட்டுக்கு வந்தார். வரும் வழியெல்லாம் அவருக்கு மனம்கொள்ளாத மகிழ்ச்சியில் நிறைந்திருந்தது. கடைசி காலத்தில் மகளுக்கு வருகின்ற புருஷனின் தயவால் வசதியான வாழ்க்கையை வாழ்ந்து விடலாம் என்று நினைத்தவருக்கு ஆண்டவன் 'ஸ்தாஸ்த்து' என்று அப்படியே அருளிவிட்டான். நடுவில் கிஷோர் வந்தது. தமிழ்ச்செல்விக்குப் பிடிக்காமல் போனது இதெல்லாம் ஒரு கனவுபோலத் தெரிந்தது. மகளின் விருப்பமும் தன்னுடைய விருப்பமும் ஒரு சேர நிறைவேறியிருக்கிறது. சீக்கிரமே ரகுவரனுக்கும் தமிழ்ச்செல்விக்கும் திருமணத்தை முடித்துவிட வேண்டியதுதான்.

இப்படியெல்லாம் நினைத்து வந்தவருக்கு வீட்டு வாசலில் சற்று முன் ரகுவரன் கொண்டுவந்த பொக்கே சிதறிக் கிடப்பதைப் பார்த்து அதிர்ச்சி யாயிருந்தது. ஏதோ விபரீதம் தோன்றவே, "தமிழ்ச்செல்வி... தமிழ்ச்செல்வி..." என்று கத்திக் கூப்பிட்டுக்கொண்டே வீட்டுக்குள் நுழைந்தவர், எங்கோ வெறித்துப் பார்த்தபடி கட்டிலில் உட்கார்ந்திருந்த மகளைக்கண்டு முன்னிலும் அதிகமாய் அதிர்ந்து போனார்.

தன் பெண்ணின் வருங்கால கணவன் வந்துவிட்டு போயிருக்கிறான். அதுவும், பலகோடி

சொத்துக்களுக்கு அதிபதியாக. அதுவும் அவள் மனதுக்குப் பிடித்தவன். அப்படியிருக்க, இவள் ஏன் பைத்தியக்காரி மாதிரி கலைந்த தலையுடனும் குத்திட்ட பார்வையுடனும் தென்படுகிறாள். நீண்ட நாட்கள் கழித்துத் தன் காதலிப்பவனைக் கண்டவுடன் ஒரு இளவயது பெண்ணின் மனம் என்ன குதூகலப்படும். இந்நேரம், குறைந்த பட்சம் முகம் கழுவி, ஆடை மாற்றி தானும் சந்தோசப்பட்டு அவன் உள்ளத்தையும் சந்தோசப்படுத்தி இருக்க வேண்டாமா? ஆனால், ரகுவரன் ஆசையாக வாங்கி வந்த பொக்கே வாசலில் அனாதையாகக் கிடக்கிறதே...

சாரதா ஆத்திரமாக, "ஏய் தமிழ்ச்செல்வி... ஒனக்கும் ரகுவரனுக்கும் என்ன பிரச்னை? ஏன், அவன் குடுத்ததை வீதியில வுட்டெறிஞ்சே?" என்று கேட்டார்.

அவள் பதில் பேசவில்லை. சாரதா விடவில்லை, "என்னாச்சுடீ... நா கேட்டதுக்கு ஏன் பதிலே பேச மாட்டேங்குற?" என்று அதட்டலாகக் கேட்டார்.

சட்டென அவர் பக்கம் முகத்தைத் திருப்பி எரித்து விடுவதுபோல் முறைத்த தமிழ்ச்செல்வி, "ஏய், கௌவி... மொதல்ல நா கேக்குறதுக்கு நீ பதில் சொல்லு. யாரைக் கேட்டு அந்தப் பணக்காரனை வூட்டுக்குள்ற வுட்டே?" என்று ஆத்திரமாய் வினவினாள்.

சாரதா, "என்னடீ பேசறே? அவன் நீ விருப்பப்பட்டுக் காதலிச்சவன் தானே?" என குழப்பமானார்.

அதற்கு அவள், "அப்போ கொஞ்ச நாளைக்கி முன்னால வேறொரு பணக்காரன் இதே மாதிரி ஓம் பொண்ணைக் கல்யாணம் பண்ணிக்கிறேன்னு வந்துட்டுப் போனானே, அவன் யாரு?" என வெடுக்கெனக் கேட்டாள்.

சாரதா "அது வந்து..." எனப் பேசத் தடுமாறினார்.

அவள், "அன்னிக்கொருத்தன் கார்ல வந்தான். இன்னிக் கொருத்தன் கார்ல வந்தான். நீயென்ன எனக்கு அம்மாவா, இல்லே புரோக்கரா?" என்று கடுமையாகக் கேட்டாள்.

அவ்வளவுதான். சாரதா கையை ஓங்கிக்கொண்டு வந்தாள், "தமிழ்ச்செல்வி..." என்று சினத்துடன் கத்தியபடியே.

அவள் அசரவில்லை. “என்ன அடிக்கப் போறியா? அதவுட கொஞ்சம் விஷம் வெச்சுக் கொன்னுடு. இந்தக் கொடுமையெல்லாம் பாக்குறதுக்குப் பதிலா போய் சேர்ந்துடறேன்” என்றாள். சாரதா ஓங்கிய கையைக் கீழே இறக்கிவிட்டு, “தமிழ்ச்செல்வி, ஒனக்கு என்னடீ ஆச்சு? ஏன் டீ இப்புடிப் பேசி என்ன வார்த்தையால சித்ரவதைப் பண்றே?” என முகத்தை மூடிக்கொண்டு அழுதார்.

அதற்கு அவள், “இங்க பார். நா எது செஞ்சாலும் என்ன எதுவும் கேக்காதே. அதுக்கு இஷ்டமிருந்தா இங்க எங்கூட இரு. பிடிக்கலேன்னா கோயமுத்தூர் ஒங்க அண்ணன் வூட்டுக்கு இன்னிக்கே போயிடு” என்று கறாராகச் சொன்னாள்.

அவள் பேசிய தொனி சாரதாவுக்கு மிகுந்த அச்சத்தை ஊட்டுவதாக இருந்தது. இருக்கும் கொஞ்ச காலத்தை அனாதையாகக் கழிக்க வேண்டியிருக்குமோ? மனதுக்குள் உதறல் எடுத்தது.

எனவே, அவர் “சரிம்மா, இனிமே நா ஒன்ன எதுவுமே கேக்கல. நீ ஒன் விருப்படி செய்” என வாயைப் பொத்திக்கொண்டு வீட்டு ஹாலில் வந்து அமர்ந்துவிட்டார்.

அவருக்குத் தான் பெற்று வளர்த்த மகளையே புரிந்துகொள்ள முடியவில்லையே என்ற ஆதங்கம் எழுந்தது. தமிழ்ச்செல்வி ஏனிப்படி இருக்கிறாள்? ஏழையாக இருந்த தன் காதலன் ஏதோ அதிர்ஷ்டவசமாகப் பெரிய கோடீஸ்வரனாக வந்து நிற்கிறான். அதைப் பார்த்து ஆனந்தப்படுவதை விடுத்து அவன் கொடுத்த பொக்கேவைத் தூக்கி எரிந்து அவமானப்படுத்தி இருக்கிறாளே. இனி, ரகுவரன் எந்த முகத்தை வைத்துக்கொண்டு இங்கு வருவான். அன்று, காவல்நிலைய வாசலில் அந்தக் கிஷோருக்காகத் தான் பரிந்து பேசி அவமானப்படுத்தியும்கூட அவன் வீடு தேடி வந்திருக்கிறான் என்றால் அதற்கு எவ்வளவு பெரிய மனது வேண்டும்? தன் மகள் படிப்பில் கெட்டிக்காரி. ஆனால், நடைமுறை வாழ்க்கையில் முட்டாளாக இருக்கிறாளே என்று கவலைப்பட்டார். இனி, என்ன நடக்கும்? எனக் கணிக்க முடியாதவராகச் சாரதா நிலைகொள்ளாமல் தவித்தார்.

அதே நேரம் தன் பங்களாவுக்கு வந்த ரகுவரன், உடைகளைக் களைந்து மாற்று உடை அணிந்து கட்டிலில் படுத்தவன், வெகுநேரம் தமிழ்ச்செல்வியின் உதாசினத்தைத்

தாங்க முடியாமல் அழுதான். அவளை உயிருக்கு உயிராக நேசித்தது இதற்குத்தானா? என்ன பெண் இவள். நான் எதையும் தேடிப் போகவில்லை என்று தெரியாதா? இந்த வசதியான வாழ்க்கை தான் கேட்டு வந்ததா?

அவரவர் பிறப்பு யாருடைய கையிலும் இல்லை என்பது அதி புத்திசாலியான அவளுக்குத் தெரியாதா? ஜமீன் வாரிசு என்பது கேட்டுப் பெற்ற வரமா? முதலில், இஸ்மாயில் பாயிடம் கூடச் சொன்னானே. என்னை மாரிமுத்து தம்பதியினரின் மகனாகவே இருக்க விட்டுவிடுங்கள் என்று. ஒருவகையில், தமிழ்ச்செல்வியின் வாழ்க்கையில் வில்லனாகக் குறுக்கே வந்த அந்த அயோக்கியன் கிஷோரை அப்புறப்படுத்த நினைத்துத் தானே ஜமீன் சொத்துக்களுக்கு அதிபதி ஆனான்.

இது ஏன், அவளுக்குப் புரியவில்லை? பணம், கார், பங்களா என்று வசதியான வாழ்க்கை வந்தால்தான் என்ன? அதற்காக அவளைப் புறக்கணித்து விடவில்லை. சமயத்துக்குத் தக்கவாறு மனதை மாற்றிகொண்டு இன்னொரு பெண்ணைத் தேடிப் போகவில்லையே. இந்தக் கணம் வரை அவன் மனம் முழுக்க தமிழ்ச்செல்விதானே நிறைந்திருக்கிறாள், என்னை ஏன் அவள் புரிந்துகொள்ளாமல், நீ பணக்காரன் என்று ஏளனம் செய்கிறாள்? இதெல்லாம், அம்மாவுக்கும் அப்பாவுக்கும் தெரிந்தால் என்ன நினைப்பார்கள்? நினைத்துப் பார்க்கவே அச்சமாக இருந்தது.

அப்போது வெளியே அவன் அறைக்கதவை யாரோ தட்டும் சத்தம் கேட்டது. சட்டென எழுந்து முகத்தைத் துடைத்துக்கொண்டு தாழ்ப்பாளை நீக்கினான்.

அம்மா நின்றிருந்தார்கள். “என்னப்பா தமிழ்செல்வியப் பாக்கப் போயிட்டு சீக்கிரம் திரும்பி வந்துட்டே?” என்று அவர்கள் கேட்டார்கள்.

அவன் இதற்கு என்ன பதில் சொல்வதென யோசித்தான். பிறகு, சட்டென, “அ... அது ஒண்ணுமில்லம்மா. அவளுக்கு ஓடம்பு சரியில்ல. அதான் தொந்தரவு பண்ண வேணாமே என்று சட்டுன்னு கௌம்பிட்டேன்” எனத் தட்டுத் தடுமாறி பொய் சொன்னான்.

அம்மா விடவில்லை, “என்னவாம் அவளுக்கு?” என்று கேட்டார்கள்.

அவனால் இம்முறை தகுந்த பதிலை அவருக்குச் சொல்ல இயலவில்லை. தடுமாறினான்.

தன் மகனைக் கூர்ந்து பார்த்த அவன் தாயார், “மொதல்ல ரூமை வுட்டு வெளிய வா... வந்து சோபாவுல ஒக்காரு” என ரகுவரனின் தோளைப் பிடித்துக் கூட்டி வந்து ஹாலில் அமர வைத்தார்.

அங்கே அப்பா, அவனையே கூர்ந்து பார்த்தபடி உட்கார்ந்திருந்தார். அம்மா, மகனை அவர் பொறுப்பில்விட்டு “ஏங்க, என்னன்னு கொஞ்சம் ரகுவ விசாரிங்க. தமிழ்ச்செல்விய பாக்க இங்கயிருந்து பொறப்பட்டுப் போனப்ப மொகத்துல தெரிஞ்ச சந்தோசம் இப்ப இல்ல. எனக்கென்னவோ அவளுக்கும் இவனுக்கும் நடுவுல என்னமோ நடந்திருக்குன்னு தோணுது” என்று சொன்னார்.

அப்பா வாஞ்சையுடன், “என்னடா கண்ணு?” என்று கேட்டார்.

அதற்கு ரகுவரன், “அதெல்லாம் ஒண்ணுமில்லப்பா. அம்மா ஏதோ கற்பனையா நெனச்சுக்கிட்டுச் சொல்றாங்க” என மழுப்பினான்.

உடனே அம்மா அவசரமாய் குறுக்கிட முனைந்தார். அப்பா தன் கையை நீட்டித் தடுத்துவிட்டார்.

பிறகு, அவன் முகத்தை நேருக்கு நேராக உற்று நோக்கியபடி, “தம்பி... ஒன்ன நாங்க பெக்கலைன்னாலும், கொழந்தைல இருந்து கண்ணுக்கு கண்ணா வளத்தவுங்கடா. எங்களுக்குப் புள்ள முகம் வாடியிருக்குன்னு கணிக்கத் தெரியாதா? மறைக்காம என்ன நடந்ததுன்னு சொல்லுப்பா” என்று வினவினார்.

அவன் அமைதியாக இருந்தான்.

மாரிமுத்து விடாமல் ரகுவரனின் முகத்தை நிமிர்த்தினார். “ஒங் கண்ணெல்லாம் செவந்து இருக்குப்பா. அழுதியா?” எனக் கேட்டதும், அம்மா என்னவோ ஏதோவென்று அழத் தொடங்கிவிட்டார்.

அதற்கு மேலும், அவனால் உண்மையை மறைக்க முடியவில்லை.

தமிழ்ச்செல்வியைப் பார்க்கபோன போது அவள் வீட்டில் என்ன நடந்தது? எனக் கடகடவென ஒப்பித்தான். கேட்க, கேட்க மாரிமுத்து மற்றும் அவர் மனைவி முகத்தில் வேதனை படர்ந்தது. கடைசியாக, அவள் ரகுவரன் கொடுத்த பொக்கேவைத் தூக்கி வாசலில் எறிந்தாள் என்று அவன் சொன்னதைக் கேட்டு அவர்கள் அதிர்ச்சியடைந்தார்கள்.

மனம் தாங்காமல் மாரிமுத்துவின் மனைவிதான் முதலில், "அவளுக்கென்ன பைத்தியம் கித்தியம் புடுச்சுப் போச்சா? என்னா திமுரு" என்று ஆத்திரப்பட்டார்.

பிறகு, அவரே சொன்னார். "அவ நம்ப வூட்டுக்கு மருமகளா வரணும்னு எல்லாரும் எவ்வளவு ஆசப்பட்டோம். கொஞ்சமாவது அத நெனைச்சுப் பாத்தாளா? அப்புடியென்ன இவ லட்சணத்துக்கு எம் மவன் கொறைஞ்சுப் போயிட்டா..." என்று தனது செல்போனை எடுத்து தமிழ்ச்செல்விக்குப் பேசப் போனார்.

ரகுவரன் பதறிப்போய் அப்பாவைப் பார்த்தான்.

அவர் சட்டெனத் தான் அமர்ந்திருந்த சோபாவிலிருந்து எழுந்து வந்து தன் மனைவியின் கையிலிருந்த செல்போனை வாங்கினார்.

அவர் மனைவி ஆத்திரம் தணியாமல், "ஏன் புடுங்குனீங்க. அவளச் சும்மா வுடக்கூடாது" என்றார்.

மாரிமுத்து, "ஏம்மா அந்தப் பொண்ணு நாம ஏழையா இருந்தப்பவே ரகுவரன் மேல உசுரா இருந்தா. நமக்குப் பணம் வந்ததும் ஏன் இப்புடி நடந்துக்குறா? யோசிக்க வேணாமா? எந்தப் பொண்ணாவது சட்டுன்னு மனசு மாறுவாளா?" என்று தன் மனைவியைச் சிந்திக்கத் தூண்டினார்.

அந்த அம்மாள் தன் கணவர் சொன்னதைக் கேட்டதும் சற்று தணிந்தார்.

அவர் முகத்தில் ஏராளமாய் குழப்பம் தெரிந்தது. பிறகு, "எனக்கு ஒண்ணும் புரியலையே. ஒங்க ரெண்டு பேத்துல யாராவது ஒருத்தர் எனக்குப் புரிய வைங்களேன்" என்றார்.

மாரிமுத்து, "தமிழ்ச்செல்வியோட வெறுப்புக்குக் காரணம் என்னன்னு ஒனக்கு ஏதாவது அர்த்தம் வெளங்குதா? தம்பி..." என்று மகனிடம் கேட்டார்.

அவன் சற்று யோசித்து, “அவ சொன்னதுல எனக்குப் புரிஞ்சது இதுதாம்பா” என்று சொன்னான்.

உடனே அவர், “சொல்லு...” என அவனைத் தூண்டிவிட்டார்.

ரகுவரன், “நான் ஜமீன் வாரிசா இந்த எஸ்டேட், காலேஜ் எல்லாத்துக்கும் சேர்மன் ஆனது அவளுக்குச் சுத்தமா புடிக்கலப்பா. அதான் என்ன வெறுக்குறா” என்றான்.

மாரிமுத்து, “எனக்கும் அப்புடித்தான் தோணுதுப்பா” என்று மனைவியைப் பார்த்தார்.

மாரிமுத்து மனைவி தன் தாடையில் கை வைத்துக்கொண்டு “இந்தக் காலத்துல இப்புடியும் ஒரு பொண்ணு இருப்பாளா? என்ன...” என்று நம்ப முடியாமல் பேசினார்.

ரகுவரன், “பணக்காரங்கன்னாவே மோசமானவுங்கன்னு தமிழ்ச்செல்வி, மனசுல ரொம்ப ஆழமா நெனைக்கிறா. நாளைக்கி நானும்கூட அப்புடி மாறலாம்ல. அதனாலதான் அப்புடியொரு வெறுப்பு அவளுக்கு எம் மேல” என்று அம்மாவிடமும் அப்பாவிடமும் பொதுவாகச் சொன்னான்.

மாரிமுத்து அதைக்கேட்டு மிகவும் பெருமைப்பட்டார். “கண்ணு, இப்புடியொரு நல்ல பொண்ணு எங்க தேடினாலும் கெடைக்க மாட்டாடா. காச பெருசா நெனைக்காம. பணக்காரனா எம்மூட்டு வாசப்படிய மெதிக்காதன்னு சொல்ல எவ்வளவு மனப் பக்குவம் வேணும். அவள நீ பொண்டாட்டியா அடையறதுக்கு நீ குடுத்து வெச்சுருக்கணும்டா ரகு” என்று கூறினார்.

பிறகு, “செத்துப் போன தமிழ்ச்செல்வியோட அப்பா எவ்வளவு நல்லவரோ, அத வுடவும் இவ நல்லவடா” என்று மேலும் அவர் தொடர்ந்தார்.

அப்போது ரகுவரன், “அதெல்லாம் சரிதாம்பா. இப்ப தமிழ்ச்செல்விய எப்புடிச் சமாதானப்படுத்துறது? முகம் கொடுத்தே பேச மாட்டேங்குறாளே...” என்று வினவினான்.

அதற்கு மாரிமுத்து சற்று யோசித்தார். அவர் முகத்தையே மனைவியும் மகனும் பார்த்துக் கொண்டிருந்தனர்.

கொஞ்ச நேரம் கழித்து அவர், “நாளைக்கி நானு ஒங்கம்மா, இஸ்மாயில் பாய், அவர் சம்சாரம் எல்லாருமா போயி அந்தப் பொண்ணுக்கிட்ட பேசுவோம். அவ மனசுல பணக்காரங்க

மேல இருக்குற வெறுப்ப மாத்த முயற்சி செய்வோம்” என்று சொன்னார்.

அதற்கு நம்பிக்கையில்லாமல், “அது முடியுமாப்பா?” என்று கேட்டான்.

உடனே அவர், “நம்பிக்கை தாம்பா வாழக்கை” என்றார்.

அவனுக்கும் அதைத் தவிர வேறு வழியில்லை என்று தோன்றியது.

எனவே, அவர்கள் முயற்சி வெற்றி பெறட்டும் என மனதார வாழ்த்தினான்.

அன்று இரவு, ரகுவரன் பக்ருதீனுக்கு ஃபோன் போட்டான். அவனிடம் தான் இன்று காலை தமிழ்ச்செல்வி வீட்டுக்குப் போனது, அங்கு நடந்தது, பிறகு, தன் வீட்டில் அப்பா, அம்மாவுடன் நடந்த உரையாடல் என எல்லாவற்றையும் சொன்னான்.

அதற்குப் பக்ருதீன், “நீ இவ்வளவு தூரம் சொல்றதப் பாத்தா எனக்கென்னவோ தமிழ்ச்செல்வியச் சமாதானப்படுத்துறது கஷ்டம்னு” என்று கூறினான்.

அதிர்ந்து போன ரகுவரன், “என்னடா இப்புடிச் சொல்றே?” எனப் பதட்டப்பட்டான்.

பக்ருதீன், “ரகு நா சொல்றனேன்னு தப்பா நெனைச்சுக்காத. ஒனக்குத் தமிழ்ச்செல்வி வேணும்னா இந்த ஜமீன் சொத்த மறந்துரு”

அதற்கு ரகுவரன், “டேய், நானா இந்தச் சொத்துக்கு ஆசைப்பட்டேன். ஒங்கப்பாதானேடா ஜமீன் வாரிசு நீ, அந்தச் சொத்தை நீதான் அனுபவிக்கணும்னு கஷ்டப்பட்டு வாங்கிக் கொடுத்தாரு” என்று பாவமாக சொன்னான்.

பக்ருதீன், “அதெல்லாம் சரி ரகு. ஒன்னோட பெத்தவுங்களுக்கு நீ செய்ய வேண்டிய கடமையச் செஞ்சுட்டே. ஆனா, அதுக்கு ஒன்னோட காதலி ஒத்துக்கலையே. என்ன செய்யப் போறே?” என்று கேட்டான்.

ரகுவரன், “நீங்க எல்லோருந்தாண்டா தமிழ்ச்செல்விய சமாதானப்படுத்தி எனக்குக் கட்டி வெக்கணும்” எனப் பரிதாபமாகக் கூறினான்.

எதிர் முனையில் பேச்சுச்சத்தம் கேட்கவில்லை. பக்ருதீன் மௌனமாக இருக்கிறான் என்று தெரிந்தது.

உடனே, ரகுவரன் "டேய் பேசுடா. ஏன் டா திடீர்னு கம்முனு ஆயிட்டே?" என உசுப்பினான்.

அதற்குப் பக்ருதீன், "நா வேணும்னா நாளைக்கி ஒங்கப்பா, எங்கப்பாம்மாகூட தமிழ்செல்வி வூட்டுக்குப் போயிட்டு வர்றேன் டா. இதத் தவுத்து என்னால ஒண்ணும் செய்ய முடியாது" என்று ஃபோனைக் கட் செய்தான்.

ரகுவரனுக்குப் பூமி பிளந்ததுபோல் இருந்தது. பக்ருதீன் எதையும் யோசிக்காமல் பேச மாட்டான். அவன் சொன்னதுபோலத் தமிழ்ச்செல்வியைச் சமாதானப்படுத்த முடியாதோ? அவளைப் பிரிவதைத் தவிர வேறு வழியில்லையோ? யோசிக்க, யோசிக்க கடும் மன உளைச்சலுக்கு உள்ளானான்.

*

30

மறுநாள் காலை. ரகுவரனைத் தவிர்த்துவிட்டு, அவன் பெற்றோரும் இஸ்மாயில் குடும்பத்தாரும் ஒரு காரில் பாறைமடுவுக்கு வந்தார்கள். ஆனால், தமிழ்ச்செல்வியின் வீட்டுக்குப் போன பின்னால், கதவில் பூட்டு தொங்குவதைப் பார்த்துவிட்டு அம்மாவும் மகளும் எங்கு போனார்கள்? அவர்களுக்கு இன்று வரப் போகிறோம் என்று முன் கூட்டியே தகவல் தெரிவித்திருக்கலாமோ? என யோசித்தார்கள். அவர்கள் குழப்பமாக யோசனையில் ஆழ்ந்திருப்பதைப் பார்த்துவிட்டு பக்ருதீன் சொன்னான். தான் ஏற்கனவே தமிழ்ச்செல்விக்கு ஃபோன் செய்து இன்று அவர்கள் வீட்டுக்கு வரவிருப்பதைத் தகவலாகச் சொல்லிவிட்டதை.

அனைவரும் அதிர்ச்சியானார்கள். அப்படியிருந்தும் சாரதாவும் தமிழ்ச்செல்வியும் எங்கே போய்விட்டார்கள்?

மாரிமுத்துதான், முதலில் "ஏன், இவுங்க இப்புடிப் பண்றாங்க? பிடிக்கலேன்னா, வர வேண்டாம்னு நேத்தே பக்ருதீன்கிட்ட தமிழ்ச்செல்வி சொல்லியிருக்கலாமே" என்று பேசினார்.

அதற்கு அவர் மனைவி, "ஆமாங்க, இது நம்பள அவமானப்படுத்துற மாதிரியில்ல இருக்குது?" என்று ஆதங்கப்பட்டார்.

உடனே மாரிமுத்து, "ஒருவேளை பக்கத்துல எங்கியாவது போயிருக்கலாமோ?" என மனைவியைச் சமாதானப்படுத்தும் நோக்கத்தில் பேசினார்.

அவர் சொன்னதை ஆமோதிப்பதுபோல் இஸ்மாயில் பாய், "எதுக்கும் கொஞ்ச நேரம் காத்திருந்து பாக்கலாம் மாரிமுத்து" என்றார்.

அப்போது அவர் மனைவி, "பக்ருதீனை வுட்டு தமிழ்ச்செல்விக்கு ஃபோன் போட்டு பேச சொல்லலாங்க" என்று யோசனை தெரிவித்தார்.

அதை அனைவரும் ஏற்றுக் கொண்டார்கள். உடனே பக்ருதீன் தன் செல்போனிலிருந்து தமிழ்ச்செல்வியை அழைத்தான்.

எல்லோரும் அவன் முகத்தையே பார்த்துக் கொண்டிருந்தார்கள். எதிர்முனையில், சுவிட்ச் ஆஃப் எனப் பதிவு செய்யப்பட்ட குரல் கேட்டது. மீண்டும் ஓரிரு முறை அவன் முயற்சி செய்து பார்த்தான். ஆனால், பலனில்லை. பக்ருதீன் ஏமாற்றமானான்.

அவன் முகம் போன போக்கைப் பார்த்துவிட்டு இஸ்மாயில் பாய், "என்னாச்சுப்பா?" என்று விசாரித்தார். பக்ருதீன் அவரிடம் தமிழ்ச்செல்வி தன் ஃபோனை அணைத்து வைத்திருப்பதைச் சொன்னான். அவள் திட்டமிட்டே தங்களை அவமானப்படுத்துவதாக அனைவருக்கும் உறுதியான எண்ணம் வந்துவிட்டது.

அப்போது, பக்கத்து வீட்டுப் பெண்மணி வந்து இரண்டு வீட்டுக்கு நடுவிலிருந்த கற்களால் எழுப்பப்பட்ட சின்ன காம்பௌண்ட் பின்னிருந்து எட்டிப் பார்த்தார். "என்னங்க வேணும்?" என்று பொதுவாக விசாரித்தார்.

பக்ருதீன் அந்த நடுத்தர வயது பெண்ணிடம், "நாங்க இந்த வூட்ல குடியிருக்குற சாரதா டீச்சரையும் அவுங்க பொண்ணையும் பாக்க வந்தோம். வூடு பூட்டியிருக்குதே, எங்கப் போனாங்க?" என்று கேட்டான்.

அதற்கு அவர், "அவுங்க காத்தாலயே வூடு பாக்கக் கோயமுத்தூர் கெளம்பிப் போனாங்க. ஒங்களுக்குத் தெரியாதா?" என்று பதிலுக்குக் கேட்டார்.

கோயமுத்தூருக்கு வீடு பார்க்கவா? அப்படியென்றால், சாரதாவும் தமிழ்ச்செல்வியும் இந்த ஊரைவிட்டு போகப் போகிறார்களா? சற்று அதிர்ச்சியுடன் மாரிமுத்துவின் குடும்பமும் இஸ்மாயிலின் குடும்பமும் ஒருவரையொருவர் பார்த்துக் கொண்டார்கள்.

பக்ருதீன் அந்த பெண்ணிடம் ஏதோ சொல்ல வாயெடுக்க, அவனைக் கை நீட்டி மாரிமுத்து தடுத்தார். தானே அந்த அம்மாளிடம், “எங்களுக்கு எதுவும் தெரியாதுங்க. அதனாலதான் இங்க வந்தோம். நீங்க கொஞ்சம் வெவரமா சொல்ல முடியுமா?” என்று கேட்டார்.

அதற்கு அந்தப் பெண்மணி, “எங்க பொண்ணு சாரதா டீச்சர்கிட்ட டியூஷன் படிக்குறா. இனிமே வர வேண்டாம்னு சொல்லிட்டாங்க. எம் பொண்ணு வந்து சொன்னா. அப்பத்தான் நா டீச்சர்கிட்ட ஏன்னு வெசாரிச்சேன். அவுங்க இந்த மாதிரி சொன்னாங்க” என்று சொல்லி நிறுத்தினார். சற்று இடைவெளிவிட்டு அவரே, “கொஞ்ச நாளாவே அம்மா பொண்ணு ரெண்டு பேத்துக்குள்ற என்னமோ சண்டபோல. கத்திக்கிட்டே கெடந்தாங்க. சில சமயம் அவுங்க போடுற சத்தம் எங்க வூடு வரிக்கும் கேக்கும். அந்தப் பொண்ணுதான் அம்மாவ கட்டாயப்படுத்தி இங்கிருந்து கோயமுத்தூருக்குக் கௌப்பி கூட்டிட்டுப் போகும்போல” என்று தொடர்ந்தார்.

அவர்கள் தகவல் சொன்னதற்காக அந்தப் பெண்ணுக்கு நன்றி சொல்லி அனுப்பி வைத்தார்கள். பிறகு, தங்களுக்குள் ஏதும் பேசிக்கொள்ளாமல் காருக்கு வந்தார்கள். அந்தக் கார் புதிதாக ரகுவரனால் வாங்கப்பட்டிருந்தது. சற்று வசதியான பெரிய கார். அதில், குந்தாவிலிருந்து பாறைமடுவுக்குப் பயணம் செய்துவர அனைவருக்கும் உற்சாகமாய் இருந்தது. இப்போது அதில், திரும்பிப் போகக் கசப்பாய் தோன்றியது.

பயணத்தின் போது மாரிமுத்து, “தமிழ்ச்செல்வி இனிமே நம்ப மூஞ்சிலயே முழிக்கக் கூடாதுன்னு முடிவு பண்ணிட்டாப்போல” என்று சொன்னார்.

அதற்கு இஸ்மாயில் பாய், “ஆமாங்க மாரிமுத்து. மனசுக்கு ரொம்ப கஷ்டமா இருக்குது” என்று வருத்தப்பட்டார்.

அவர் மனைவி சற்று வெறுப்பாக, “இப்ப என்ன நடந்து போச்சுன்னு இந்தப் பொண்ணு வூரை வுட்டு போறா? கோயமுத்தூர் வேண்டாம்னுதானே மலைக்கு வந்தாங்க. மறுக்கா அங்கியே போயி என்ன பண்ணப் போறாங்க” என்று சொன்னார். உடனே மாரிமுத்து மனைவி, “என்னமோ பண்ணிட்டு போறாங்க அண்ணி. அதுப்பத்தி நமக்கென்ன வந்துச்சு. நாம எவ்வளவு தூரம் அவ மேல பாசம் காட்டுனோம். கொஞ்சமாச்சும் நன்றி இருக்குதா?” என்றார்.

மனைவி அப்படிப் பேசியது மாரிமுத்துவுக்குப் பிடிக்கவில்லை. என்னயிருந்தாலும் தமிழ்ச்செல்வி இறந்து போன தன் நண்பரின் மகள் அல்லவா? எனவே, அவளுக்குப் பரிந்துகொண்டு வந்தார். "சும்மா வாய்க்கு வந்தபடிக்குப் பேசாத சரோஜா. அந்தப் பொண்ணுக்கு நம்ப மேல வெறுப்பில்ல. நம்பளுக்குப் புதுசா வந்த பணத்து மேலதான் வெறுப்பு. அதத் தனக்குத் தெரிஞ்ச வழியில அவ காட்டுறா அவ்வளவுதான்" என்று சொன்னார்.

அவர் மனைவி, "இப்ப என்ன, பணம் வந்தவுடனே நாம ஏதாவது அவக்கிட்ட வித்தியாசமா நடந்துக்கிட்டமா? ஏற்கனவே, பேசி வெச்ச மாதிரி ரகுவரனுக்குக் கல்யாணம் முடிக்கத்தானே நெனைக்குறோம்" என்று விடவில்லை.

மாரிமுத்து, "அவளுக்குன்னு ஒரு மனசு இருக்குல்ல. அத நாம்ப புரிஞ்சுக்கணும் இல்ல" என்று சொன்னார்.

அவர் மனைவி பதிலுக்கு ஏதோ பேச முற்பட்டார். அதற்குள் பக்ருதீன் குறுக்கே வந்தான். "அத்தே மத்த பொண்ணுங்க மாதிரியில்ல தமிழ்ச்செல்வி. கோயமுத்தூர்ல அவுங்க தாய்மாமன் பெரிய பணக்காரரு. அவரையே ஏதோ காரணத்தால வெறுத்துட்டுத்தான் இங்க அம்மாவோட அவ வந்தா. கிஷோர் தன் பணத்தைக் காட்டி மயக்கப் பாத்தான். அவனோட பணக் கொழுப்பை அவ வெறுத்தா. நாளைக்கி ரகுவரன்கூட அப்புடி மாற வாய்ப்பு இருக்குல்லியா? அதுனாலதான் தமிழ்ச்செல்வி அவனையும் ஒங்களையும் வெறுத்து ஒதுக்குறா" என்றான்.

அப்போது இஸ்மாயில் பாய் வருத்தத்துடன், "என்ன இப்புடி ஆயிடுச்சு. ஜமீன் சொத்துக்கள் கெடைக்குறது மூலமா கிஷோரோட டார்ச்சர்ல இருந்து தமிழ்ச்செல்விக்கு விடுதலை கெடைக்கும். ரகுவரனும் அவளும் ஒண்ணு சேர்றதுல ஒரு தடையும் இருக்காதுன்னு நெனைச்சோம். இப்போ அந்தக் காசு பணமே எதிரியாயிடுச்சே" என்று கூறினார்.

மாரிமுத்து அவரைச் சமாதானப்படுத்துவதுபோல், "வுடுங்க பாய். தமிழ்ச்செல்விய நாம சரி பண்ணிடலாம்" என்று சொன்னார்.

அதற்கு இஸ்மாயில் பாய், "ஒங்க நம்பிக்கை கெட்டுப் போகாம இருந்தா நல்லதுதான் மாரிமுத்து. ஆனா..." என்று மேலும் சொல்லத் தயங்கினார்.

எல்லோரும் அவர் முகத்தையே பார்த்தார்கள். அதில், இனம் புரியாத பீதி நிலவுவதைக்கண்டு திடுக்கிட்டார்கள். குறிப்பாக, மாரிமுத்துவும் பக்ருதீனும் அடுத்து அவர் என்ன சொல்லப் போகிறார் என்பதை உணர முடியாமல் போனாலும், ஏனோ அச்சப்பட்டார்கள்.

மாரிமுத்து, "சொல்லுங்க பாய். ஏன், நிறுத்திட்டீங்க? எதுவா யிருந்தாலும் மனசுல இருக்குறத கொட்டிடுங்க. ஒங்க முகத்துல ஏதோ கெட்ட சகுனம் தெரியுது" என அவசரப்படுத்தினார்.

இஸ்மாயில் பாய், "இன்னிக்கி தூங்கி எந்திருச்சதுல இருந்தே எம் மனசு ஒரு நிலையில இல்ல மாரிமுத்து. ஒரே போராட்டமா நிலைகொள்ளாம தவிக்குது. நம்ப கொழந்தைங்களுக்கு என்ன கெடுதி வரப் போகுது தெரியலையே" என்று அரற்றினார்.

பக்ருதீன், "வாப்பா என்ன பீதியக் கௌப்புறீங்க? ரகுவரனுக்கும் தமிழ்ச்செல்விக்கும் ஒண்ணும் வராதுப்பா. அவுங்க நல்லா இருப்பாங்க" என்று தந்தையைக் கண்டிப்பதுபோலச் சொன்னான். ஆனாலும், அவன் குரல் அவனுக்கே பலவீனமாய் தெரிந்தது.

அவர்கள் பேச்சில் அதுவரை குறுக்கிடாமல் இருந்த பெண்கள் இருவரும் அழும் நிலைக்கு வந்துவிட்டார்கள்.

மாரிமுத்துவின் மனைவி, "ஆம்புளைங்க எல்லோரும் என்ன பேச்சு பேசிக்கிட்டு வர்றீங்க? அந்த ஓடுகாலி எங்கயோ அவுங்கம்மாளோட போய் தொலையட்டும். இதுல எம் புள்ளைக்கி என்ன வரப் போகுது. அவன் ராஜா மாதிரி இன்னொருத்திய கட்டிக்கிட்டுகூட நல்லா பொழைப்பான். கொஞ்சம் சும்மா இருங்க. அது போதும்" என்று சத்தம் போட்டார். ஆனால், என்னவோ அவர் உடல் நடுங்கியது. அதை அருகில் இருந்த சாயிராபானு உணர்ந்து மெல்ல ரகுவரனின் தாயாரைத் தன் தோளில் சாய்த்துக்கொண்டார்.

உடனே அவர், "ஏங்க, என்ன இது! சட்டுன்னு எல்லாரையும் பீதி கிளப்பி வுட்டுட்டீங்களே... பாருங்க, அண்ணி எவ்வளவு பயந்து போயி இருக்குறாங்கன்னு" என்று தன் கணவன் மீது கோபப்பட்டார்.

அதற்கு இஸ்மாயில் பாய், "இல்ல சாயிரா, மாரிமுத்து மனசுல இருக்குறதச் சொல்லிடுங்கன்னு கேட்டதாலதான் நா

பேசுனேன். மத்தபடி யாரையும் பயப்படுத்துறது என்னோட நோக்கமில்ல" என்று வருத்தம் மேலிட சொன்னார்.

கொஞ்ச நேரம் யாரும் எதுவும் பேசிக்கொள்ளவில்லை. பக்ருதீன் அவ்வளவு சீக்கிரம் தன் தந்தை அச்சமூட்டும்படி எதையும் பேச மாட்டார். தன்னையறியாமல்தான் மனதில் பட்டதைச் சொல்லிவிட்டார் என்றுதான் நினைத்தான். ஆனாலும், இன்னதென்று தெரியாத இனம் புரியாத பயம் அவனுக்கும் உள்ளுக்குள் உறைத்தது.

அவர்கள் சென்ற கார் முதலில் வன்னிப்பள்ளத்தில் இஸ்மாயில் பாய், அவர் மனைவியை இறக்கிவிட்டு, குந்தாவில் உள்ள ரகுவரன் பங்களாவுக்குப் புறப்பட்டது. பக்ருதீன் தன் பெற்றோரிடம் நண்பனைப் பார்த்துவிட்டு பிறகு வீட்டுக்கு வருவதாகச் சொல்லிவிட்டான். அவர்களும் சரியெனத் தலையசைத்துவிட்டார்கள்.

ரகுவரன் தன் பங்களாவில், தமிழ்ச்செல்வியின் வீட்டில் என்ன நடந்ததெனத் தெரிந்துகொள்ள ஆவலுடன் வழி மேல் விழி வைத்துக் காத்திருந்தான். கார் வந்து நிற்கும் சத்தம் கேட்டவுடனே பரபரப்பாக வெளியே வந்து எட்டிப் பார்த்தான்.

காரைவிட்டு முதலில் இறங்கிய மாரிமுத்துவும் அவர் மனைவியும் அவனிடம் எதுவும் பேசாமல், முகத்தைத் தொங்கப் போட்டுக்கொண்டு அவர்களது அறைக்குப் போய்விட்டார்கள். அவனுக்குத் தன் பெற்றோரின் நடவடிக்கை ஏமாற்றமாக இருந்தது. அதே சமயம், பக்ருதீனைப் பார்த்ததும் ஆவலாக அவனருகே ஓடிப் போய், "டேய், என்னடா நடந்தது? அம்மாவும் அப்பாவும் ஏன் ஒண்ணுமே பேசாமப் போறாங்க" என்று கேட்டான்.

அதற்குப் பக்ருதீன், "எதுவும் நடக்கலடா, அப்புடி இருக்கும் போது அவுங்க ஒங்கிட்ட என்னத்தப் பேசுவாங்க?" என்று முகத்தைச் சோகமாக வைத்துக்கொண்டு பதில் சொன்னான்.

அவனைக் கையைப் பிடித்து இழுத்துக்கொண்டு தன் அறைக்குச் சென்றான் ரகுவரன். பக்ருதீனைத் தன் படுக்கையில் அமர வைத்து, "டேய், தமிழ்ச்செல்விய எல்லாரும் பாத்தீங்களா? கல்யாண விஷயத்தப் பத்தி என்ன சொன்னா?" என்று பரபரத்தான்.

அதற்கு அவன், "அவ வூட்லயே இல்லயேடா" என்றான்.

குழப்பமாக ரகுவரன், "ஏன், நீ ஃபோன் பண்ணி சொன்னேல்லியா, அதுக்கப்புறமும், தமிழ்ச்செல்வி எங்க போனா?" என்று வினவினான்.

பக்ருதீன், "அவளும் அவுங்கம்மாவும் வூடு பாக்க கோயமுத்தூர் கிளம்பிப் போயிட்டாங்க. நாங்க போனப்ப கதவுல பூட்டுதான் தொங்குச்சு" என்றான்.

மிகவும் அதிர்ச்சியான ரகுவரன், "என்னடா சொல்றே? கோயமுத்தூர்ல வூடு பாக்குறாங்களா...?" என வினவினான்.

அதற்குப் பக்ருதீன், "ஆமாண்டா ரகு. நாங்க அங்க போனப்ப தமிழ்ச்செல்வியோட பக்கத்து வீட்டுக்காரங்கதான் வெவரம் சொன்னாங்க" என்று பதில் சொன்னான்.

பக்ருதீன் சொன்னதைக்கேட்டு ரகுவரன் கொஞ்ச நேரம் எதுவும் பேசவில்லை. பிறகு, சன்னமான குரலில், "அப்போ அவ என்னை வுட்டு நிரந்தரமாவே பிரியறதுன்னு முடிவு பண்ணிட்டாளா?" என்று அரற்றினான்.

ஆறுதலாக அவன் தோளைத் தொட்ட பக்ருதீன், "ஆமாண்டா ரகு. நீ சொன்னது சரிதான்" என்றான்.

ரகுவரன் குரல் தழுதழுக்க, "ஏன் டா அவ என்னை இநத அளவுக்கு வெறுத்துட்டா?" என்று கேட்டான்.

பக்ருதீனுக்கு அவனைப் பார்க்க பரிதாபமாய் இருந்தது.

பிறகு, "நாந்தான் அன்னிக்கே சொன்னனேடா, அவ ஒன்ன வெறுக்கல. ஒங்கிட்ட புதுசா வந்து சேந்திருக்குற பணத்தைத்தான் வெறுக்குறா" என்று சொன்னான்.

உடனே, ஆமாம் என்பதுபோல் தலையசைத்து தன் நண்பன் சொன்னதை ஏற்றுக்கொண்டான் ரகுவரன்.

பிறகு, அவன் சற்று நேரம் தீவிரமாக எதையோ யோசித்தான். பக்ருதீன் அதைக் கலைக்க விரும்பாதவன்போல் அமைதி காத்தான். நிமிடங்கள் கரைய ஆரம்பித்தன.

பிறகு, மெல்ல இயல்பு நிலைக்குத் திரும்பிய ரகுவரன், "நா ஒரு முடிவுக்கு வந்திருக்குறேன் பக்ரு" என்று சொன்னான்.

அதற்கு அவன், "எதுவாயிருந்தாலும் நீயும் தமிழ்ச்செல்வியும் ஒருக்காலும் பிரியக் கூடாது" என்று கேட்டுக்கொண்டான்.

ரகுவரன் தன் தோள் மேலிருந்த தன் நண்பனின் கையை வாஞ்சையோடு பற்றிக்கொண்டு, "நிச்சயமா நாங்க ரெண்டு பேரும் பிரிய மாட்டோம். செத்தாலும் ஒண்ணாதான் சாவோம்" என்று சொன்னான்.

திடீரெனத் தீயை மிதித்ததுபோல் திடுக்கிட்டுப் போனான் பக்ருதீன். தன்னையறியாமல் ரகுவரன் வாயைப் பொத்திவிட்டுக் கெஞ்சும் குரலில், "இப்புடியெல்லாம் பேசாதடா" என்று சொன்னான். பிறகு தன்னையறியாமல், "நானே எங்கப்பா சொன்னதக் கேட்டு பீதில இருக்குறேன்" என்று கூறிவிட்டுத் தன் தவறை உணர்ந்து நாக்கைக் கடித்துக் கொண்டான்.

ரகுவரன் முகத்தைச் சுருக்கிக்கொண்டு "என்னாச்சுடா?" என்று கேட்டான்.

அதற்குப் பக்ருதீன் சற்று நேரத்துக்கு முன், தமிழ்ச்செல்வி வீட்டுக்குப் போய்விட்டுத் திரும்பும் வழியில் காரில் வைத்துத் தன் தந்தையார் அச்சமூட்டும்படி பேசியதைச் சொன்னான்.

அதற்கு ரகுவரன், "ஒங்கப்பா ரொம்ப நல்ல மனுஷன். வயசானவர் வேற. எனக்கும் தமிழ்ச்செல்விக்கும் எதுவும் ஆயிடக் கூடாதேங்குற ஆதங்கத்துல கற்பனையா சொல்லியிருக்காரு" என்று சமாதானமாய் சொன்னான். ஆனாலும், அவனுக்கு உள்ளுக்குள் ஏதோ நெருடியது.

அப்போது பக்ருதீன் கேட்டான். "என்னமோ முடிவு எடுத்திருக்குறேன்னு சொன்னியேடா. என்ன அது?" என்று கேட்டான்.

அதற்கு ரகுவரன், "நாளைக்குக் காலைல நீயே தெரிஞ் சுக்குவே" என்று சொன்னான்.

அதன் பிறகு, பக்ருதீன் அவனை எதுவும் கேட்கவில்லை.

மறுநாள் காலை நேரம். பாறைமடுவில் தமிழ்ச்செல்வியும் சாரதாவும் தங்கள் வீட்டுப் பொருட்களைப் பேக்கிங் செய்து கொண்டிருந்தார்கள். தமிழ்ச்செல்வி சுறுசுறுப்பாய் இயங்க, சாரதா அரைமனதாய் மந்த கதியில் பொருட்களை எடுத்து வைத்துக் கொண்டிருந்தார்.

அதைப் பார்த்துவிட்டுத் தமிழ்ச்செல்வி, "சீக்கிரம்மா, நாம கோயமுத்தூருக்குப் பொருட்களைக் கொண்டுகிட்டுப் போக, புக் பண்ணியிருக்குற வேன் இப்ப வந்துடும்" என்று கத்தினாள்.

அதற்குச் சாரதா, "ஏன் டீ வயசான காலத்துல என்ன ஊர் ஊரா அலைய வெச்சு சித்ரவதைப் பண்றே?" என்று புலம்பினார்.

உடனே தமிழ்ச்செல்வி, "நான் ஒன்ன எங்கியோ கண் காணாத எடத்துக்குக் கூட்டிக்கிட்டுப் போகலம்மா. நீ பொறந்து வளந்த அதே கோயமுத்தூருக்குத்தான் அழைச்சுக்கிட்டுப் போறேன். சிணுங்காம எங்கூட வா" எனக் கடுப்பாகப் பதில் சொன்னாள்.

பிறகு, தொலைக்காட்சி பெட்டியை ஒரு அட்டைப் பெட்டியில் எடுத்து வைக்கும் எண்ணத்தில் தமிழ்ச்செல்வி அதன் மின் இணைப்பைத் துண்டிக்கப் போனாள்.

அப்போது, தற்செயலாகத் தொலைக்காட்சி திரையின் மீது அவள் பார்வைப்பட்டது. அந்தச் சமயம் அதில், ஏதோ பிரேக்கிங் நியூஸ் ஓடிக் கொண்டிருந்தது. தன்னையறியாமல் ஒரு கணம் அது என்ன? என்று பார்க்கத் தொடங்கினாள். அவ்வளவுதான். அவளால் சற்றும் எதிர்பாராத செய்திவொன்று ஒளிபரப்பாகிக் கொண்டிருந்தது. கண்ணுக்குக் குளிர்ச்சியாகவும் அதே சமயத்தில் காதில், தேன்வந்து பாய்ந்தது போலவும் இன்ப அதிர்ச்சி அலை அலையாய் அடுத்தடுத்து வந்து தாக்கியது.

அது இதுதான்... ஒரு சேனலில் செய்தி வாசிப்பாளர் இப்படிக் கூறிக் கொண்டிருந்தார்.

"பிரபல தொழிலதிபர் ரகுவரன் தனது தேயிலை எஸ்டேட் மற்றும் கல்வி நிறுவனங்கள் அனைத்தையும் இவ்வளவு நாட்களாக அவற்றில் பணியாற்றி வந்த தொழிலாளர்கள், ஊழியர்கள் அனைவருக்கும் சமமாகப் பங்கு பிரித்து எழுதி வைத்திருக்கிறார். இதுவரை இந்த மலைப் பிரதேசம் காணாத அதிசயம் என்று பலரும் பேசிக் கொள்கிறார்கள்.

சமீபத்தில்தான் அவர் பனையூர் ஜமீன் வாரிசாக நீதிமன்றத்தால் அங்கீகரிக்கப்பட்டு ஏழ்மை நிலையிலிருந்து பணக்காரர் என்ற அந்தஸ்துக்கு உயர்ந்தார். பெரும் சொத்துக்கு அதிபதியான ஒரு சில நாட்களிலேயே அவர் மீண்டும் சாதாரண எளிய வாழ்க்கைக்குத் திரும்பியுள்ளார்.

இது பற்றி நமது நிருபர் கூறுவதை இப்போது கேட்போம்..."

செய்தி வாசிப்பாளர் சொன்னதைத் தொடர்ந்து அவர் குறிப்பிட்ட நிருபர் ஏதோ விபரம் சொல்ல வாயெடுத்தார்.

ஆனால், அதைக் கேட்கும் மனநிலையில்தான் தமிழ்ச்செல்வி இல்லை. அவளுக்கு உடனே ரகுவரனைப் பார்க்க வேண்டும் போலிருந்தது. தற்போது எங்கிருப்பான்? என்று யோசித்தாள்.

*

31

தமிழ்ச்செல்வி தன் இருசக்கர வாகனத்தை எடுத்துக் கொண்டு மின்னல் வேகத்தில் வீட்டைவிட்டு வீதிக்கு வந்து நின்றாள். அதைப் பார்த்ததும் குழம்பிப்போன சாரதா, "ஏய், இந்த நேரத்துல எங்கடீ வெளியக் கிளம்பிட்டே?" என்று பின்னாலிருந்து சத்தமாகக் கேட்டார்.

அவள் "ரகுவரனைப் பாக்கப் போறேன்" என்று உற்சாகமாகக் கூச்சலிட்டாள்.

மேலும், குழப்பம் அதிகரித்த நிலையில் சாரதா, "என்னடீ சொல்றே? சாமான் செட்டெல்லாம் பேக் பண்ண வேணாமா? நீதானே சொன்னே, வேன் வந்துடும்னு" என்று கத்த, தமிழ்ச்செல்வி "வேணாம். வேனைத் திருப்பி அனுப்சுடு. நாம கோயமுத்தூர் போகல" எனக் கண்ணிமைக்கும் நேரத்தில் பறந்துவிட்டாள்.

சாரதா என்ன நடக்கிறதென்று தலையைப் பிய்த்துக்கொண்டு வீதியில் நின்றார்.

பாறைமடுவிலிருந்து குந்தா போகும் சாலையில் மனம்கொள்ளாத மகிழ்ச்சியுடன் தமிழ்ச்செல்வி தன் வாகனத்தை இயக்கியபடி வேகமாகப் போய் கொண்டிருந்தாள். வேகமென்றால், தலை தெறிக்கும் வேகம். எதிரில், வாகனத்தில் வந்த ஓரிருவர் யார் இந்தப் பெண்? எதற்கு இவ்வளவு ஸ்பீடில் போகிறாள்? வளைவு நெளிவான மலைச்சாலை ஆபத்தானதாச்சே... என்று மனதுக்குள் நினைத்தார்கள்.

தமிழ்ச்செல்வியின் சிந்தனையெல்லாம் ரகுவரன் தற்போது எங்கே இருப்பான்? குந்தாவில் உள்ள புதிய பங்களாவில் இருப்பானா? அல்லது அங்கிருந்து காலி செய்துவிட்டு மீண்டும் வெங்கலமேடு தொழிலாளர் குடியிருப்புக்கே தன் வளர்ப்பு பெற்றோருடன் வந்துவிட்டானா? எப்படியும், வெங்கலமேடு தாண்டித்தானே குந்தா போக வேண்டும். முதலில், ரகுவரனின் பழைய வீட்டுக்குப் போய் பார்த்துவிட்டு, அப்புறம், குந்தா போகலாம்.

இல்லையில்லை குந்தாவே போய்விட்டு அங்கில்லாவிட்டால் பிறகு, வெங்கலமேடு வரலாம் என மாறி மாறி யோசித்தாள்.

அப்போது எதற்குக் குழப்பம்? பேசாமல் ரகுவரனுக்கே ஃபோன் செய்து அவன் எங்கிருக்கிறான்? என்று கேட்டு விடலாம் என்ற முடிவுக்கு வந்தாள். அப்போது, தான் வீட்டிலிருந்து புறப்படும் அவசரத்தில் செல்போனை அங்கேயே விட்டுவிட்டு வந்தது நினைவில் தோன்றி மறைந்தது. ச்சே... என்ன காரியம் செய்துவிட்டோம் என்று மனதுக்குள் நொந்துகொண்டாள்.

தன் இருசக்கர வாகனத்தைச் சற்றும் குறைக்காமலேயே ரகுவரனைப் பார்த்ததும், தான் முதலில் என்ன செய்ய வேண்டும் என கற்பனை குதிரையைப் பறக்கவிட்டாள்.

அவன் கண்ணில் பட்ட நிமிடத்தில் பக்கத்தில் யார் இருந்தாலும் சரி, ஏன், அவன் பெற்றோராகவே இருந்தாலும் சரிதான் தன் வண்டியை நிறுத்தியும் நிறுத்தாமலும் ஓடிப் போய் ஆவேசமாகக் கட்டிக்கொண்டு மொச்மொச்சென்று ஆயிரம் முத்தம் கொடுக்க வேண்டும். அதில், அவன் திக்கு முக்காடிப் போக வேண்டும். அவனிடம் மன்னிக்கச் சொல்லிக் கேட்க வேண்டும்.

பின்னே, கடந்த கொஞ்ச நாட்களாய் அவனிடம் முகம் கொடுத்துப் பேசாமல் அலைகழிய விட்டுவிட்டாளே. அன்று ரகுவரன் வீடு தேடி வந்த நேரத்தில், கொடுத்த பூச்செண்டை வீட்டு வாசலில் தூக்கி எறிந்தாளே. அவன் மனம் என்ன பாடுப்பட்டிருக்கும்? தன் தப்பு இல்லை. அவன் ஜமீன் வாரிசென்று முன்னாலேயே சொல்லியிருந்தால், அந்தச் சொத்தே வேண்டாமென்று கூறியிருப்பாளே... அவன் அப்படிச் சொல்லாததுகூட இப்போது நல்லதாகவே முடிந்துவிட்டது.

முன்கூட்டி கூறியிருந்தால், அந்த அயோக்கியன் கிஷோர் பலனடைந்திருப்பான். தற்போது நூற்றுக்கணக்கான தொழிலாளர்கள் அல்லவா தங்கள் உழைப்பின் பயனை அடைந்திருக்கிறார்கள்.

நடப்பதெல்லாம் நன்மைக்கே என்று கூறுவார்களே அப்படித்தானா ஆகிவிட்டது?

தன்னிலை மறந்து தமிழ்ச்செல்வி ஒரு திருப்பத்தில் இருசக்கர வாகனத்திலிருந்து மோசமான சாலையில் கீழே விழப் போனாள். ஆனால், எப்படியோ சமாளித்துக் கொண்டாள்.

இதோ வெங்கலமேடு வந்துவிட்டது. ரகுவரன் பழைய வீட்டுக்கு வலதுபுறம் திரும்ப வேண்டியதுதான் பாக்கி.

அப்போது, தற்செயலாக நீலக்குறிஞ்சிப் பூத்திருந்த புதரைத் திரும்பிப் பார்த்தாள் தமிழ்ச்செல்வி. அதைக் கண்டதும் அவள் மனம் மகிழ்ச்சியால் துள்ளிக் குதித்தது. ஆனால், அடுத்த கணமே பூக்களில் ஏதோ வாட்டம் தெரிந்ததுபோலத் தோற்றம். வண்டியை நிறுத்திவிட்டு உற்றுப் பார்த்தாள். நீலக் குறிஞ்சி தன் இயல்பை இழந்து என்னமோபோல் தெரிந்தது.

ச்சே, இந்த மகிழ்ச்சியான நேரத்தில் எதற்கு கண்டதையும் நினைத்து மனதைக் குழப்பிக்கொள்ள வேண்டும் என்று தன் இருசக்கர வாகனத்தைக் கிளப்ப நினைக்கும் போதுதான் நீலக்குறிஞ்சியின் புதர் மறைவிலிருந்து ரகுவரன் வெளியே வந்தான். தமிழ்ச்செல்வி அங்கே வருவாளென அவன் கணித்திருந்தான்.

முதலில், அவளால் தன் கண்களை நம்ப முடியவில்லை. காண்பது கனவா? நனவா? என்று குழப்பம் வந்தது. அதற்குள் அவன் சிரித்தபடியே மெல்ல அவளை நோக்கி நடந்து வந்தான். அடுத்த கணம் தன் வண்டியை நிறுத்தியும், நிறுத்தாமலும் ஓடிப் போய் ரகுவரனைக் கட்டிக் கொண்டாள் தமிழ்ச்செல்வி. அந்த இறுக்கமான தழுவலில் அவனுக்கு மூச்சு முட்டியது. அவள் கண்களிலிருந்து தாரை தாரையாய் கண்ணீர் பெருகியது. உதடுகள் “ரகு... ரகு...” என்று சன்னமாக முணுமுணுத்தன. அவன் மெல்ல அவளது தலையை நிமிர்த்தி இதழ்களைக் கவ்விக்கொண்டான். இப்போது தமிழ்ச்செல்விக்கு மூச்சு முட்டியது. இருவருக்கும் சுற்றுப்புறம் மறந்துவிட்டது.

அதற்குத் தகுந்தாற்போல சுற்றிலும் மனித சஞ்சாரம் தெரியவில்லை. வழக்கமாக ஆங்காங்கே தேயிலை தோட்டங்களில் ஆட்கள் வேலை செய்துகொண்டிருப்பார்கள். ஆனால், இன்று ரகுவரன் அவர்களுக்கே அந்தத் தோட்டங்களை எழுதிக் கொடுத்துவிட்டதால், ஒரு திருவிழாபோல் அவரவர் வீடுகளில் கொண்டாடி மகிழ்ந்து கிடக்கிறார்கள்.

இயற்கை மட்டுமே அந்த இளம் காதலை ரசித்துப் பார்த்துக் கொண்டிருந்தது. தென்றல் காற்று தேயிலையைத் தடவி வந்து இருவர் மீதும் அந்த நறுமணத்தைப் பூசிக் கொண்டிருந்தது. மேகக் கூட்டங்கள் சட்டென ஒளிவதும் தெரிவதுமாய் சிறு குழந்தைகள்போல் அவர்களின் ஆலிங்கனத்தைக் கண்டு வாய்மூடிச் சிரித்தன. நீலக் குறிஞ்சி மட்டும் ரகுவரனையும் தமிழ்ச்செல்வியையும் வெறித்துப் பார்ப்பது போன்ற தோற்றம். பறவைகள் அருகிலிருந்த மரத்தில் அமர்ந்து நிதானமாய் வேடிக்கை பார்த்தன.

கொஞ்ச நேரம் கழித்து இருவரும் இயல்பு நிலைக்கு மீண்டார்கள்.

ரகுவரன், “என்னை வுட்டுட்டு கோயமுத்தூர் போகப் பாத்தேல்ல. கல் மனசு ஒனக்குத் தமிழ்ச்செல்வி” என்று கேட்டான்.

சட்டென அவன் கையைப் பிடித்துக்கொண்டு அவள், “என்னை மன்னிச்சுடு ரகு. அப்புடியே போயிருந்தாலும் நா நடைப் பிணமாத்தான் இருந்திருப்பேன்” என்று சொன்னாள்.

அப்படிச் சொல்லும் போது அவள் கண்கள் கலங்கியிருந்தன. அவன் மெல்ல தழுவிக்கொண்டு, “அதான் அப்புடி நடக்கலல்ல. அப்புறம், எதுக்கு அழணும்?” என்று சமாதானம் செய்தான்.

இருவரது மனமும் உணர்ச்சி பிழம்பாய் உருகி வழிந்துகொண்டிருந்தன.

ரகுவரன் சட்டென ஓடிப் போய் நீலக் குறிஞ்சியைப் பறித்து வந்தான். பிறகு, அதை அவள் கூந்தலில் சூடினான்.

அப்போது தமிழ்ச்செல்வி, “இன்னிக்கு என்னமோ நீலக்குறிஞ்சி வழக்கம்போல ஃப்ரஸ்ஸா இல்லாம வாட்டமா இருக்குற மாதிரி எனக்குத் தோணுது ரகுவரன்” என்று சொன்னாள்.

அதற்கு அவன் "அப்புடியா? எனக்கு எதுவும் அப்புடித் தோணல. ஆனா, நீதான் ரொம்ப வாடிப் போயிருக்குறே தமிழ்ச்செல்வி" என்று சொன்னான்.

அதற்கு அவள் "பின்னே, நல்லா தூங்கி எத்தனை நாளாச்சு தெரியுமா? அதுலயும் ரெண்டு மூனு நாளாவே கண்ணை மூடுனா அந்த அட்டைப் பூச்சிதான் எதிர்ல வந்து நிக்குது. அதுலயும் நேத்து ராத்திரி கனவுல அந்த அட்டைப் பூச்சி என்னோட ஒடம்புல இருக்குற ரத்தத்தையெல்லாம் சொட்டு வுடாம உறிஞ்சிடுச்சு ரகுவரன். அந்தச் சின்ன உருவம் பெருசா வளந்து நிக்குது. நான் ஓன்னு கத்திக் கூச்சல் போட்டுட்டேன்" என்று கதைப்போலச் சொன்னாள்.

உடனே ரகுவரன் கலைந்திருந்த அவள் முன்நெற்றி முடியைச் சரி செய்துகொண்டே மென்மையாக, "இனிமே அந்தக் கனவு ஒனக்கு நிச்சயமா வராது தமிழ்ச்செல்வி" என்று சொன்னான்.

அவள் "எப்புடிச் சொல்றே?" என்று கேட்டாள்.

அதற்கு அவன், "நீ எப்பவும் நாம ரெண்டு பேரும் ஒண்ணு சேருவமா? மாட்டமான்னு பயந்துக்கிட்டே இருந்துருக்குறே. அந்தப் பயந்தான் அட்டைப் பூச்சி மாதிரி ஒன்னோட கனவுல வந்து தொந்தரவு குடுத்திருக்குது" என்று சொன்னான்.

அதைக் கேட்டு அவள் பூவாய் மலர்ந்தாள்.

பிறகு, "நீ சொன்னா சரி ரகு. நாம இனிமே ஒரு நிமிஷம்கூட பிரியக் கூடாது. சீக்கிரம் கல்யாணம் பண்ணிக்கிட்டு நெறைய கொழந்தைங்க பெத்துக்கிட்டு சந்தோசமா வாழணும்" என்று சொன்னாள்.

ரகுவரன் சிரித்தபடி, "இன்னிக்குக் காலைல எங்கம்மாகூட இதே வார்த்தைகளத்தான் சொன்னாங்க" என்று கூறினான்.

அவசரமாக இடைமறித்த தமிழ்ச்செல்வி, "அவுங்களுக்கு எம்மேல கோபம் எதுவும் இல்லியே?" என்று கேட்டாள். அவன் இல்லையென்று தலையசைத்த போதுதான் தற்செயலாக அந்தக் காரைப் பார்த்தான். சற்று மறைவாய் மர நிழலில் நின்றிருந்தது.

இந்தக் கார் சென்னப்பா டிரேடிங் கம்பெனி கிஷோருடையது அல்லவா? குந்தாவிலிருந்து பாறைமடுவுக்குச் செல்லும் சாலையோரத்தில் நின்றிருந்தது. கிஷோர் மீது பல மோசடி

புகார்கள் போலீசில் உள்ளதாகவும் சொன்னார்களே... அவன் எப்படித் திடீரென்று இங்கு வந்தான்? ரகுவரன் யோசனையாய் அந்தக் காரை உற்று நோக்கினான்.

அவன் பார்வை போன திசைக்குத் தன் கண்களை ஓடவிட்ட தமிழ்ச்செல்வி கடும் அதிர்ச்சிக்குள்ளானாள். அவளும் கிஷோரின் காரைக் காணத் தவறவில்லை. அவர்கள் இருவரின் பார்வைக்கு எட்டும் தூரத்தில்தான் கார் நின்றிருந்தது.

திடுமென ரகுவரனுக்கும் தமிழ்செல்விக்கும் ஏதோ இனம் புரியாத அச்சம் மனதில் தோன்றியது. ஒருவர் முகத்தை ஒருவர் பார்த்தனர். இருவரது முகமும் பேயறைந்ததுபோல் வெளிறித் தோற்றமளித்தது.

ரகுவரன் சட்டெனத் தமிழ்ச்செல்வியிடம், "நாம இந்த எடத்துல நிக்க வேணாம். வா போலாம்" என்று அவளது இருசக்கர வாகனம் நோக்கி அவளது கையைப் பிடித்து அழைத்துச் சென்றான்.

அதே நேரம் காருக்குள் உட்கார்ந்து இருவரையும் கொஞ்ச நேரமாய் கண்களில் தீப்பொறி பறக்கப் பார்த்துக் கொண்டிருந்த கிஷோர், அவர்கள் இருவரும் அந்த இடத்தைவிட்டு கிளம்புவதைக் கண்டு வெறிப் பிடித்தது போலானான். ரகுவரன் தான் ஆண்டு அனுபவித்து வந்த சொத்துக்களைத் தன்னிடமிருந்து பறித்தவன், தமிழ்ச்செல்வி தன் காதலை நிராகரித்தவள். அவனுக்கு அவர்கள் ஜென்ம எதிரிகளாய் தெரிந்தார்கள்.

தான் வெளிநாட்டுக்குத் தப்பிச் சென்றுவிட்டதாய் வெளியே பொய்யான தகவலைப் பரப்பி விட்டுவிட்டு மலைப் பிரதேசத்தில்தான் சில நாட்களாய் சுற்றிக் கொண்டிருந்தான். கோடிக்கணக்கான சொத்துக்களை அவனிடமிருந்து நீதிமன்றம் பறித்து ரகுவரனிடம் கொடுத்துவிட்ட போதும், அவனால், தேயிலை தோட்டம் கல்வி நிறுவனம் என எதையும் விட்டுப்போக மனமில்லை. அப்படிப் பேயாய் திரிந்த போதுதான் ரகுவரனும் தமிழ்ச்செல்வியும் அவன் கண்களில் பட்டார்கள்.

சட்டெனக் கிஷோர் ஒரு முடிவுக்கு வந்தான். இந்த இரண்டு நாய்களும் செத்துத் தொலையட்டும் எனக் கணநேரத்தில் அந்தக் காரியம் செய்யத் துணிந்தான். அவனிடம் ஏற்கனவே கைத்துப்பாக்கி இருந்தது. காரில்தான் அவன் எப்போதும்

வைத்திருப்பான். இப்போதும் இருந்தது. சட்டென அதை எடுக்க கைகள் பரபரத்தன. அப்போது தான் கொலை வழக்கில் மாட்டிக்கொள்வோம் என அச்சம் தோன்றியது.

அப்போது, ரகுவரன் தமிழ்ச்செல்வியின் வண்டியை வாங்கி, அவளைப் பின்னால் உட்கார வைத்து அதை ஸ்டார்ட் செய்துகொண்டிருந்தான். இருசக்கர வாகனம் கிளம்பாமல் மக்கர் செய்து கொண்டிருந்தது.

சட்டென ஒரு யோசனை கிஷோருக்குத் தோன்றியது. தன் காரை ஏற்றி இருவரையும் கொலை செய்தால் யாருக்கும் தெரியாதே!! அதற்குத் தகுந்தாற்போல சுற்றிலும் ஆட்கள் யாருமில்லை. சாலையிலும் போக்குவரத்து சுத்தமாகக் காணவில்லை.

ரகுவரன் இப்போது குந்தாவுக்குத்தான் செல்ல வேண்டும். அப்பாவும் அம்மாவும் அங்குதான் உள்ளார்கள். இன்று மாலைக்குள் அந்தப் பங்களாவைக் காலி செய்வதாக உத்தேசம். அதற்கான ஏற்பாடுகளைப் பக்ருதீனிடம் ஒப்படைத்துவிட்டுத் தமிழ்ச்செல்வி எப்படியும் தன் பழைய வீட்டுக்கு வருவாள். நீலக்குறிஞ்சி செடியைப் பார்ப்பாள் என்றுதான் இங்கு வந்து காத்திருந்தான். நினைத்தது நடந்தது. ஆனால், கிஷோர் சோதனையாக வந்திருக்கிறானே.

அவன் இங்கு வந்தது நிச்சயம் திட்டமிட்டு வந்திருக்க முடியாது. என்றாலும், காரைச் சற்று தள்ளி நிறுத்திவிட்டு இவர்களை நோட்டமிடுவதில்தான் ஏதோ உள்நோக்கம் இருக்கிறது.

படபடக்கும் இதயத்தோடு ரகுவரன் இயங்க மறுத்த தமிழ்ச்செல்வியின் இருசக்கர வாகனத்தை ஒருவழியாக இயக்கிக்கொண்டு சாலைக்கு வந்தான். சரியாக எதிர்ப்புறம் கிஷோரின் கார் நின்றிருந்தது. அதைத் தாண்டித்தான் குந்தா நோக்கி நகர வேண்டும். எனவே, வண்டியைச் சாலையில் வேகமாக ஓட்ட முயன்றான்.

அது கிஷோருக்குச் சாதகமாகப் போய்விட்டது. கண்ணிமைக்கும் நேரத்தில் காரைக் கிளப்பிய கிஷோர் மின்னல் வேகத்தில் வந்து இரு சக்கர வாகனத்தின் மீது மோதினான். ரகுவரனும் தமிழ்ச்செல்வியும் தூக்கியெறியப்பட்டார்கள். சற்று தூரம் போய் கிஷோர் காரை நிறுத்திப் பின்னால் திரும்பிப் பார்த்தான்.

அங்கே... சாலையின் ஆளுக்கொரு பக்கமாய் விழுந்து கிடந்தார்கள் ரகுவரனும் தமிழ்ச்செல்வியும். அவர்களைச் சுற்றிலும் ரத்தம் சிதறிக் கிடந்தது. எந்த அசைவும் அவர்களிடம் காணப்படவில்லை. நிச்சயம் மரணம்தான். இது போதும். தன்னுடைய இரண்டு எதிரிகளும் ஒழிந்தார்கள். மனதில் ஒரு குரூர திருப்தி ஏற்பட்டது. அதேநேரம் தன்னை யாரும் கவனித்துவிடக் கூடாதே என்ற பதட்டம் உருவானது.

சட்டெனக் காரைக் கிளப்பினான். அளவு கடந்த வேகத்தில் அந்த இடத்தைவிட்டு பறந்தான். ஆனால், பதட்டத்தில் சாலையின் வளைவில் கட்டுப்பாட்டை இழந்தான். கார் சாலையைவிட்டு கணநேரத்தில் விலகி சட்டென மலைச்சரிவில் நூற்றுக்கணக்கான அடிகளுக்குக் கீழே உள்ள பள்ளத்தில் விழுந்து நொறுங்கி தீப்பிடித்தது. கிஷோர் கருகி உயிர்விட்டான்.

சாலையில் பிணமாகக் கிடந்த ரகுவரனும் தமிழ்ச்செல்வியும் ஆறாக வழிந்தோடிய ரத்தத்தில் ஒன்றிணைந்தார்கள்.

நடந்த சம்பவங்களுக்கு மௌன சாட்சியாய் நீலக்குறிஞ்சி பூச்செடி நின்றிருந்தது.

* * *